നരകത്തിലേക്കുള്ള തീവണ്ടി

narakathilekkulla theevandi
collected science fictions

•

first edition
april 1985

•

second edition
november 2007

•

third edition
feburary 2011

•

typesetting
akshara dtp centre, thiruvananthapuram

•

published
chintha publishers, thiruvananthapuram

•

printed
akshara offset, thiruvananthapuram

•

cover
ambeesh kumar

വിതരണം

ദേശാഭിമാനി ബുക്ക് ഹൗസ്
H O തിരുവനന്തപുരം-695 001

ബ്രാഞ്ചുകൾ

ഓവർബ്രിഡ്ജ് തിരുവനന്തപുരം • കെ എസ് ആർ ടി സി ബസ് സ്റ്റേഷൻ ആലപ്പുഴ • കെ എസ് ആർ ടി സി ബസ് സ്റ്റേഷൻ എറണാകുളം ഐ ജി റോഡ് കോഴിക്കോട് • മാവൂർ റോഡ് കോഴിക്കോട് • എൻ ജി ഒ യൂണിയൻ ബിൽഡിങ് കണ്ണൂർ • സെൻട്രൽ ബസ് ടെർമിനൽ കോംപ്ലക്സ് താവക്കര കണ്ണൂർ • മച്ചിങ്ങൽ ലെയ്ൻ തൃശൂർ

CR - 1071 / 2657

നരകത്തിലേക്കുള്ള തീവണ്ടി

ശാസ്ത്രകഥകൾ

കോമളാദേവി
ജെയിംസ് അലക്സാണ്ടർ
റോബർട്ട് ബ്ലോഖ്
എസ് ശിവദാസ്
ഡാനിയൽ കെയ്സ്

ചിന്ത പബ്ലിഷേഴ്സ്
തിരുവനന്തപുരം-695 001
വില: ₹ 75

ഉള്ളടക്കം

പ്രസാധകക്കുറിപ്പ്

ഇത് അസാധാരണമായ ഒരു കഥാസമാഹാരമാണ്, സയൻസ് ഫിക്ഷൻ. ലോകസാഹിത്യത്തിൽ ആകെ തന്നെ താരതമ്യേന പുതിയൊരു ശാഖയാണിത്. അതിൽ അത്ഭുതപ്പെടാനില്ല. ശാസ്ത്രത്തെ അടിസ്ഥാനമാക്കിയുള്ള സർഗാത്മകകൃതികൾ വളരാൻ ശാസ്ത്രത്തിന്റെ വളർച്ചയെ കാത്തിരിക്കേണ്ടിവന്നു എന്നുമാത്രമേ അർഥമുള്ളൂ. ഇന്ത്യൻ സാഹിത്യത്തിൽ പൊതുവെയും മലയാളസാഹിത്യത്തിൽ പ്രത്യേകിച്ചും ഇന്നും സയൻസ് ഫിക്ഷൻ വേരുപിടിച്ചു കഴിഞ്ഞിട്ടില്ല. ചില ചെറുകഥകളും നോവലുകളും മറ്റും ഇല്ലേ, എന്നു ചോദിച്ചാൽ, ഉണ്ടെന്ന് പറയാമെങ്കിലും ഭൂരിഭാഗവും പാശ്ചാത്യകൃതികളുടെ വികൃതങ്ങളായ മോഷണങ്ങൾ ആണ്. മലയാളത്തിൽ സയൻസ് ഫിക്ഷൻ കുറച്ചെങ്കിലും ഗൗരവത്തോടെ കൈകാര്യം ചെയ്യാൻ തുടങ്ങിയിട്ടുള്ളത് പ്രൊഫ. എസ് ശിവദാസ്, ശ്രീ പി ആർ മാധവപ്പണിക്കർ, പ്രൊഫ. സി ജി രാമചന്ദ്രൻ നായർ എന്നിവരാണ്. പ്രൊഫ. ശിവദാസിന്റെ *രാഗം, താളം, സ്വപ്നം* എന്ന ചെറുകഥയ്ക്ക് പ്രൊഫ. സി ജി രാമചന്ദ്രൻനായർ എഴുതിയ അവതാരികയിൽ പറയുന്നു:

> ...സ്വതന്ത്രമായ സയൻസ് ഫിക്ഷൻ കൃതികൾ മലയാളത്തിൽ രചിക്കാൻ ഇനിയും സമയമായോ എന്ന് ഇതെഴുതുന്ന ആൾക്ക് ആത്മാർഥമായ സന്ദേഹമുണ്ട്. ശാസ്ത്രത്തിലും ശാസ്ത്രഗവേഷണത്തിലും അഗാധമായ ജ്ഞാനം, സാഹിത്യപരിചയം, ഭാഷാസ്വാധീനം, സർഗശക്തി, ലളിതമായ ശൈലിയുടെ സ്വായത്തത, ആശയ പ്രകടനപടുത – ഇവയെല്ലാം ഒരു വ്യക്തിയിൽ ഒത്തിണങ്ങിയാലെ സയൻസ് ഫിക്ഷൻ എഴുതാൻ സാധിക്കുകയുള്ളൂ. ഒരു ഫ്രെഡ് ഹൊയിലിനോ ഐസക് അസീമോവിനോ ആർതർ ക്ലാർക്കിനോ ഇത് സ്വാഭാവികമായി സാധിക്കും. (വിശ്രുത സയൻസ് ഫിക്ഷൻ രചയിതാക്കളായ ഇവർ യഥാക്രമം പ്രശസ്ത പ്രപഞ്ച ശാസ്ത്രജ്ഞൻ, കിടയറ്റ രസതന്ത്രജ്ഞൻ,

അതുല്യനായ ജ്യോതിശാസ്ത്രജ്ഞൻ എന്നീ നിലകളിലും പ്രാവീണ്യം നേടിയവരാണ്).

എങ്ങനെയാണ് മലയാളത്തിൽ സയൻസ് ഫിക്ഷൻ ശാഖ പറിച്ചു നടേണ്ടത്? ഇത് എഴുതുന്ന ആളുടെ അഭിപ്രായത്തിൽ ആദ്യഘട്ടത്തിൽ നമുക്ക് കുറെ പരിഭാഷകളാണ് വേണ്ടത്. താരതമ്യേന ലളിതമായവ ആദ്യവും സങ്കീർണമായവ പിന്നീടും... ഈ അഭിപ്രായം പറയാൻ കാരണം സാങ്കേതിക ശാസ്ത്രത്തിന്റെ അതിപ്രസരം അനുഭവിക്കുന്ന ഒരു ചുറ്റുപാടിൽ ജീവിക്കുന്ന സാഹിത്യകാരനുമാത്രമെ സയൻസ് ഫിക്ഷൻ സ്വതന്ത്രമായി എഴുതാൻ സുകരമാവൂ എന്നതാണ്. മറ്റു സാഹിത്യശാഖകളെ അപേക്ഷിച്ച് സയൻസ് ഫിക്ഷനുള്ള പ്രത്യേകതയാണിത്.

'സയൻസ് ഫിക്ഷൻ' എന്ന പേരിൽ മലയാളത്തിൽ പുറത്തുവന്നിട്ടുള്ള പല കൃതികളും പ്രൊഫ. രാമചന്ദ്രൻ നായരുടെ അഭിപ്രായത്തെ നൂറു ശതമാനവും ശരിവെക്കുന്നവയാണ്.

ഈ സമാഹാരത്തിൽ അഞ്ച് കഥകളാണുള്ളത്. സോദ്ദേശ്യമായിത്തന്നെ തെരഞ്ഞെടുത്ത കഥകളാണവ. മാനവികതയ്ക്ക് മുൻതൂക്കമുള്ള കഥകൾ. അത്ഭുതപ്പെടുത്താനോ ശാസ്ത്രത്തിന്റെ ഗതിയെ വരച്ചുകാട്ടാനോ ഉദ്ദേശിച്ചെഴുതിയവയല്ല ഇവ.

കോമളത്തിന്റെ *മാതൃത്വം* തെലുങ്കിൽനിന്ന് മലയാളത്തിലേക്ക് തർജുമ ചെയ്ത് *വിജ്ഞാനകൈരളി*യിൽ പ്രസിദ്ധീകരിച്ചിട്ടുള്ളതാണ്. പ്രൊഫ. എസ് ശിവദാസിന്റെ *പാപികൾ* അതേ പേരിൽ അദ്ദേഹം മുമ്പെഴുതിയിരുന്ന ഒരു കഥയുടെ കൂടുതൽ വികസിതരൂപമാണ്. മറ്റു മൂന്നു കഥകളും *നരകത്തിലേക്കുള്ള തീവണ്ടി* (റോബർട്ട് ബ്ലോക്) *ഹിബ്ബി* (ജെയിംസ് അലക്സാണ്ടർ) *പ്രിയ ആൾജിർനോൺ നിനക്കു വേണ്ടി...* (ഡാനിയൽ കെയ്സ്) ഹ്യൂഗോ അവാർഡ് നേടിയവയാണ്. ഈ കഥകൾ മൂന്നും ഇംഗ്ലീഷിൽനിന്ന് മലയാളത്തിലേക്ക് തർജുമ ചെയ്തത് ശ്രീ. പി കെ ശിവദാസ് ആണ്.

ഇവയിലെ ശാസ്ത്രാംശങ്ങളും മാനുഷികാംശങ്ങളും സ്വയം വ്യക്തമാകയാൽ ഇവിടെ വിശകലനം ചെയ്യേണ്ടതില്ല. പ്രൊഫ. സി ജി രാമചന്ദ്രൻനായർ നിർദേശിച്ച തരത്തിലുള്ള ഒരു തുടക്കം എന്ന നിലയ്ക്ക് ഈ കഥാസമാഹാരം മലയാളി വായനക്കാർക്ക് മുമ്പിൽ സമർപ്പിക്കുന്നു.

ചിന്ത പബ്ലിഷേഴ്സ്

മാതൃത്വം

പെട്ടെന്ന് കുട്ടി കരയുന്നത് കേട്ടപ്പോൾ സാവിത്രി എല്ലാ വേദനകളും മറന്നു. തളർച്ച കൊണ്ടടഞ്ഞ കണ്ണുകൾ പതുക്കെത്തുറന്ന് മെല്ലെ മെല്ലെ നാലുപാടും ഓടിച്ചുനോക്കി. നഴ്സ് കുട്ടിയെ തുടയ്ക്കുകയായിരുന്നു.

"നഴ്സ്! ഉണ്ണിയോ പെണ്ണോ? ആരോഗ്യമുള്ള കുട്ടിയല്ലേ?" സാവിത്രി ഉൽക്കണ്ഠയോടെ ചോദിച്ചു.

"ഉണ്ണിയാണ്; നല്ല ആരോഗ്യം."

ആവൂ! അധ്വാനം വെറുതെ പോയില്ല. സ്വന്തം ചുമതല വേണ്ടവിധം തന്നെ നിറവേറ്റി. ക്ഷീണം ഇനിയും നീങ്ങിയിട്ടുണ്ടായിരുന്നില്ല. അവളുടെ കണ്ണുകൾ വീണ്ടും അടഞ്ഞു. അങ്ങനെ എത്ര സമയം കഴിഞ്ഞുപോയെന്ന് അവൾക്ക് നിശ്ചയമുണ്ടായിരുന്നില്ല... ഭയങ്കരമായ ക്ഷീണം.

"ഉണ്ണിയെ കാണണ്ടേ?"

സാവിത്രി കണ്ണുകൾ തുറന്ന് ഉണ്ണിയെ നോക്കി. തല നിറയെ മുടി. ഓമനത്തമുള്ള മുഖം, ചുവന്ന കൊച്ചു ചുണ്ടുകൾ. അവൾ തനിക്കേറ്റവും പ്രിയപ്പെട്ട ആ കുട്ടിയെത്തന്നെ കണ്ണിമയ്ക്കാതെ നോക്കിക്കൊണ്ട് പതുക്കെ തൊട്ടു. കുട്ടി അവളുടെ വിരൽ പിടിച്ചിട്ട് പിന്നെ വിടുന്ന മട്ടില്ല. ഇത് അവളുടെ ഹൃദയത്തിൽ പല ഭാവങ്ങളും പകർന്നു.

"എവിടെ എന്റെ ഓമനക്കുട്ടൻ?"

ശബ്ദം കേട്ടിടത്തേക്ക് നോക്കി സാവിത്രി. പത്മ! പത്മ വേഗം നടന്ന് സാവിത്രിയുടെ അടുക്കലേക്ക് വരികയായിരുന്നു. സാവിത്രി

കൽപ്രതിമ പോലെ അവളെ ഉറ്റുനോക്കിക്കൊണ്ട് കിടന്നു.

പത്മയുടെ ചെങ്കവിളുകളിൽ ആനന്ദം തുളുമ്പി നിന്നു. അവളുടെ കണ്ണുകൾ രണ്ട് കത്തുന്ന തിരിപോലെ ഏതോ വസ്തുവെ അന്വേഷിക്കുകയാണ്. സാവിത്രി അവിടെ ഉണ്ടെന്നുള്ള ഭാവം തന്നെയില്ല അവൾക്ക്. എന്താണുണ്ടാവാൻ പോകുന്നതെന്നറിയാതെ പരിഭ്രാന്തയായ സാവിത്രിയുടെ നെറ്റിയിൽ ചുളികൾ വീണു.

"ഇവിടെയുണ്ട് പത്മമ്മേ!" നഴ്സ് മടിയിൽ കിടന്നിരുന്ന കുട്ടിയെ എടുത്ത് പത്മയ്ക്ക് കൊടുക്കാൻ ഭാവിച്ചു.

പത്മ കുനിഞ്ഞ് കുട്ടിയുടെ മുഖത്തേക്ക് സൂക്ഷിച്ച് നോക്കി. പിന്നെ കസവും പൂക്കളുമുള്ള നീല നൈലോൺ സാരിയുടെ തുമ്പ് അരയിൽ ചുറ്റിയൊതുക്കിക്കെട്ടി രണ്ടു കൈകളും നീട്ടി. ഇതെല്ലാം നോക്കിക്കൊണ്ട് കിടന്നിരുന്ന സാവിത്രിയുടെ ഹൃദയം എന്തെന്നില്ലാതെ തുടിക്കാൻ തുടങ്ങി. അവൾ കണ്ണുകൾ തിരിച്ചുകളഞ്ഞു. വീണ്ടും കണ്ണുകൾ അടഞ്ഞു.

സാവിത്രി കണ്ണ് തുറന്നപ്പോൾ പത്മ കുട്ടിയെ മാറോട് ചേർത്ത് അനിർവചനീയമായ ആനന്ദം അനുഭവിക്കുന്നതാണ് കണ്ടത്. അവളുടെ സുന്ദരമായ മുഖത്ത് സംതൃപ്തി കളിയാടിയിരുന്നു...

സാവിത്രിക്ക് ഹൃദയത്തിൽ അസഹ്യമായ വേദന തോന്നി.

"എന്റെ കുട്ടൻ! എന്റെ കൊച്ചോമനക്കുട്ടൻ! വാ, നമുക്ക് വീട്ടിൽ പോകാം. അച്ഛനെ കാണണ്ടേ?"

സാവിത്രി പറയാൻ പുറപ്പെട്ടത് തൊണ്ടയിൽതന്നെ തങ്ങി നിന്നുപോയി. 'അരുത് അരുത്' എന്ന് ഉറക്കെ വിളിച്ചുപറയണമെന്ന് അവൾക്ക് തോന്നി. പക്ഷെ ആരുണ്ട് കേൾക്കാൻ, അവളുടെ കരുമനകൾ! തന്റെ തന്നെ ശക്തികളോട് മല്ലിട്ട് തളർന്നപ്പോൾ അവൾ ഉറങ്ങിപ്പോയി.

എത്രനേരം അങ്ങനെ കിടന്നെന്ന് നിശ്ചയമില്ല. പിന്നെ കണ്ണ് തുറന്ന് നോക്കിയപ്പോൾ കുട്ടി അരികിലില്ല.

നഴ്സ് മുറിയിലേക്ക് കടന്നുവന്നു.

"ഉണ്ണി..."

"പത്മമ്മ കൊണ്ടുപോയി. വൈകുന്നേരം കൊണ്ടുവരാമെന്ന്."

സാവിത്രിയുടെ ദുഃഖത്തിന് അതിരുണ്ടായിരുന്നില്ല. സ്വന്തം കുഞ്ഞിനെ തനിക്ക് നല്ലപോലെ ഒന്ന് കാണാൻപോലും ഇതുവരെ കഴിഞ്ഞില്ല. ആ തങ്കക്കവിളുകളിൽ ഒന്നുമ്മവയ്ക്കാൻ കൂടി സാധിച്ചില്ല. പട്ടുപോലെ മിനുത്ത മുടി ഒന്ന് തലോടാൻ സംഗതി വന്നില്ല. ആ കളങ്കമറ്റ ചുണ്ടുകളിൽ അമൃതോപമമായ മുലപ്പാൽ ഇറ്റിക്കുവാൻ ഭാഗ്യം കിട്ടിയില്ല. ആവോളം മാറോട് ചേർത്ത് തഴുകാൻ ആളായില്ല. കുട്ടിയുടെ കുസൃതിത്വം തികഞ്ഞ കരച്ചിൽ കേൾക്കുകയുണ്ടായില്ല.

അവളുടെ കവിൾ കണ്ണുനീരിൽ നനഞ്ഞു. നഴ്സിന്റെ ഹൃദയത്തിൽ സഹതാപം ഉണർന്നു. അവൾ സമാശ്വസിപ്പിക്കാൻ ഭാവിച്ചു.

സാവിത്രി ദുഃഖം നിയന്ത്രിച്ചുകൊണ്ടു പറഞ്ഞു. "ഡോക്ടർ മുകു

ന്ദറാവുവിനെയും അദ്ദേഹത്തിന്റെ ശ്രീമതിയെയും ഒന്നുവിളിക്കൂ."

ഏതാനും മിനിട്ടുകൾക്കകം ഡോക്ടർ മുകുന്ദറാവുവും പത്നി ഡോക്ടർ രമണിയും സ്മാർക്ക് അണിഞ്ഞ് കയ്യിൽ സ്റ്റെതസ്കോപ്പുമായി മുറിയിലേക്ക് വന്നു. സാവിത്രി ഗൗരവത്തോടെ അവരെ നോക്കി.

"എന്താണ് സാവിത്രി! അസുഖം വല്ലതും തോന്നുന്നുണ്ടോ?"

സാവിത്രിയുടെ ചുണ്ടിൽ ഒരു വാടിയ ചിരി പരന്നു: "ശരീരത്തിന് അസുഖമൊന്നുമില്ല ഡോക്ടർ! എന്നാൽ മനസ്സിൽ..."

"എന്തേ? എന്തുപറ്റി?"

"ഡോക്ടർ! ഇങ്ങനെ സംഭവിക്കും, ഇത്ര വേഗം വേർപാടിന്റെ നിമിഷം വന്നു ചേരും എന്ന് ഞാൻ ഓർത്തിരുന്നില്ല. ഇതിത്ര അസഹ്യമായിരിക്കുമെന്നും വിചാരിച്ചിരുന്നില്ല. നിങ്ങൾ ഇതൊക്കെ അറിഞ്ഞിരുന്നിട്ടും എന്നെ വഞ്ചിച്ചു. ഞാൻ ഉയിരില്ലാത്ത ഒരു വസ്തുവൊന്നുമല്ല. ജീവനുള്ള ഒരു മനുഷ്യപ്പിറവിയാണ്. എനിക്കുമുണ്ട് ഒരു ഹൃദയം." അവൾ പുടവത്തുമ്പുകൊണ്ട് മുഖം മറച്ച് ദയനീയമായി കരയാൻ തുടങ്ങി.

ഡോക്ടർ ദമ്പതികൾ പരസ്പരം നോക്കിയിരുന്നുപോയി. നേരുതന്നെ. സാവിത്രിയുടെ സങ്കടത്തിൽ അസ്വാഭാവികമായി ഒന്നുംതന്നെയില്ല. ഇത് അവർ നേരത്തെ ആലോചിക്കുകയുണ്ടായില്ല. പത്മ കുട്ടിയെ കൊണ്ടുപോകട്ടെ എന്ന് ചോദിച്ചപ്പോൾ അവർ അനുവാദം നൽകി. എത്ര കഠിനഹൃദയരാണ് നമ്മൾ? ഡോക്ടർ രമണി സാവിത്രിയെ ആശ്വസിപ്പിച്ചു: "സാവിത്രി, ഞങ്ങൾക്ക് മാപ്പു തരൂ. ഞങ്ങൾ ചെയ്തത് അവിവേകമായിപ്പോയി. വാസ്തവത്തിൽ അക്ഷന്തവ്യമായ ഒരപരാധമാണിത്. ഇപ്പോൾതന്നെ ഞാൻ പോയി കുട്ടിയെ കൊണ്ടുവരുന്നുണ്ട്. നിങ്ങൾക്ക് തൃപ്തി വന്നതിനുശേഷം മാത്രമേ കുട്ടിയെ, അവന്റെ നന്മയെക്കരുതി, അവരെ ഏൽപ്പിക്കേണ്ടതുള്ളൂ. ഞാനിതാ വന്നു കഴിഞ്ഞു."

താൻ പെറ്റ കുട്ടിയെ തന്റെ അടുക്കലേക്ക് കൊണ്ടുവരാൻ പോകുന്നു എന്ന വിചാരംതന്നെ അവളെ ആനന്ദിപ്പിച്ചു. അവളുടെ കണ്ണുകൾ അടഞ്ഞു. അവൾ ഭൂതകാലത്തിലേക്ക് ഒഴുകിപ്പോയി...

...സമയം സന്ധ്യ കഴിഞ്ഞു. ഇനിയും ഭർത്താവ് മടങ്ങി വന്നില്ല. അവൾ അതിയായ ഉൽക്കണ്ഠയോടെ നിമിഷങ്ങൾ എണ്ണിക്കഴിയുകയാണ്. അപ്പോഴാണ് കൂട്ടുകാരി ശ്യാമളയുടെ പരിഭ്രമത്തോടുകൂടെയുള്ള വരവ്. അവൾ പറഞ്ഞു: "നിന്റെ അദ്ദേഹം... ആക്സിഡന്റിൽ പെട്ടു..."

അവൾ നടുങ്ങി, ജീവിതം അന്ധകാരാവൃതമായി. അപകടം കാരണം ഭർത്താവിന്റെ ജോലി നഷ്ടപ്പെട്ടു. മൂന്നു കുട്ടികൾ, ഭർത്താവ്, താൻ – ഇനി എന്താണൊരു ഗതി? ഏഴാം തരം വരെയേ അവൾ പഠിച്ചിട്ടുള്ളു. ഒരു അധ്യാപികയാകാൻ പോലും കഴിയില്ല. സ്വത്തെന്ന് പറയാൻ ഒന്നുമില്ല. നാനൂറ് രൂപയുടെ വരവ് പെട്ടെന്ന് നിലച്ചു.

ജീവിതം താങ്ങാൻ വയ്യാതായി. ദിവസം നീങ്ങുന്നില്ല. കുട്ടികൾ സ്കൂളിൽ പോകാൻ തുടങ്ങിയിരുന്നു. അവരുടെ ദൈനംദിനാവശ്യങ്ങൾ നാൾതോറും വർധിച്ചുവരുന്നു.

അപ്പോഴാണ് അവളുടെ ശ്രദ്ധ ദിനപത്രത്തിലെ ഒരു പരസ്യം ആകർഷിച്ചത്. പരസ്യം ഇതായിരുന്നു: 'പഠിപ്പുള്ളവളാവണമെന്നില്ല. മുപ്പത് വയസിൽ കവിയാത്ത ആരോഗ്യമുള്ള ഒരു സ്ത്രീയെ ആവശ്യമുണ്ട്. നല്ലൊരു ജോലി. താഴെക്കാണുന്ന മേൽവിലാസത്തിൽ അപേക്ഷിക്കുക.'

സാവിത്രി പത്രം താഴെവയ്ക്കാതെ തന്നെ അപേക്ഷ എഴുതി. പക്ഷെ മനസിൽ വല്ലാത്ത ഒരാശങ്ക...

കത്തുകിട്ടി. ഡോക്ടർ മുകുന്ദറാവുവും ഡോക്ടർ രമണിയുമായിരുന്നു കത്തയച്ചത്.

കത്തിൽ പറഞ്ഞതനുസരിച്ച് സാവിത്രി അവിടെ പോയി. എട്ട് അപേക്ഷകർ വേറെയുമുണ്ടായിരുന്നു. എന്തുജോലി? ശമ്പളമെത്ര? അതുകൊണ്ട് കുടുംബം പുലർത്താനാകുമോ? സാവിത്രിയുടെ മനസിൽ ഇത്തരം ചോദ്യങ്ങൾ, ചോദ്യങ്ങൾ. ഒൻപത് പേരിൽ നാലുപേരെ അപ്പോൾത്തന്നെ പറഞ്ഞയച്ചു. ബാക്കിയുള്ളവരെ വിളിച്ച് അവർക്ക് നിശ്ചയിച്ചിട്ടുള്ള പണി പറഞ്ഞപ്പോൾ അവർ മിഴിച്ച് നിന്നുപോയി.

ഇങ്ങനെയൊരു പണിയോ?

ഇത് ചെയ്യാനാവുമോ?

ഡോ. രമണി അവരോട് പറഞ്ഞു: "നിങ്ങളുടെ ആരോഗ്യം തൊണ്ണൂറ്റിയൊമ്പത് ശതമാനവും തരക്കേടില്ല. എന്നാൽ നിങ്ങളെ ഏൽപ്പിക്കാൻ പോകുന്ന പണി കുറച്ചു ബുദ്ധിമുട്ടുള്ളതാണ്. ഈ പ്രദേശത്ത് ഇത് ആദ്യത്തെ കേസാണ്. ആറുമാസത്തേക്ക് നിങ്ങൾക്ക് യാതൊന്നിനും ബുദ്ധിമുട്ടുണ്ടാവില്ല. പിന്നീട് പ്രയത്നത്തിന് തക്ക പ്രതിഫലം നൽകപ്പെടുന്നതായിരിക്കും."

സാവിത്രി സ്തംഭിച്ച മട്ടിലായി. എന്നാൽ അവളുടെ മുഖഭാവം മാറിക്കൊണ്ടിരുന്നു.

"ഡോക്ടർ! പണിയെന്താണെന്ന് പറഞ്ഞില്ലല്ലോ. എന്താണ് ചെയ്യേണ്ടത് ഞങ്ങൾ?"

ഡോക്ടർ രമണി അവരിൽനിന്ന് നോട്ടം തിരിച്ച് ചുവരിനോടെന്ന പോലെ പറഞ്ഞു: "നിങ്ങൾ... നിങ്ങളുടെ വയർ കടം തരണം."

അവർ അറിയാതെ തന്നെ "ഡോക്ടർ" എന്നു വിളിച്ചുപോയി. പെട്ടെന്ന് അവരുടെ വയറ്റിൽ കയ്യിട്ട് തപ്പിയപോലെ ഒരു തോന്നൽ അവർക്കുണ്ടായി. അറപ്പ്, ദേഷ്യം, വെറുപ്പുണ്ടാക്കുന്ന ഏതോ വസ്തുവിനെപ്പറ്റി കേൾക്കുമ്പോൾ ഉണ്ടാകുന്ന ജുഗുപ്സ മുതലായ മിശ്രവികാരങ്ങൾക്കടിപ്പെട്ട് അവർ അനങ്ങാതെ നിന്നുപോയി.

ഡോക്ടർ രമണി ഓരോ അപേക്ഷകയേയും മാറിമാറി നോക്കിക്കൊണ്ട് തൂക്കിയളക്കുന്ന മട്ടിൽ പറഞ്ഞു: "അതെ, നിങ്ങൾ വയർ വായ്പ തരണം. അതായത് സ്വന്തം ഗർഭകോശത്തിലെ സഞ്ചി വാടകയ്ക്ക് തരണം. ഇതേയുള്ളു പണി." ഇത് പറഞ്ഞ് ഡോക്ടർ മുറിയിൽ നിന്ന് പുറത്തേക്ക് പോയി.

മുറിയിൽ ഇരുട്ട് വ്യാപിച്ച പോലെയായി. എല്ലാവരും ചൈതന്യമറ്റമട്ടിലായി. കാൽവഴുതി പാതാളത്തിലേക്ക് വീണപോലെ. വലിയ പ്രതീക്ഷകൾ അവരിൽ ഉളവാക്കിയ പണി ഇതാണ്? അവർക്ക് പരസ്പരം നോക്കാൻ കഴിഞ്ഞില്ല. നാണംകൊണ്ട് അവരുടെ മുഖം തുടുത്തു.

രണ്ടാമതും ഡോ. രമണി മുറിയിലേക്ക് വന്നപ്പോൾ സാവിത്രിയും വേറൊരു സ്ത്രീയും മാത്രമേ അവിടെ ഉണ്ടായിരുന്നുള്ളൂ.

ഡോ. രമണി അവരുടെ അരികിൽ ചെന്നുനിന്നിട്ട് പറഞ്ഞു: “നമുക്ക് ഇനിയും ഇത് ശീലമായിട്ടില്ല. അതിനാൽ ഇത് വിചിത്രമായി തോന്നുന്നതാണ്. കുറെക്കഴിഞ്ഞാൽ അസാധാരണമായി ഒന്നും തോന്നില്ല.”

അടുത്ത ദിവസം സാവിത്രി ഡോ. രമണിയുടെ ഭവനത്തിൽ ചെന്നു.

പത്മ നേരത്തെകൂട്ടി എത്തിയിരുന്നു. വിളർത്തു പ്രകാശം കെട്ട മുഖം. രണ്ടു കവിളും വെണ്ണക്കൽ പോലെ വെളുത്തവ. വലിയ കണ്ണുകൾ, പക്ഷെ തേജസറ്റവ – കണ്ടാൽ വളരെ നാളായി കിടപ്പിലായിരുന്നുവെന്നു തോന്നും. ശ്വാസം കഴിക്കാൻ ബുദ്ധിമുട്ടുണ്ട് അവൾക്ക്. കയ്യിൽ സ്വർണവളകൾ മുട്ടോളം ഊർന്നുകിടക്കുന്നു. ഉന്തിയ മൂക്ക്, കുഴിഞ്ഞ കണ്ണുകൾ, വരണ്ട ചുണ്ടുകൾ, എന്നാലും സുന്ദരിയാണ് അവൾ.

അവൾ ഏതോ ധനികപുത്രിയാണ്, സംശയമില്ല.

സാവിത്രി അവളെ നിർനിമേഷം നോക്കി നിന്നു.

സാവിത്രി സാധാരണക്കാരിയാണെങ്കിലും ഒരുകൂട്ടം അവൾക്ക് പ്രത്യേകമായിട്ടുണ്ട് – നല്ല ആരോഗ്യം. ഇതിൽ അവൾക്ക് വേണമെങ്കിൽ, അഭിമാനിക്കാം.

ഡോ. രമണി പത്മക്ക് സാവിത്രിയെ പരിചയപ്പെടുത്തിക്കൊടുത്തു. പത്മ തളർന്ന മട്ടിൽ ഇരുന്ന് മിണ്ടാതെ എല്ലാം കേട്ടു.

ഡോ. രമണി പറഞ്ഞു: “നോക്കൂ സാവിത്രി. പത്മയെന്നാണ് ഇവരുടെ പേർ. പേരുകേട്ട വ്യാപാരി രംഗനാഥറാവുവില്ലേ, അദ്ദേഹത്തിന്റെ പുത്രഭാര്യ. അദ്ദേഹം ഷെയറുകളിൽ നിക്ഷേപിച്ചിട്ടുള്ള പണത്തിന് കണക്കില്ല. ഒറ്റ സന്താനമേയുള്ളു – പത്മയുടെ ഭർത്താവ്. രണ്ടുകൊല്ലം മുമ്പാണ് പത്മയെ അയാൾ വിവാഹം ചെയ്തത്. ഇപ്പോൾ പത്മ ഗർഭിണിയാണ്. ആരോഗ്യം തീരെ പോര. ഡബിൾ ന്യുമോണിയ... പിന്നെ യൂറിൻ ട്രബിൾ... ഒക്കെ മാറി പതുക്കെ ആരോഗ്യം എത്തിപ്പിടിക്കാൻ ഭാവിക്കുമ്പോഴാണ് ഗർഭധാരണം. വീണ്ടും ദേഹത്തിന് അസ്വാസ്ഥ്യം. അതുമല്ല ഇവരുടെ ഗർഭപാത്രത്തിന് ഭ്രൂണത്തെ വഹിക്കാനുള്ള കഴിവില്ല. നാലഞ്ചു മാസം കഴിയുമ്പോഴേക്ക് ഗർഭകോശം ഭ്രൂണത്തെ പുറന്തള്ളും.”

സാവിത്രിക്ക് യാതൊന്നും മനസിലായില്ല. അവൾ പറഞ്ഞു: “ഡോക്ടർ നിങ്ങൾ പറയുന്നതെല്ലാം ശരിയായിരിക്കാം. പക്ഷെ എന്നെപ്പോലെ വിവരമില്ലാത്തവർക്ക് ഇതു വല്ലതുമുണ്ടോ മനസിലാവുന്നു. ഒന്ന് വിസ്തരിച്ചു പറഞ്ഞ് മനസിലാക്കിത്തരൂ.”

ഡോ. രമണി ചിരിച്ചുകൊണ്ടു പറഞ്ഞു: "സാവിത്രി! എത്ര വലിയ കുടുംബം! ഒന്നു മാത്രമാണ് കുറവ്. ഒരു സന്താനം."

"അതിനെന്ത് പത്മമ്മ ഗർഭിണിയല്ലേ? ഡോക്ടർമാർ ഒന്ന് മനസിരുത്തിയാൽ മതിയാവില്ലേ?"

"മതിയാവില്ല. ഞാൻ പറഞ്ഞില്ലേ? പത്മയ്ക്ക് ഒമ്പതുമാസം ഗർഭപാത്രത്തിൽ ശിശുവിനെ വഹിച്ചു നടക്കാനുള്ള സ്ത്രീസഹജമായ സാമർഥ്യം ഇല്ല. ഓപ്പറേഷൻകൊണ്ടോ മരുന്നുകൾകൊണ്ടോ നേരെയാക്കാവുന്ന ഒന്നല്ല ഇത്. വിടരുന്നതിനുമുമ്പ് വാടിവീഴുന്ന പൂമൊട്ടുപോലെയാണിത്. ഈ ദമ്പതികളുടെ മനസിനെ വളരെ വേദനിപ്പിക്കുന്ന ഒരു വസ്തുതയാണിത്. ആ ആപത്തിൽനിന്ന് രക്ഷപ്പെടാൻ ഇവർ ഞങ്ങളെ ശരണം പ്രാപിച്ചിരിക്കുന്നു." ഇതും പറഞ്ഞ് ഡോ. രമണി സാവിത്രിയുടെ അരികിലേക്കു ചെന്നു.

"സാവിത്രി! നിങ്ങൾക്കു മാത്രമെ ഇവരെ സഹായിക്കാനാവൂ. പത്മ ഗർഭിണിയാണ്. ഭ്രൂണത്തിന് അവളുടെ ഗർഭപാത്രത്തിൽ വളരാൻ വിഷമമാണ്. അതിനെ ഓപ്പറേഷനിലൂടെ എടുത്ത് മറ്റൊരാളുടെ ഗർഭത്തിൽ സ്ഥാപിക്കണം."

"ഇതെത്രത്തോളം നടപ്പുള്ള കാര്യമാണ് ഡോക്ടർ?" സാവിത്രി അത്ഭുതത്തോടെ ചോദിച്ചു.

രമണി ചിരിച്ചുകൊണ്ടു പറഞ്ഞു: "ഒരു പ്രയാസവുമില്ല ഇതിന്. പല സ്ഥലത്തും വിജയപൂർവം പരീക്ഷിച്ചു കഴിഞ്ഞിരിക്കുന്നു. ഞങ്ങൾക്ക് ഇതിൽ പ്രത്യേകം പരിശീലനം കിട്ടിയിട്ടുണ്ട്. ഭ്രൂണത്തെ പത്മയുടെ ഗർഭപാത്രത്തിൽ നിന്നെടുത്ത് നിങ്ങളുടെ ഗർഭപാത്രത്തിൽ ഫിറ്റ് ചെയ്യും. ബാക്കി മാസങ്ങളിൽ അത് അവിടെയിരുന്നു വളരും. പിന്നെ...."

"പിന്നെ? പ്രസവവേദന..."

"അതെ. അതുകൂടാതെ പറ്റില്ല. പിന്നെയുള്ളതെല്ലാം അതതിന്റെ ക്രമമനുസരിച്ചു നടക്കും. നിങ്ങളുടെ വയറ്റിൽനിന്ന് കുട്ടി പിറക്കും. അവനെ പത്മ എടുക്കും. ഒരു കാര്യം തീർത്തു പറയാം. ആ കുട്ടിക്കു പൂർണമായ ആരോഗ്യം ഉണ്ടായിരിക്കും. യാതൊരു തരക്കേടും കുട്ടിക്കു വരില്ല. കുട്ടി അവന്റെ അച്ഛനമ്മമാരുടെ സ്വന്തം മുതലായിരിക്കും. നിങ്ങൾ അവനെ ചുമന്നു നടന്ന അമ്മ മാത്രം."

സാവിത്രി പെട്ടെന്ന് കൈകൾകൊണ്ട് മുഖം പൊത്തി.

വയറ്റിൽ എന്തോ ഇളകുന്ന തോന്നൽ. അവൾ കൈ അറിയാതെ വയറ്റത്തു വച്ചുപോയി. അവൾക്ക് മൂന്നു കുട്ടികൾ ഉണ്ട്. ഒൻപതുമാസം വീതം അവരെ ചുമന്നു നടന്നു, പ്രസവിച്ചു, വളർത്തിയെടുത്തു. രണ്ടിലും എന്തുണ്ടു വ്യത്യാസം? ഏതാനും മാസത്തെ മാത്രം. ചുമക്കാൻ പ്രയാസമില്ല. എന്നാൽ ആ പ്രസവവേദന! നിർമാണത്തിന്റെ എല്ലാ പീഡകളുടെയും പ്രതീകം! അതിനെ മരവിപ്പിക്കുന്നത് ഉണ്ണിയുടെ ആദ്യത്തെ കരച്ചിലാണ്. എത്ര മധുരമാണത്! അമ്മയുടെ സകല യാതനകളേയും വിസ്മരിപ്പിക്കുന്നത്.

“എനിക്കാവില്ല. ഞാനൊരുക്കമില്ല. ക്ഷമിക്കണം.” സാവിത്രിയുടെ പരിതപ്തമായ ഹൃദയത്തിൽനിന്ന് ഓരോ വാക്കും ദൃഢതയോടെയാണ് പുറത്തുവന്നത്.

പത്മയുടെ മുഖത്ത് ആശാകിരണങ്ങൾ കെട്ടു. രണ്ടു കവിളും വേദനാഭാരത്താൽ താണു.

ഡോക്ടർ രമണി സാവിത്രിയുടെ തോളിൽ കൈവെച്ച് ആശ്വസിപ്പിച്ചുകൊണ്ടു പറയാൻ തുടങ്ങി: “മനസിരുത്തി ഒന്നാലോചിച്ചു നോക്കൂ. പത്മയ്ക്ക് ഒമ്പതു മാസം ഗർഭം ചുമക്കാൻ കെൽപ്പില്ല. ഇത് അവളുടെ കുറ്റമല്ല. സാവിത്രി! അവളുടെ ഗർഭത്തിൽ ഒരു കുട്ടിക്ക് കിടക്കാൻ ഇടം പോര. എന്നാൽ നിങ്ങൾക്ക് ആ ഭാഗ്യമുണ്ട്. അൽപ്പം ത്യാഗബുദ്ധി മാത്രമെ വേണ്ടൂ. ഏതാനും കുഞ്ഞുങ്ങൾക്ക് ജന്മം നൽകിയതുകൊണ്ട് മാത്രം ‘അമ്മ’ എന്ന വാക്ക് അർഥവത്താകുന്നില്ല. ‘സ്ത്രീ’ എന്ന വാക്കുതന്നെ പവിത്രമായ മാതൃത്വത്തെയാണ് അർഥമാക്കുന്നത്. സ്ത്രീ ജന്മനാ മാതൃസ്വരൂപിണിയാകുന്നു. ചെറു പെൺകുട്ടികൾ തൊട്ടിലിൽ നിന്നിറങ്ങുന്നതിനുമുമ്പുതന്നെ പാവക്കുഞ്ഞുങ്ങളെ കുളിപ്പിക്കുന്നു, കളിപ്പിക്കുന്നു, അമ്മിഞ്ഞകൊടുത്ത് താരാട്ടുപാടി ഉറക്കുന്നു. അങ്ങനെ ചെയ്യുന്നതിൽ അസ്വാഭാവികമായി ഒന്നുംതന്നെ ആ കുട്ടിക്കു തോന്നുന്നില്ല. ആ പാവയെ ആൺകുട്ടികൾക്കു കൊടുത്തുനോക്കൂ, അവൻ അതിനെ തിരിഞ്ഞുനോക്കില്ല. വെറുമൊരു കളിപ്പാട്ടം പോലെ കരുതി കുറച്ചുനേരം അതുകൊണ്ട് കളിച്ചെന്നു വരാം. പിന്നെ വലിച്ചെറിയും. എന്നാൽ പെൺകുട്ടിയുടെ സ്ഥിതി അതല്ല. ആ പ്രാണനില്ലാത്ത പാവ അവളുടെ കുഞ്ഞോമനയാണ്. അവൾ അതിനെക്കൊണ്ട് നിറംപിടിച്ച ഒരു ഉലകം കെട്ടിപ്പടുക്കും. അവൾ അതിന്റെ അമ്മയാവും. ഈ നിറംപിടിച്ച സ്വപ്നമാണ് പിന്നീട് യാഥാർഥ്യമായിത്തീരുന്നത്. ഈ മനഃസ്ഥിതിയിൽ വളരുന്ന സ്ത്രീയുടെ ആശകളും പ്രതീക്ഷകളും പെട്ടെന്ന് തകരുകയാണെങ്കിൽ ആ പാവത്തിന്റെ ദുഃഖവും മനഃക്ഷോഭവും നിങ്ങൾക്കൂഹിക്കാവുന്നതാകുന്നു. സ്വന്തം ഗർഭസ്ഥനായ ശിശു ഒരിക്കലും പുറത്ത് ജീവനോടെ വരാതിരിക്കുക, കുട്ടിക്കാലം മുതൽക്കേ താലോലിച്ചു വളർത്തിയെടുത്ത സ്വപ്നം രൂപംകൊള്ളാതെ പോവുക... ആ സ്ത്രീ ശൂന്യ ഗർഭയോ വന്ധ്യയോ ആണെങ്കിൽ കഥ വേറെ. പക്ഷെ, സാവിത്രി! ഈ വ്യഥ മരണപീഡയെക്കാൾ ഭയാനകമാണ്. ഗർഭത്തിലിരിക്കുന്ന ശിശു നാൾക്കുനാൾ വളർന്ന് ജീവനോടെ ഭൂമിയിൽ പിറക്കും, പ്രായം തികഞ്ഞ് അമ്മയുടെ ജീവിതം ചാരിതാർഥ്യമാക്കും–എന്നിങ്ങനെയുള്ള മനോരാജ്യങ്ങൾ തകർന്നു തരിപ്പണമാകുമ്പോൾ മാനസികമായ വിക്ഷോഭങ്ങൾക്ക് വശംവദയാകുന്ന ഒരു സ്ത്രീയെ എങ്ങനെ ഇതിൽനിന്നെല്ലാം മോചിപ്പിക്കാൻ കഴിയും? പത്മ ഈ സാഹചര്യത്തിലൂടെ കടന്നുപോകയാണ് ഇപ്പോൾ. അവളെ ഇതിൽനിന്ന് മോചിപ്പിക്കണം. നിങ്ങൾ നല്ലപോലെ ആലോചിച്ചു നോക്കണം. നിങ്ങൾ സമ്മതിക്കയാണെങ്കിൽ അതെത്ര മഹത്തും പ്രേരണാദാ

യകവുമായ പ്രവൃത്തിയായിരിക്കുമെന്ന് നിങ്ങൾക്ക് തന്നെ ഊഹിക്കാവുന്നതത്രെ. ദുഃഖിതയായ ഒരു സ്ത്രീക്ക് ആനന്ദം പകർന്നുകൊണ്ട് നിങ്ങൾ ചെയ്യുന്ന ഒരു മഹാത്യാഗമായി ഇത് കണക്കാക്കപ്പെടും. നിങ്ങൾക്ക് ഈ ചുമതല ഏൽക്കാൻ കഴിവുണ്ട്. ആലോചിച്ചുനോക്കൂ. നിങ്ങളുടെ ഭർത്താവിനെ കാര്യം പറഞ്ഞു ധരിപ്പിക്കാൻ ഡോക്ടറും പത്മയുടെ ഭർത്താവും പോയിട്ടുണ്ട്."

എന്തുവേണമെന്ന് സാവിത്രിക്ക് ഒരു പിടിയും കിട്ടിയില്ല. അവൾ കണ്ണുകൾ ഇറുക്കിയടച്ചു.

പത്മ അവളുടെയടുക്കൽ ചെന്നിരുന്ന് കരുണസ്വരത്തിൽ പറഞ്ഞു: "നിങ്ങളുടെ മറുപടി കേൾക്കാൻ ഞാൻ എന്റെ എല്ലാ ആശകളേയും കണ്ണുകളിലേക്കാവാഹിച്ചുകൊണ്ട് നിങ്ങളുടെ മുഖത്തേക്കു നോക്കിയിരിക്കുകയാണ്. ആദ്യം വന്ന രണ്ടുപേർ എന്റെ അപേക്ഷ നിരസിച്ചു. നിങ്ങളും അതാവർത്തിക്കരുത്, ഞാൻ തൊഴാം. നിങ്ങളെ കണ്ട നിമിഷം മുതൽ എന്റെ കുഞ്ഞിനെ വേണ്ടപോലെ വളർത്തിയെടുക്കാൻ പോന്ന മാതാവു നിങ്ങൾ തന്നെയാണെന്ന ഒരു ബോധം എനിക്കുദിച്ചു..." പത്മക്ക് പിന്നെയൊന്നും പറയാൻ കഴിഞ്ഞില്ല. അവളുടെ മുഖം വാടി. കണ്ണുകൾ നിറഞ്ഞൊഴുകി.

സാവിത്രിയുടെ മേലാകെ വിറ കയറി. പത്മയുടെ നിലയിൽ അവൾക്കു സഹതാപം തോന്നി. അവൾ പെട്ടെന്നെഴുന്നേറ്റു പറഞ്ഞു: "ഞാൻ എന്റെ 'അദ്ദേഹ'ത്തോടു ചോദിച്ചിട്ട് നാളെ പറയാം."

ഡോക്ടർ രമണിയും എഴുന്നേറ്റു: "അദ്ദേഹം സമ്മതിക്കുമെന്ന് എനിക്കു പൂർണ വിശ്വാസമുണ്ട്. വീട്ടുപണിക്ക് ഒരു വേലക്കാരനെ ഏർപ്പാടു ചെയ്തു തരുന്നതാണ്. നാളെ... വേണ്ട ... മറ്റന്നാൾ കുഞ്ഞിനെ മാറ്റിവയ്ക്കുന്നതിനാണ് വിചാരിക്കുന്നത്."

സാവിത്രി കണ്ണുതുറന്നപ്പോൾ ചുറ്റും നീല മറ തൂക്കിയിട്ടിരിക്കുന്നതു കണ്ടു. അവൾക്കു ലഹരി പിടിച്ചപോലെ തോന്നി. എന്താണുണ്ടായത്? അവളുടെ കൈ അറിയാതെ വയറ്റിലെത്തി. ബാന്റേജ്! മുഖത്ത് ആനന്ദം തുടിച്ചു.

ഗർഭവതി! അല്ലല്ല. മറ്റൊരാളുടെ ഭ്രൂണം വഹിക്കുന്നവളാണു താൻ. ഡോ. രമണി പരിഭ്രമത്തോടെ ഓടിയെത്തി: "സാവിത്രി എങ്ങനെയിരിക്കുന്നു? വളരെ സൂക്ഷിക്കണം."

സാവിത്രി പതുക്കെ ചിരിച്ചു.

"വേദന തോന്നുന്നുണ്ട് ഡോക്ടർ! വല്ല മരുന്നും..."

"ഓഹോ, മരുന്നുണ്ട്, തരാം." ഡോക്ടർ എന്തോ ഗുളിക കൊടുത്തു. ക്ലോറോഫോം പോലെയുള്ള മരുന്നുകൊണ്ടു കുഞ്ഞിനു തരക്കേടുണ്ടാവാമെന്നു ഡോക്ടർ പറഞ്ഞില്ല. സാവിത്രി വേദന മാതൃസഹജമായ ക്ഷമയോടെ സഹിച്ചു.

ക്രച്ചസിന്റെ 'ടക്-ടക്' ശബ്ദത്തോടെ ഭർത്താവ് അവളെ കാണാൻ വന്നു. അവളുടെ കണ്ണുകൾ നിറഞ്ഞു. അവളെ ആശ്വസിപ്പിക്കു

വാൻ അയാൾ കണ്ണുകൾ തുടച്ചു പതുക്കെ പറഞ്ഞു. “നിന്റെ പ്രയത്നം വെറുതെയായില്ല സാവിത്രി! എനിക്കു മാപ്പു തരണം. ഞാനാണല്ലോ ഇതിനിടയാക്കിയത്. നോക്കു, രണ്ടായിരത്തിന്റെ ഒരു ചെക്ക് അവർ തന്നിരിക്കുന്നു. ഞാൻ വീട്ടുവാടകയും കടവും കൊടുത്തുതീർക്കാൻ വിചാരിക്കുന്നു. ഇപ്പോൾ അനങ്ങാതെ കിടക്കൂ. നാളെ വരാം ഞാൻ.”

സാവിത്രിയുടെ ചുണ്ടിൽ ഒരു വിളർത്ത ചിരി വന്നു. അവൾ പറഞ്ഞു: “രണ്ടായിരം രൂപയാണ് ഈ മാംസപിണ്ഡത്തിന്റെ വില.”

അയാളും ചിരിച്ചു.

കുറെ നാൾ കഴിഞ്ഞു. വയറ്റിൽ ഒരിളക്കം. അവൾക്കു സംഗതി മനസിലായി.

ഡോ. രമണിയും പത്മയും ഒരു ദിവസം വീട്ടിൽ വന്നു. സാവിത്രിയെ പരിശോധിച്ചു. “എല്ലാം വേണ്ടപോലെ തന്നെ. കുട്ടി ഇളകുന്നില്ലേ?”

സാവിത്രി അതിനു മറുപടി പറഞ്ഞു.

“ഓപ്പറേഷൻ വിജയിച്ചതിൽ ഡോക്ടർക്കു വളരെ സന്തോഷം തോന്നും.” ഡോ. രമണി പറഞ്ഞു.

പുറപ്പെട്ട സമയം പത്മ സാവിത്രിയുടെ കയ്യിൽ നൂറിന്റെ അഞ്ചു നോട്ടുകൾ കൊടുത്തു. സാവിത്രി മിഴിച്ചിരുന്നുപോയി. പത്മ പറഞ്ഞു: “മുഖം വാടിയ പോലെ തോന്നുന്നു. നിങ്ങൾ നല്ല ഭക്ഷണം കഴിക്കണം.”

അവൾ പോയ ഉടൻ സാവിത്രി ഓടി മുറിയിൽ കണ്ണാടിയിൽ മുഖം നോക്കി. മുഖം തുടുത്തു നിറഞ്ഞിരിക്കുന്നു. മുമ്പെന്നത്തേക്കാൾ ആരോഗ്യം. അപ്പോൾ പത്മ പറഞ്ഞതിനെന്തർഥം?

പിന്നെ ദിവസേന പത്മ വീട്ടിൽ വരാൻ തുടങ്ങി. പത്മയെ കാണുന്നതുവരെ സാവിത്രി ഗൃഹകാര്യങ്ങളിൽ മുഴുകിയിരിക്കും മറ്റെല്ലാം മറന്ന്. എന്നാൽ പത്മയെ കാണുമ്പോഴാണ് താൻ പരന്റെ സന്തതിയെയാണ് വയറ്റിൽ ചുമക്കുന്നതെന്ന ഓർമ വീണ്ടും മനസിൽ ഉദിക്കുന്നത്. അവൾ അതോടെ ഉത്സാഹമറ്റവളാകും.

പത്മ വരുമ്പോൾ സാവിത്രി അടുക്കൽ ചെന്നിരിക്കും, പ്രിയസഖിയോടെന്നപോലെ വർത്തമാനം പറയും: “ഹൗ ഒരുനിമിഷംപോലും ഇട കിട്ടുന്നില്ല, കുട്ടികൾക്ക് പരീക്ഷ തുടങ്ങുകയായി. പുലർന്നാൽ ഉറങ്ങും വരെ പണി തന്നെ പണി!”

പത്മയുടെ മുഖം പരിഭ്രാന്തമാവും: “എന്റെ അഭിപ്രായത്തിൽ നിങ്ങൾ ഇത്രയൊക്കെ പണി എടുക്കുന്നത് ഭംഗിയല്ല. എന്താണഭിപ്രായം, കുട്ടിക്ക്...”

സാവിത്രി പൊട്ടിച്ചിരിക്കും: “എന്താണ് നിങ്ങളീ പറയുന്നത്? കട്ടിലിൽ കാൽ നിവർത്തി കിടക്കണം എന്നു പറയാത്തതു ഭാഗ്യം. അദ്ദേഹം ജോലിക്കു പോയിരുന്ന കാലത്ത് ഇതിന്റെ ഇരട്ടി പണിയെടുത്തിരുന്നു. മൂന്നു കുട്ടികളുടെ അമ്മയുമായി. എനിക്ക് അച്ഛനോ അമ്മയോ ആരുമില്ല. അതുകൊണ്ട് എങ്ങും പോകാറുമില്ല. ഞാനെടുക്കുന്ന പണികൊണ്ട് കുഞ്ഞിന് ഒരു തരക്കേടും വരില്ല എന്ന് ഉറപ്പിച്ചോളു പത്മമ്മേ! നിങ്ങൾ

സ്വതേ ദുർബലയാണ്. അതുകൊണ്ടാണ് ഭാരിച്ച പണിയെടുക്കുന്നത് തടഞ്ഞിരുന്നത്. എനിക്കത് ബാധകമല്ല."

പത്മക്ക് സാവിത്രിയുടെ യുക്തി പിടിച്ചില്ല.

"നിങ്ങൾ ഇത്രയധികം അധ്വാനിക്കുന്നത് എനിക്ക് തീരെ പിടിക്കുന്നില്ല."

സാവിത്രിയുടെ ചിരിക്ക് ഒന്നുകൂടി ശക്തികൂടി. അവളുടെ ഈ ചിരിയിൽ ഇത്തവണ ലേശം കോപവും കലർന്നിരുന്നു.

"ഞാൻ എന്തു വേണമെന്നാണ് അഭിപ്രായം. നിങ്ങൾ തരുന്ന പണം വാങ്ങി മൂന്നു നേരവും വയറു നിറയെ ഭക്ഷിച്ച് മിണ്ടാതൊരിടത്തിരിക്കണമെന്നോ!"

"അതെയതെ, അതുതന്നെയാണ് ഞാനും പറയാൻ ഭാവിച്ചത്."

"നല്ല ഉപദേശം. ഇതിന് നന്ദി പറയാതെ വയ്യ. എന്നാൽ പത്മമ്മെ, നിങ്ങൾക്കറിയില്ല. കുട്ടി വയറ്റിലിരുന്നു വല്ലാതെ വളർന്നാൽ ശരിക്ക് പുറത്തേക്കുവരാൻ ഞെരുക്കമാവും. അപ്പോൾ രണ്ടുപേരുടേയും ജീവൻ..."

സാവിത്രിയുടെ വാക്കുകേട്ട് അവൾ വിയർത്തുപോയി.

"നിങ്ങൾക്ക് ഇതൊന്നും പറഞ്ഞാൽ മനസിലാവില്ല. വേണമെങ്കിൽ ഡോ. രമണിയോട് ചോദിച്ചുനോക്കൂ." സാവിത്രി നെറ്റിതുടച്ച് ഒന്നു നെടുവീർപ്പിട്ടു.

"നിങ്ങൾക്ക് ഒരു കാര്യം ചെയ്യരുതോ? എന്റെ ഭവനത്തിൽ വന്നു പാർക്കൂ. വേണ്ടിടത്തോളം വ്യായാമം ചെയ്യാം. വേണ്ടാത്ത ചുമതലയിൽ നിന്ന് മോചനം കിട്ടുകയും ചെയ്യും."

സാവിത്രി പത്മയെ പകച്ചുനോക്കി: "പക്ഷെ, എന്റെ ഭർത്താവ്, എന്റെ കുട്ടികൾ... അവരുടെ കാര്യമോ?"

"ഞാൻ പണം തരാം. നല്ലൊരു വേലക്കാരിയെ വെക്കണം. പിന്നെയെന്തു വേണം?"

സാവിത്രിയുടെ കണ്ണുകൾ നിറഞ്ഞു: "അമ്മയെയും പത്നിയെയും പോലെ വരില്ല മറ്റാരും." ഇതിലധികം അവൾക്ക് സംസാരിക്കാൻ കഴിഞ്ഞില്ല. അവൾ ശബ്ദം കേൾക്കാതെ കരഞ്ഞു തുടങ്ങി.

"ഇങ്ങനെ കരഞ്ഞാലോ? കുട്ടിക്ക്..."

സാവിത്രിയുടെ സഹനശക്തി അസ്തമിച്ചു. അവൾ പറഞ്ഞു: "എനിക്കറിയാം, വയറ്റിൽ കുട്ടിയുണ്ടെന്ന്. ഞാനത് മറക്കില്ല. തൽക്കാലം നിങ്ങൾ ഒന്നുപോകൂ." അവൾ പെട്ടെന്നെഴുന്നേറ്റ് അകത്തേക്കു പോയി.

കുറെക്കഴിഞ്ഞ് ഡോ. രമണി എത്തി. വന്ന ഉടൻ സാവിത്രിയോടു ചോദിച്ചു: "എന്താണുണ്ടായത്?"

സാവിത്രിയുടെ ദുഃഖം പതഞ്ഞൊഴുകി. അവൾ കരഞ്ഞുകൊണ്ടു പറഞ്ഞു: "ഇതിന് സമ്മതിച്ചത് വലിയ തെറ്റായി ഡോക്ടർ! മറ്റുള്ളവരുടെ ഭാരം ചുമക്കേണ്ടതിന്റെയും ഈ വിധം മാനംകെടുത്തേണ്ടതിന്റെയും ആവശ്യം ഉണ്ടായിരുന്നില്ല എനിക്ക്. ഇത് സഹിക്കാതായി ഇനി."

"എന്താണെന്നു കാര്യം പറയൂ."

സാവിത്രി സംഭവമെല്ലാം വിസ്തരിച്ചശേഷം പറഞ്ഞു: "പത്മയുടെ അഭിപ്രായം ഞാൻ എന്റെ വീട്ടുജോലികൾപോലും എടുക്കരുതെന്നാണ്. കാലിൻമേൽ കാലും കയറ്റി സുഖമായിട്ടൊരിടത്തിരിക്കാനേ പാടുള്ളു. കുട്ടികളെയും മറ്റും ഉപേക്ഷിച്ച്..." അവൾ മുഴുവനാക്കുംമുമ്പ് തേങ്ങിക്കരയാൻ തുടങ്ങി. ഡോ. രമണി സാവിത്രിയെ പിടിച്ചണച്ച് കണ്ണീർ തുടച്ചുകൊണ്ടു പറഞ്ഞു: "പത്മമ്മ നിങ്ങളോട് ഇങ്ങനെയൊക്കെ പെരുമാറുമെന്ന് ലേശംപോലും വിചാരിച്ചിരുന്നില്ല. ഇത് നിങ്ങളെ സംബന്ധിച്ചിടത്തോളം ഒരു നാലാം ഗർഭധാരണം പോലെയേ തോന്നുകയുള്ളു. എല്ലാം അതിന് ചേർന്നവിധം നടക്കും. സ്വഭവനത്തിൽ ശീലിച്ച സാഹചര്യത്തിൽ കുട്ടി ശരിക്കും രൂപംകൊള്ളും – ഇതൊക്കെയായിരുന്നു എന്റെ വിചാരം. ഇങ്ങനെ സംഭവിക്കുമെന്ന് ആരോർത്തു? പത്മമ്മ ഈ വിധം ഒരു വ്യക്തിയെ പണത്തിന്റെ മിടുക്കുകൊണ്ട് വിലയ്ക്കുവാങ്ങുവാൻ ശ്രമിക്കുകവഴി തന്റെ ഭോഷത്തം പ്രകടിപ്പിക്കുമെന്ന് സ്വപ്നത്തിൽ പോലും എനിക്ക് സംശയം തോന്നിയിട്ടില്ല. വല്ലതും വാടകക്കെടുത്ത് തന്നിഷ്ടംപോലെ ഉപയോഗിക്കുന്നതുപോലെയാണിതെന്നാണ് പത്മമ്മ ധരിച്ചിട്ടുണ്ടാവുക. അതുകൊണ്ടാണ് ഈവിധം സംസാരിച്ചത്. മേലാൽ ഇങ്ങനെ വരാതെ ഞാൻ നോക്കിക്കോളാം. നിങ്ങളെ ഈ വിധം ദിവസവും വന്നുപദ്രവിക്കില്ല!!"

പിന്നെ ഒരാഴ്ച കഴിഞ്ഞാണ് പത്മയുടെ വരവുണ്ടായത്. കൂട്ടത്തിൽ പലതരം പഴങ്ങളും പലഹാരങ്ങളും നല്ല ഒന്നാന്തരം അരിയും.

സാവിത്രി എല്ലാമെടുത്ത് വെക്കുന്നതിനിടക്ക് കുട്ടികൾ സ്കൂളിൽ നിന്ന് എത്തി. അവർ കണ്ട ഉടൻ പലഹാരങ്ങൾ കടന്നെടുത്തു. കൊട്ട പകുതിയും കാലിയായി. പത്മ ഇതെല്ലാം കണ്ട് അന്ധാളിച്ചു. സാവിത്രി പത്മയോട് ചിരിച്ചുകൊണ്ടു പറഞ്ഞു: "അവർ വയർ നിറയുവോളം തിന്നാൽതന്നെ എന്റെ വയർ നിറയും. പത്മമ്മേ, ഇതിന്റെ രഹസ്യം നിങ്ങൾക്കിപ്പോൾ അറിയാൻ കഴിയില്ല. മേലാൽ വരുമ്പോൾ വല്ലതും കയ്യിലെടുക്കണമെന്ന് നിങ്ങൾക്ക് തോന്നുകയാണെങ്കിൽ അത് എനിക്ക് മാത്രമായിട്ടാവരുത്."

പത്മ പോയപ്പോൾ സാവിത്രി അകത്തേക്കു ചെന്നു. മൂത്തകുട്ടി ഒരു കിണ്ണം എടുത്തുകൊണ്ടുവന്നു. രണ്ടാമൻ അതിൽ പലഹാരം നിരത്തി. മൂന്നാമൻ സ്നേഹപൂർവം അത് അമ്മയുടെ കയ്യിൽ കൊടുത്തു. സാവിത്രി മൂന്നുപേരെയും കൂട്ടിപ്പിടിച്ച് തഴുകിയിട്ട് പറഞ്ഞു: "എന്റെ വയർ നിറഞ്ഞു മക്കളേ!"

പെട്ടെന്ന് ക്രച്ചസിന്റെ ശബ്ദം കേട്ട് തിരിഞ്ഞ സാവിത്രി കിണ്ണം അങ്ങോട്ട് നീട്ടി.

"ഞാൻ തിന്നു. എനിക്ക് കുട്ടികൾ കൊണ്ടുവന്നുതന്നു. ഇത് തിന്നോളു. വാസ്തവത്തിൽ ഇത് നിനക്കായി കൊണ്ടുവന്നതാണ്."

അവൾ ഭർത്താവിന്റെ മുഖത്തേക്ക് നിർലിപ്തഭാവത്തിൽ ഒന്ന് നോക്കിയിട്ട് അടുക്കളയിലേക്ക് പോയി.

പത്നിയുടെ നോട്ടം അയാളെ വേദനിപ്പിച്ചു. "എന്തു ചെയ്യട്ടെ. സാവിത്രിയോട് വലിയ തെറ്റാണ് ചെയ്തത് ഞാൻ. ഡോക്ടറുടെ വാക്കുകേട്ട് ഇതിനൊന്നും ചാടിപ്പുറപ്പെടേണ്ടിയിരുന്നില്ല." അയാൾ തന്നത്താൻ പറഞ്ഞു.

ഏഴു മാസം ഗർഭത്തിലിരിക്കുന്ന ശിശുവിന്. അപ്പോഴാണ് മൂത്തമകൻ ടൈഫോയിഡ് പിടിച്ചു കിടപ്പിലായത്. സാവിത്രി വിശ്രമമെന്തെന്നറിയാതെ മകന്റെയടുക്കലിരുന്ന് ശുശ്രൂഷിക്കുവാൻ തുടങ്ങി.

വയറ്റിൽ കിടക്കുന്ന കുട്ടി സ്വന്തമാണെങ്കിൽ ആരെങ്കിലും വന്ന് അതു തിന്നണം, ഇതു സേവിക്കണം എന്നൊക്കെ പറഞ്ഞാൽ സാവിത്രിക്ക് ഇത്ര വല്ലായ്മ തോന്നില്ലായിരുന്നു. അതിൽ അസ്വാഭാവികമായി തോന്നാൻ തന്നെ എന്തുള്ളു? എന്നാൽ "വയറ്റിൽ ഇരിക്കുന്ന കുട്ടിക്കുവേണ്ടി, അവന്റെ ആരോഗ്യത്തിനുവേണ്ടി'' എന്നൊക്കെപ്പറഞ്ഞ് ഓരോന്നു കൊണ്ടുവന്നു കൊടുക്കുമ്പോൾ അവൾക്ക് എല്ലാം വളരെ അസ്വാഭാവികമായി തോന്നുന്നു. എന്തെന്നില്ലാത്ത ഒരു ഭയം സദാ അവളെ ചുറ്റിപ്പറ്റി നിൽക്കുന്നു. അവൾ പെട്ടെന്ന് ഇതൊക്കെയോർത്ത് പൊട്ടിക്കരഞ്ഞു പോകുന്നു.

ടൈഫോയിഡിന്റെ വാർത്ത കിട്ടിയ ഉടൻ പത്മ പരിഭ്രമത്തോടെ ഓടിയെത്തി. എന്നാൽ ഈ നിലയിൽ പത്മയെ കാണുവാൻ അവൾക്ക് തീരെ താൽപ്പര്യം തോന്നിയില്ല. അവൾ മുടിപോലും ഒന്ന് ഒതുക്കിക്കെട്ടിയിരുന്നില്ല. അവൾ മകന്റെ സുഖക്കേടിൽ വല്ലാതെ പരിഭ്രമിച്ചുപോയിരുന്നു. മുഖത്ത് പ്രസന്നതയുടെ ലേശം പോലുമില്ല. തളർന്ന കാൽവയ്പോടെ അവൾ പത്മയുടെ മുമ്പിൽ വന്നുനിന്നു.

സാവിത്രിയുടെ വേഷം കണ്ട് പത്മ ഞെട്ടി. അവൾ എന്തോ പറഞ്ഞു. എന്നാൽ സാവിത്രി പറയുന്നതിന് ചെവി കൊടുക്കാവുന്ന പതനത്തിലല്ലായിരുന്നു തൽക്കാലം. പത്മ വേഗം പോയിക്കിട്ടിയാൽ മതിയായിരുന്നുവെന്നായിരുന്നു അവൾ ആഗ്രഹിച്ചിരുന്നത്. എന്നാൽ പത്മ എളുപ്പം പോകാൻ ഭാവമില്ലായെന്ന് കണ്ടപ്പോൾ സാവിത്രി പറഞ്ഞു: "പത്മമ്മേ! എന്റെ മകന് തീരെ സുഖമില്ല. തെറ്റിദ്ധരിക്കരുത്. നിങ്ങളെ യാത്രയാക്കിയിട്ടുവേണം എനിക്ക് അവന്റെയടുക്കൽ ചെന്നിരിക്കാൻ."

പത്മയുടെ കണ്ണുകൾ അടയാതെ നിന്നുപോയി. അതിൽ ചുവന്ന രേഖകൾ ഓടിയിരുന്നു. സാവിത്രിക്ക് അവളുടെ മുഖത്തേക്ക് നോക്കാൻ തോന്നിയില്ല.

"മകൻ ഒരാഴ്ചയായിട്ട് കിടപ്പിലാണെന്നു കേട്ടു. ഈ ദിവസമത്രയും നിങ്ങൾ മനഃക്ലേശവും സ്വൈരക്കേടും അനുഭവിക്കുകയായിരുന്നുവെന്നർഥം. സമയാസമയങ്ങളിൽ ആഹാരാദികൾ കഴിക്കാതെ നിങ്ങൾ ഞങ്ങളോട് വലിയ അന്യായമാണ് പ്രവർത്തിക്കുന്നത്. കണ്ണാടിയിൽ മുഖം ഒന്നു നോക്കു ചെന്ന്. നിങ്ങൾ എന്റെ കുഞ്ഞിനെ വേണ്ടപോലെ നോക്കുന്നില്ല..." അവൾ പൊട്ടിക്കരഞ്ഞുതുടങ്ങി.

സാവിത്രി പ്രതിമപോലെ നിന്നു. ക്ഷണനേരത്തിനുശേഷം

അവൾ രണ്ടു കൈകൊണ്ടും വയർ തടവി. അവളുടെ കണ്ണുകളിൽനിന്ന് വെള്ളം ഒഴുകി. അവൾ ഗദ്ഗദത്തോടെ പറഞ്ഞു: "ഞാൻ ഒരമ്മയാണ്. എന്റെ ഓരോ അണുവും കുട്ടിയുടെ ക്ഷേമത്തിനുവേണ്ടി ഉണർന്നുതന്നെ ഇരിക്കുന്നു... പണം! പണംകൊണ്ട് എന്നെ ആർക്കും പണയപ്പെടുത്താനാവില്ല. മാതൃത്വം അത്ര നിർജീവമായ വസ്തുവല്ല. എന്റെ ഗർഭപാത്രത്തിൽ നിന്ന് പിറന്ന ഓമന രോഗം പിടിച്ചു കിടക്കുക. എന്നിട്ട് ഞാൻ ഒരു ചിന്തയും കൂടാതെ സുഖമായിരിക്കുക. നിങ്ങൾ ഏതെങ്കിലും ഒരമ്മയോടുചെന്ന് ചോദിച്ചു നോക്കു, അവൾ പറഞ്ഞുതരും. വ്യക്തിത്വത്തെയും മാതൃത്വത്തെയും പണം കൊണ്ട് തൂക്കുന്നവരോട് ഈവക വർത്തമാനം പറയുന്നത് പോത്തിന്റെ മുമ്പിലെ വീണവായനയ്ക്കു സമമാണ്."

സാവിത്രി എഴുന്നേറ്റു.

ഡോ. രമണി വന്ന് അവളുടെ തോളിൽ കൈവെച്ചു: "സാവിത്രി കുട്ടിക്കെങ്ങനെയിരിക്കുന്നു?"

"ഡോക്ടർ! എപ്പോൾ വന്നു?" അവൾക്ക് അതിലധികമൊന്നും പറയാൻ കഴിഞ്ഞില്ല. അവൾ പത്മയെ കടുപ്പത്തോടെ ഒന്നു നോക്കിയിട്ട് അകത്തേക്കുപോയി.

ഡോ. രമണി പത്മയെ ഒന്നു നോക്കി. അവൾ തലകുനിച്ചു.

"പത്മമ്മേ! നിങ്ങളിൽനിന്ന് ഞാനിതു പ്രതീക്ഷിച്ചിരുന്നില്ല. സാവിത്രിയെ ശല്യപ്പെടുത്താതിരിക്കാൻ ഞാൻ പല തവണ ആവശ്യപ്പെടുകയുണ്ടായി. കുട്ടി നിങ്ങളുടേതാണ്. എന്നാലും അവളുടെ സ്വന്തം കുട്ടിയെപ്പോലെതന്നെ വേണം അത് അവളുടെ വയറ്റിൽ വളരുവാൻ. അവൾക്കുണ്ടാകുന്ന എല്ലാ സുഖദുഃഖങ്ങളുടേയും നടുക്കുവേണം കുട്ടിയുടെ ഭാവി രൂപംകൊള്ളുവാൻ. എന്നാൽ അതിൽ നിന്നെല്ലാം അവളെ വേർപെടുത്തി കൃത്രിമമായ അന്തരീക്ഷത്തിൽ ഒരു യന്ത്രത്തെപ്പോലെ ജീവിക്കാൻ നിങ്ങൾ പ്രേരിപ്പിക്കുന്നു. ഇത് ഭോഷത്തമാണ്. അവളെ അവളുടെ പാട്ടിനു വിട്ടേക്കൂ. നിങ്ങൾ ഒരമ്മയാവുമ്പോൾ നിങ്ങൾക്കതിന്റെയൊക്കെ അർഥം മനസിലാവും."

പത്മ പോയി.

ഒമ്പതാംമാസമടുത്തതോടെ സാവിത്രിയുടെ മനസിൽ നൂറുതരം സംശയങ്ങൾ ഉണർന്നു. പലതരം ഭയങ്ങൾ. കുട്ടിക്ക് ആരോഗ്യമുണ്ടായിരിക്കയില്ലേ? അവൾക്ക് സാധാരണ പ്രസവത്തിന് വിഷമം ഉണ്ടാകാറില്ല. ഇത്തവണത്തെ പ്രസവം എങ്ങനെയിരിക്കും? കുട്ടിക്ക് യാതൊരു തരക്കേടും ഉണ്ടാകരുത്. ഉണ്ടായാൽ കുറ്റം മുഴുവൻ തന്റേമേൽ ചാരും. 'നിങ്ങൾ മര്യാദക്കിരിക്കാഞ്ഞിട്ടാണ്. എപ്പോഴും വേണ്ടാത്ത വിചാരങ്ങളും പ്രവൃത്തികളും. എന്റെ കുട്ടിയെ നിങ്ങൾ ഈവിധത്തിലാക്കിയില്ലേ?' എന്നൊക്കെ പരാതിപറയാൻ തുടങ്ങിയാൽ ഉത്തരം മുട്ടിപ്പോകയേ ഉള്ളൂ. പലതരം വിചാരങ്ങൾ അവളുടെ മനസിനെ അസ്വസ്ഥമാക്കി.

ഒടുവിൽ കാത്തിരുന്ന ദിവസം വന്നു. സാവിത്രി സുന്ദരനായ ഒരു കുട്ടിയെ പ്രസവിച്ചു.

കുട്ടിയുടെ കരച്ചിൽ കേട്ട് സാവിത്രി ഞെട്ടിയുണർന്ന് കണ്ണുതുറന്നു.

പത്മ കുട്ടിയെ സാവിത്രിയുടെ അടുക്കൽ കിടത്തിയിട്ട് കസേരയിൽ ഇരുന്നു. ഡോ. രമണി സാവിത്രിയെ കാണാൻ വന്നപ്പോൾ അവൾ എല്ലാം മറന്ന് നവജാതനായ ശിശുവിനെ തലോടുകയായിരുന്നു. രമണിയുടെ കണ്ണുകൾ ആനന്ദത്താൽ വികസിച്ചു. പത്മ ദീർഘനിശ്വാസത്തോടെ മുഖം തിരിച്ചു.

ഒൻപതു ദിവസം കഴിഞ്ഞു.

പത്മയ്ക്ക് സ്വന്തം വീട്ടിൽതന്നെ ഈ ദിവസമത്രയും കുത്തിയിരിക്കേണ്ടി വന്നു. ഡോക്ടറുടെ നിർദേശപ്രകാരം കുട്ടിയെ സാവിത്രിയുടെ അടുക്കൽതന്നെ അവൾക്ക് വിട്ടിട്ടു പോകേണ്ടി വന്നു. കുട്ടിക്കും തള്ളക്കും തമ്മിൽ വിടർത്താനാകാത്ത ബന്ധമാണുള്ളത്. അതു പൊട്ടിച്ചുകളയാൻ ആർക്കും സാധിക്കുകയില്ല. അതിനാൽ കുറേ നാളത്തേക്ക് രണ്ടുപേരേയും അവരുടെ പാട്ടിനു വിടുകയാണ് വേണ്ടത് എന്ന് ഡോക്ടർ ഉപദേശിച്ചു. ഇതു കാരണം മനമില്ലാമനസോടെ പത്മയ്ക്ക് വീട്ടിൽതന്നെ ഇരിക്കേണ്ടിവന്നു. കുട്ടിയെ ഒന്ന് എടുക്കാനും തഴുകാനുമുള്ള ഉൽക്കടമായ ഇച്ഛയെ അവൾക്ക് ബലപൂർവം നിയന്ത്രിക്കേണ്ടിവന്നു. ഒരിക്കൽ കാണാൻ ചെന്നില്ല എന്നില്ല. എന്നാൽ അഞ്ചുമിനിട്ടു സമയമേ അനുവദിച്ചുള്ളൂ.

ഉണ്ണി പിറന്നിട്ട് ഇരുപത്തൊന്നാം ദിവസം.

പത്മയുടെ ഭവനം മാവിലകൾകൊണ്ട് അലങ്കരിച്ചിരിക്കുന്നു. അനവധി ബന്ധുക്കൾ വന്നുകൂടിയിരിക്കുന്നു. പത്മയും ഭർത്താവും ഉൽക്കണ്ഠയോടെ വാതിൽക്കൽ കാത്തുനിൽക്കുന്നു.

ഒരു കാർ വന്നു നിന്നു. സാവിത്രി കുട്ടിയെ എടുത്തുകൊണ്ട് അതിൽ നിന്നിറങ്ങി. വിലപിടിച്ച സാരിയാണ് അവൾ ഉടുത്തിരിക്കുന്നത്. കാൽവയ്പിൽ പതറിച്ചയില്ല. എന്നാൽ മുഖത്ത് വിഷാദത്തിന്റെ കരിനിഴൽ. ഒപ്പം സാവിത്രിയുടെ ഭർത്താവും കാറിൽ നിന്നിറങ്ങി. ആദരപൂർവം ദമ്പതികളെ സ്വീകരിച്ച് താലം കൊളുത്തി ഉഴിഞ്ഞു.

പത്മയുടെ ശ്വശുരന്മാർ അകന്നുനിന്ന് ആനന്ദാശ്രുക്കൾ പൊഴിക്കയാണ്.

രണ്ടു പീഠങ്ങളിൽ സാവിത്രിയും ഭർത്താവും ഇരുന്നു. സാവിത്രിയുടെ മടിയിൽ കുട്ടി സുഖമായി ഉറങ്ങുകയാണ്.

അന്തരീക്ഷത്തിൽ എന്തെന്നില്ലാത്ത സ്തബ്ധത.

കുട്ടി പത്മയുടെ തനിരൂപം.

എല്ലാവരും അദ്ഭുതത്തോടെ നോക്കിനിന്നു.

ഡോ. രമണിയും മുകുന്ദറാവുവും അവരുടെയരികിൽ ചെന്നു.

പത്മ ഒരു വലിയ വെള്ളിത്തളികയിൽ നിറയെ രൂപ, പഴങ്ങൾ, പൂക്കൾ, വെറ്റില, അടയ്ക്ക എന്നിവയോടൊപ്പം നാളികേരവുംവെച്ച് നിൽക്കുന്നു.

ഡോ. രമണി പത്മയെത്തന്നെയാണ് നോക്കുന്നത്.

സാവിത്രിയുടെ കണ്ണുകൾ ഡോ. രമണിയുടെ മുഖത്ത് തറച്ചിരിക്കുകയാണ് – ഈ മുഹൂർത്തത്തെ സഹിക്കയല്ലാതെ ഗത്യന്തരമില്ലേ എന്നു ചോദിക്കുന്നതുപോലെ.

സാവിത്രിയുടെ ഹൃദയത്തിൽ കൊടുങ്കാറ്റടിക്കയാണ്. പത്മയുടെ മുഖത്ത് ആനന്ദത്തിന്റെ അരുണകിരണങ്ങൾ! അവിടെ അവളുടെ ഹൃദയം തന്നെയാണ് പ്രതിബിംബിച്ചിരുന്നത്. ഡോ. രമണി എന്തോ പറയാൻ ഭാവിക്കുകയായിരുന്നു. അപ്പോഴേയ്ക്ക് പത്മ തളിക സാവിത്രിയുടെ കയ്യിൽ കൊടുത്ത് അവളുടെ നേരെ ചേലത്തുമ്പു കാട്ടി.

സാവിത്രി തളിക താഴെവച്ച് ഭർത്താവിനെ നോക്കി. ശാന്തമായിരുന്നു അയാളുടെ മുഖം.

സാവിത്രി പെട്ടെന്ന് കുട്ടിയെ മടിയിൽനിന്നെടുത്തുമ്മവെച്ചു. അവളുടെ കണ്ണുനീർ കുട്ടിയെ ആശീർവദിക്കുന്നതുപോലെ തോന്നി.

പത്മ സാവിത്രിയോട് പറഞ്ഞു: "നിങ്ങൾ... കുട്ടിയുടെ ധാത്രിയുമാണ്, ചെറിയമ്മയുമാണ്. കുട്ടിയെ കാണണമെന്ന് തോന്നുന്ന ഏതു സമയവും നിങ്ങൾക്കിവിടെ വരാവുന്നതാണ്. ഇന്നത്തോടെ നമ്മുടെ ബന്ധം അവസാനിച്ചു എന്നു കരുതരുത്."

പത്മയുടെ വാക്കുകൾ ഇടറി. നിറഞ്ഞ കണ്ണുകൾ തുടയ്ക്കാൻ അവൾ പുറപ്പെട്ടില്ല.

സാവിത്രി പിന്നെ അമാന്തിച്ചില്ല. കുട്ടിയെ പത്മയ്ക്കു കൊടുത്തിട്ട് അവന്റെ നെറ്റി തടവി.

കാണികളുടെ കണ്ണുകൾ നിറഞ്ഞു.

ഡോ. രമണിക്ക് ജിജ്ഞാസ അടക്കാൻ കഴിഞ്ഞില്ല. അവൾ പത്മയുടെ അരികിലേക്ക് ചെന്നു ചോദിച്ചു: "നിങ്ങൾക്ക് ഇങ്ങനെ സംസാരിക്കാൻ കഴിയുമെന്ന് എനിക്കു വിശ്വാസം തോന്നിയിരുന്നില്ല. ഞങ്ങൾക്ക് വളരെ സന്തോഷമായി. ഈ നിമിഷങ്ങൾ എങ്ങനെയാണ് കടന്നുപോവുക എന്നായിരുന്നു ഞങ്ങൾക്ക് പേടി. ഇപ്പോൾ ഞങ്ങൾക്ക് ചെയ്യാനുള്ളതെല്ലാം ആയി. ഒരു കാര്യം: നിങ്ങൾ തീരെ മാറിപ്പോയിരിക്കുന്നു. ഇതെങ്ങനെ സംഭവിച്ചു?"

പത്മ പതുക്കെ ചിരിച്ചു. അവൾ പറഞ്ഞു: "ഈ ഇരുപത്തൊന്ന് ദിവസങ്ങൾ എന്റെ കണ്ണുതുറപ്പിച്ചു. അമ്മയുടെ ഹൃദയം എന്താണെന്ന് എനിക്ക് ഊഹിച്ചെടുക്കാൻ കഴിഞ്ഞു. ഈ ദിവസങ്ങളിൽ എനിക്ക് ശരിക്ക് വല്ലതും രുചിയോടെ ഭക്ഷിക്കാൻ കഴിഞ്ഞിരുന്നില്ല. എങ്ങും പോകാൻ മനസു വന്നിരുന്നില്ല. ഹൃദയത്തിൽ ഉണ്ണിയുടെ രൂപം മാത്രം. കണ്ണുകളിൽ ഉണ്ണിയുടെ പ്രതിരൂപം മാത്രം. ഓരോ അംഗവും കുട്ടിയെക്കാണാൻ കൊതിക്കയായിരുന്നു. അപ്പോഴാണ് ഈ വേർപാട് സാവിത്രിക്ക് എത്ര അസഹ്യമായിരിക്കും എന്ന് ഓർത്തുപോയത്. സാവിത്രിയേടത്തി! ഞാൻ നിങ്ങളോട് എന്തൊക്കെയോ തെറ്റ് ചെയ്തുപോയിട്ടുണ്ട്. ക്ഷമിക്കണം."

അവൾ കൈകൂപ്പി.

ഹിബ്ബി

ആദ്യമായി ഒരു ഹിബ്ബിയെ കണ്ടപ്പോൾ ജാക് കാസ് അതിനെ അദ്ഭുതത്തോടും തെല്ലൊരു വേവലാതിയോടും കൂടി തുറിച്ചു നോക്കി. ഒരു ഹിബ്ബിയായിട്ടല്ല അപ്പോഴയാൾ അതിനെ കണ്ടത്; ഹിബ്ബി എന്നൊരു വസ്തു തന്നെ ഉള്ളതായി അന്നയാൾക്കറിയില്ലായിരുന്നു. യഥാർഥത്തിൽ, അയാൾ പട്ടണത്തിന്റെ ആ ഭാഗത്ത് തന്റെ ഭാര്യയെ തിരയുകയായിരുന്നു. ബഹിരാകാശ സർവീസിലുള്ള അയാളുടെ നീണ്ടുനീണ്ട വേർപാടുകൾ സഹിക്കാനാവാതെയാണ് അവൾ രണ്ടുവർഷം മുൻപ് അയാളെ വിട്ടുപോയത്. അയാളുടെ ഏറ്റവും അടുത്ത ഒരു കൂട്ടുകാരന്റെ കൂടെ അവൾ പൊറുപ്പും തുടങ്ങിയിരുന്നു. അയാളാകട്ടെ, ഉടൻതന്നെ ബഹിരാകാശ സർവീസിൽ വീണ്ടും ചേർന്ന് മറ്റൊരു നീണ്ട യാത്ര പുറപ്പെട്ടു.

ഇപ്പോൾ, രണ്ടു വർഷത്തിനുശേഷം ആദ്യത്തെ ലീവിന് വന്നപ്പോൾ, അയാൾക്ക് വീണ്ടും അവളെ കാണണമെന്നു തോന്നി. ഇത് തന്റെ ഒരു ദൗർബല്യമാണെന്നും രണ്ടു വർഷത്തെ അകൽച്ച തീർച്ചയായും തന്നിൽ അവശേഷിക്കുന്ന അവളോടുള്ള വാത്സല്യം മുഴുവൻ ഇല്ലാതാക്കേണ്ടതാണ് എന്നും അയാൾക്കറിയാമായിരുന്നു. എന്നിട്ടും അയാൾക്കവളെ കണ്ടുപിടിക്കണം എന്ന് തോന്നി. അയാൾ തന്റെ തന്നെ ഉദ്ദേശ്യത്തെ പലതവണ ചോദ്യം ചെയ്ത് സ്വയം തീരുമാനിച്ചുറപ്പിച്ചു: ഇപ്പോൾ താനവളെ കാണുന്നത്: ഭൂതകാലം തിരിച്ചുപിടിക്കാനല്ല, ഒരു ഭൂതത്തെ ഒഴിപ്പിക്കാനാണെന്ന്.

അയാളുടെ അന്വേഷണം അയാളെ നഗരത്തിന്റെ സമ്പന്നഭാഗങ്ങ

ളിൽ നിന്ന് ദൂരേക്ക് നയിച്ചു. ഒന്നിനൊന്ന് ദരിദ്രമായ മേൽവിലാസങ്ങളിലേക്ക്. ഒടുവിൽ എല്ലാ തുമ്പും നേർത്തുനേർത്ത് ഒടുങ്ങി.

അത്തരമൊരു അന്വേഷണത്തിനിടയിലാണ് അയാൾ ഹിബ്ബിയെ കണ്ടത്. ആദ്യം അതെന്താണെന്ന് അയാൾക്ക് മനസിലായില്ല. തന്നെ കളിയാക്കുന്ന ഒരു കൂട്ടം ചെറു വാല്യക്കാരെ അഭിമുഖീകരിച്ച് പാതയുടെ ഒരുവശത്ത് നിൽക്കുകയായിരുന്നു അയാൾ - കാഴ്ചയ്ക്ക് തീരെ ക്രിയാശേഷിയില്ലാത്തവനെപ്പോലെ. ഇടയ്ക്കിടെ ഒരു പയ്യൻ അയാളുടെ വസ്ത്രം പിടിച്ചു വലിക്കുകയോ അയാളെ ഉന്തുകയോ ചെയ്തുകൊണ്ടിരുന്നു.

ആ ഹിബ്ബി തീരെ അനങ്ങാതെ നിൽക്കുകയായിരുന്നില്ല എന്ന് കാസിന് മനസിലായി. അയാൾ തന്നെ പീഡിപ്പിക്കുന്നവരോട് പ്രതികരിക്കാൻ ശ്രമിക്കുന്നുണ്ടായിരുന്നു. പക്ഷെ, അയാളുടെ ചലനം വേദനാജനകമാംവണ്ണം മെല്ലെയായിരുന്നു. ഒരു പയ്യൻ മുഖത്തടിക്കാൻ ശ്രമിച്ചത് തടുക്കുന്നതിന് കൈ ഉയർത്താൻ അതിന് അനേകം സെക്കന്റ് വേണ്ടി വന്നു. അതിനിടയ്ക്ക് മറ്റൊരുത്തൻ അയാളുടെ വാരിയെല്ലിൽ ഇടിച്ചു. വളരെ സാവധാനം, ഏതാണ്ട് അഗോചരമാംവിധം അയാളുടെ മുഖത്ത് വേദന ചുളിവിടുകയും അയാൾ തറയിൽ കുത്തിയിരിക്കാൻ തുടങ്ങുകയും ചെയ്തു. തങ്ങളുടെ വിജയത്തിൽ ധൈര്യംകൊണ്ട ആ പയ്യൻമാർ അയാളെ പൊതിഞ്ഞു; ഒരുവൻ വീണ്ടും അയാളെ മുഖത്തടിക്കാൻ പുറപ്പെട്ടു.

കാസിന് താങ്ങാനായില്ല. അയാൾ കുട്ടികളോട് നിർത്തൂ എന്നലറി. കുട്ടികൾ അത് കേട്ട ഭാവമേ നടിച്ചില്ല. അയാൾ നാലുപാടും കൈ വീശി അടിച്ചുകൊണ്ട് അവരുടെ ഇടയിലേക്ക് ചാടിവീണു. അയാൾ ശക്തനായിരുന്നു. തങ്ങളുടെ കളി കാര്യമാവുമെന്നു കണ്ട പയ്യൻമാർ ഹിബ്ബിയെ വിട്ട് ഓടിപ്പോയി.

അപ്പോഴേക്കും അവശനായിത്തീർന്നിരുന്ന ആ മനുഷ്യനെ സൂക്ഷിച്ചൊന്ന് കാണാൻവേണ്ടി കാസ് തിരിഞ്ഞുനിന്നു. അയാൾ വായ പിളർന്ന് ഒരു നീണ്ടുനേർത്ത ശബ്ദം പുറപ്പെടുവിച്ചുകൊണ്ട് നടപ്പാതയിൽ ചുരുണ്ടുകൂടിയിരിക്കുകയായിരുന്നു. അതൊരു മനുഷ്യ ശബ്ദമായിരുന്നില്ല. അതിന് ഒരർഥവുമില്ലായിരുന്നു.

അയാൾ ഒരു വഴിപോക്കനോട് ചോദിച്ചു: "ഇയാൾക്ക് സുഖമില്ലെന്ന് തോന്നുന്നു. ഇവിടെ അടുത്ത് ഒരു ഡോക്ടറെ കിട്ടുമോ?"

"അയാളൊരു ഹിബ്ബിയാണ്. അവർക്ക് അവരുടേതായ ഡോക്ടർമാരുണ്ട്."

"ഹിബ്ബിയോ? അതെന്താണ്?"

"ഒരു ഹിബ്ബി. ഒരു മയക്കക്കാരൻ. ഒരു ലക്കു കെട്ടവൻ" അപരിചിതനായ ആ വഴിപോക്കൻ പറഞ്ഞു. കാസിന്റെ പ്രതികരണമൊന്നും കാണാഞ്ഞ് അയാൾ തുടർന്നു: "ഹിബ്ബിയെന്താണെന്ന് നിങ്ങൾക്കറിയില്ലേ? നിങ്ങളീ നാട്ടുകാരനല്ലേ? ഏതായാലും, അയാൾക്ക് ഒരു കുഴപ്പ

വുമില്ല. അയാളെ മറന്നേക്കൂ." ഇതും പറഞ്ഞ് വഴിപോക്കൻ അയാളുടെ വഴിക്ക് പോയി.

കാസ് ആ പാവത്തിനെ ഒരിക്കൽകൂടി നോക്കി. അയാൾ അപ്പോൾ മെല്ലെ തിരിഞ്ഞ് നടപ്പാതയിലൂടെ തപ്പി തപ്പി നടക്കുകയായിരുന്നു; വല്ലാത്തൊരു നടത്ത: ഓരോ അടിവെക്കുന്നതിനും പത്തു സെക്കന്റ് വീതമെങ്കിലും എടുത്ത്, കാൽ നടപ്പാതയിലൂടെ വലിച്ചിഴച്ച്, ഇപ്പോൾ വീണുപോയേക്കും എന്ന മട്ടിൽ.

അന്നു വൈകുന്നേരം കാസ് തന്റെ ഒരു സ്നേഹിതന്റെ വീട്ടിൽ വെച്ച് സ്നേഹിതനോട് ചോദിച്ചു: "ഇന്ന് ഞാൻ വളരെ അസാധാരണ മായി പെരുമാറുന്ന ഒരു മനുഷ്യനെ കണ്ടു. ആരോ ഒരാൾ പറഞ്ഞു അയാൾ ഒരു ഹിബ്ബിയാണെന്ന്, എനിക്ക് മനസിലാകാത്ത രണ്ടു മൂന്നു പേരുകൾ കൂടി അയാൾ പറഞ്ഞു. ഈ പട്ടണത്തിൽ ഹിബ്ബി യെന്നാൽ എന്ത് എന്നറിയാത്ത ഒരേയൊരു മനുഷ്യൻ ഞാനാണെന്ന് തോന്നുന്നു. ഇനിയും ഞാൻ സ്വയം മറ്റുള്ളവരുടെ മുൻപിൽവെച്ച് വിഡ് ഢിയാവുന്നതിനു മുൻപ് അതെന്താണ് എന്ന് എനിക്കാരെങ്കിലും പറ ഞ്ഞു തരുമോ?"

"സത്യത്തിൽ, നിങ്ങൾക്കതറിയില്ലേ?" അയാൾ അദ്ഭുതപ്പെട്ടു. "എങ്കിൽ പറയാം. ഹിബ്ബിയെന്നാൽ ഹൈർനേഷനിൽ–ശിശിര നിദ്രാ വസ്ഥയിൽ–കഴിയുന്ന ആൾ എന്നാണർഥം. ആദ്യം ഈ ആശയം സമർപ്പിക്കപ്പെട്ടപ്പോൾ പാർലമെന്റിൽ അതേപ്പറ്റി വലിയ തർക്കങ്ങളൊ ക്കെ നടന്നു. പത്രങ്ങളിലൊക്കെ വലിയ പ്രാധാന്യത്തോടെ വന്ന ആ വാർത്ത നിങ്ങൾ എങ്ങനെ കാണാതെ പോയി."

"ഭൂലോകം വിട്ട് കുറേ അകലെ ചെല്ലുമ്പോൾ പിന്നെ പത്രം വായി ക്കുന്നതിൽ വലിയ കാര്യമൊന്നുമില്ല എന്ന് തോന്നിത്തുടങ്ങും. എന്താ യാലും സംഗതി എനിക്കറിയില്ല. അതുകൊണ്ട്, വിശദമായി പറയൂ."

"നോക്കൂ", അയാളുടെ സ്നേഹിതൻ പറഞ്ഞു തുടങ്ങി: "മറ്റുപല ശാസ്ത്രീയ പരീക്ഷണങ്ങളെയും പോലെതന്നെ ഇതും ഒരു ഉദ്ദേശ്യ ത്തോടെ തുടങ്ങുകയും മറ്റൊന്നായി മാറുകയും ആയിരുന്നു. വാസ്തവ ത്തിൽ, ആദ്യം സ്പേസ് കമ്മീഷൻ ആ പരീക്ഷണശാല ആരംഭിച്ചത് മൃഗങ്ങളിൽ ശിശിരനിദ്രയുടെ പ്രവർത്തന സമ്പ്രദായം മനസിലാക്കാൻ വേണ്ടിയാണ്. പരിണാമവൃക്ഷത്തിന്റെ ഏറെ മുകൾഭാഗത്ത് എത്തി നിൽക്കുന്ന ചില മൃഗങ്ങൾ ശിശിരർത്തുവിൽ ഉറക്കത്തിലാഴും എന്ന് നിങ്ങൾക്കറിയാമല്ലോ. അവ അങ്ങനെ നിദ്രയിൽ കഴിയുന്ന കാലത്ത് അവയുടെ മുഴുവൻ ശാരീരിക പ്രവർത്തനങ്ങളും മന്ദഗതിയിലാകുന്നു; അവയുടെ ശരീരത്തിനുള്ളിലെ ഊർജ ഉൽപ്പാദനം കുറയുന്നതോടൊ പ്പം ഭക്ഷണാവശ്യവും കുറയുന്നു; അതുകൊണ്ട് അവയ്ക്ക് സ്വന്തം കൊഴുപ്പിൻമേൽ മാത്രമായി ആറുമാസത്തോളം ജീവിക്കാം. 'ചത്തതി നൊക്കുമേ ജീവിക്കുകിലും' എന്നത് അക്ഷരാർഥത്തിൽ യഥാർഥമായ ഒരവസ്ഥയാണത്. ഇത് മൃഗങ്ങളിൽ എങ്ങനെ പ്രവർത്തിക്കുന്നു എന്ന

റിഞ്ഞാൽ മനുഷ്യനിലും ശിശിരനിദ്രാവസ്ഥ ഉണ്ടാക്കാൻ കഴിഞ്ഞേക്കും എന്നതായിരുന്നു വിചാരം. ദീർഘദൂരയാത്രക്ക് പോകുന്ന ഒരു ബഹിരാകാശക്കപ്പലിൽ അത് ഫലപ്രദമായി ഉപയോഗിക്കാനായാൽ, യാത്രികർക്ക് ബോറടി കുറയ്ക്കാം, അവർ ലക്ഷ്യസ്ഥാനത്ത് എത്തുമ്പോൾ വളരെ വിശ്രാമകരമായ ഒരവസ്ഥയിലായിരിക്കും. മാത്രമല്ല – ഏറ്റവും പ്രധാനപ്പെട്ടത് ഇതാണ് – ഇപ്പോൾ കൊണ്ടുപോകുന്നത്രയും ഭീമമായ തോതിൽ ഭക്ഷണം കൊണ്ടുപോവുകയും വേണ്ട – ഇതായിരുന്നു, തുടക്കത്തിൽ ചിന്താഗതി.”

“ശരിയാണ്. ഞാനാ പരീക്ഷണത്തെക്കുറിച്ച് കേട്ടിട്ടുണ്ട്. ഒരു നേരിയ ഓർമ മാത്രം. ആകെ മരവിപ്പിക്കുകവഴി അത് സാധിക്കാമെന്ന് ഒരു സംസാരമുണ്ടായിരുന്നല്ലോ?”

“അതെ, അങ്ങനെയൊരു സാധ്യത ഉണ്ടെന്ന് തോന്നിയിരുന്നു. ആ ദിശയിലായിരുന്നു ഗവേഷണം മുഴുവൻ. പക്ഷെ, അത് വിപരീതമാക്കാനാവാത്ത മാറ്റങ്ങൾ കോശങ്ങളിൽ വരുത്തിവെക്കുമെന്ന് കണ്ടു. മൃഗങ്ങൾ എങ്ങനെ അത് സാധിക്കുന്നു എന്ന് കണ്ടുപിടിക്കുകയായിരുന്നു ഏറ്റവും ഫലപ്രദമായ വഴി. രണ്ടുമൂന്ന് വർഷത്തിനുള്ളിൽ അതെങ്ങനെയെന്ന് മനസിലാക്കാൻ സാധിച്ചു. ആ പ്രക്രിയക്കാവശ്യമായ രാസപദാർഥം കൃത്രിമമായി ഉണ്ടാക്കാനും കഴിഞ്ഞു.”

“അത്രയും നല്ലത്,” കാസ് പറഞ്ഞു. “പക്ഷെ ഇതൊക്കെ ഞാനിന്ന് കണ്ട ആ പാവം മനുഷ്യനെ എങ്ങനെ ബാധിക്കുമെന്നാണ് എനിക്കറിയാത്തത്!”

“കുറച്ചു ക്ഷമിക്കൂ.” അയാളുടെ ആതിഥേയൻ അപേക്ഷിച്ചു. “ഞാനതിലേക്ക് വരുന്നതല്ലേ ഉള്ളു? ടോർപെക്സ് എന്ന് അവർ പേരിട്ട ആ രാസവസ്തു താഴെക്കിടയിലുള്ള സസ്തനികളിൽ വളരെ ഫലപ്രദമായിരുന്നു – എലികളിലും കുരങ്ങൻമാരിലും മറ്റും. പക്ഷെ, മനുഷ്യരെ ഉറക്കാൻ അതിന് കഴിഞ്ഞില്ല.”

“എന്നുവെച്ചാൽ, അത് തികച്ചും പ്രവർത്തനരഹിതമായിരുന്നോ?”

“അല്ല, വളരെ നന്നായി പ്രവർത്തിച്ചു! ആ പ്രവർത്തനഫലമാണ് ഇന്ന് നിങ്ങൾ കണ്ട മനുഷ്യൻ. ആ രാസവസ്തു മനുഷ്യന്റെ ജൈവപ്രവർത്തനം സാധാരണത്തേതിന്റെ പത്തിലൊന്നായി കുറയ്ക്കുന്നു. പക്ഷെ, അയാളെ പൂർണമായി ഉറക്കുവാൻ അതിന് കഴിയില്ല. ടോർപെക്സിന്റെ ശക്തി കുറച്ചു കാലത്തേക്കു നിലനിൽക്കും. ആ ശക്തി ക്ഷയിക്കുന്നതോടെ മനുഷ്യൻ പൂർവസ്ഥിതി പ്രാപിക്കുകയും ചെയ്യും. പക്ഷെ, അതിനുമുൻപ് അയാളെ പൂർവസ്ഥിതിയിലാക്കണമെങ്കിൽ അതിനുള്ള മറുമരുന്ന് കണ്ടുപിടിക്കപ്പെട്ടിട്ടില്ല.”

“എന്നാലും യാത്രാസമയം പത്തിലൊന്നായി തോന്നിക്കുമെങ്കിൽ അത് തീർച്ചയായും ബഹിരാകാശത്ത് ഉപയോഗപ്രദമായിരിക്കുമല്ലോ?”

“അതെ, പക്ഷെ, ടോർപെക്സിന്റെ ആയുസ്സ് വളരെ നീണ്ടതാണ്.

അതിന്റെ ശക്തി വളരെ മെല്ലെയേ ഇല്ലാതാവുകയുള്ളൂ. ഫലമോ? എന്തെങ്കിലും അടിയന്തരാവസ്ഥ വന്നാൽ – ഒരു ഉൽക്കാപതനമോ മറ്റോ – പ്രതികരിക്കാൻ കഴിയാതെയാകും. യാത്രയുടെ ഏറിയ പങ്കും അതിൽനിന്ന് മുക്തി പ്രാപിക്കാൻ ചെലവഴിക്കേണ്ടി വന്നേക്കും. അതുകൊണ്ട്, അതിന്റെ യഥാർഥ ആശയം ഉപയോഗശൂന്യമായെന്ന് അറിഞ്ഞ് ആ പരീക്ഷണമപ്പാടെ ചവറ്റുകുട്ടയിലെറിയുകയാണുണ്ടായത്."

"ശരി, പക്ഷെ, എങ്ങനെയാണ് ആ രാസവസ്തു തെരുവിൽ കണ്ട ആ മനുഷ്യനിൽ എത്തിയത്?"

"അതാണ് ഞാൻ പറഞ്ഞുകൊണ്ടു വരുന്നത്. നമ്മുടെ പട്ടണത്തിൽ കുറ്റകൃത്യങ്ങൾ പെരുകി വരികയാണ് എന്നറിയാമല്ലോ. ജനസംഖ്യാ വർധനവ് കാരണമാണത്രെ – പക്ഷെ, ഞാനത് വിശ്വസിക്കുന്നില്ല. അത് വെറും വിഡ്ഢിത്തമാണ്. കാരണമെന്തായാലും, കുറ്റകൃത്യപട്ടിക നീളുക തന്നെയാണ്. അതനുസരിച്ച്, ജയിലുകൾ നടത്തുന്നതിനുള്ള ചെലവ് കൂടുകയുമാണ്. ഒരുവർഷം മുമ്പ് കാര്യങ്ങൾ മൂർഛിച്ചു. മിക്ക ജയിലുകളും നിറഞ്ഞിരുന്നു. ദേശീയ ബജറ്റിന്റെ പത്ത് ശതമാനത്തോളം ജയിൽവാസികളെ പോറ്റാൻ മാത്രം വേണമെന്ന സ്ഥിതിയായി. വധശിക്ഷ തീരെ നിർത്തലാക്കിയതോടെ, ഒരു മനുഷ്യൻ ഒരിക്കൽ ജയിലിലെത്തിപ്പെട്ടാൽ പിന്നെ, അയാൾക്ക് രക്ഷപ്പെടാൻ നോക്കുക എന്ന ഒരു പണി മാത്രമേ ഉണ്ടായിരുന്നുള്ളൂ, നഷ്ടപ്പെടാൻ ഒന്നുമില്ലല്ലോ. ഏതായാലും, ജയിൽ വാർഡൻമാരുടെ ജീവിതം ദുഷ്കരമായി. രക്ഷപ്പെടാൻ ശ്രമിച്ചുകൊണ്ടേയിരിക്കുന്നവർക്ക് വാർഡന്റെ ജീവിതം എങ്ങനെയായാൽ എന്ത്? ഇതൊക്കെ പത്രങ്ങളിൽ പലതവണ വന്നതാണ്, അതുകൊണ്ട് നിങ്ങൾ അറിഞ്ഞിരിക്കും."

"ശരിയാണ്, ഞാൻ കഴിഞ്ഞ തവണ യാത്ര പുറപ്പെടുന്നതിന് മുൻപ് അങ്ങനെ കുറെ ബഹളം കേൾക്കുകയുണ്ടായി."

"അങ്ങനെയിരിക്കെ, ആർക്കോ ഒരാൾക്ക് ഒരു ആശയമുദിച്ചു–ഈ കുറ്റവാളികളെയൊക്കെ പിടിച്ച് ടോർപെക്സ് കുത്തിവെച്ചാൽ അവരെ നിയന്ത്രിക്കാൻ പിന്നെ വിഷമമുണ്ടാവില്ല എന്ന്. അതങ്ങനെ തന്നെ സംഭവിക്കുകയും ചെയ്തു. സാധാരണത്തേതിന്റെ പത്തിലൊന്ന് വേഗത്തിൽ മാത്രം ചലിക്കുന്ന ഒരു മനുഷ്യന് എങ്ങനെ അക്രമാസക്തനാകാനാവും? ഒരു തോക്ക് കൈവശമുണ്ടെങ്കിൽപോലും അയാൾ ഉന്നം തൊടുക്കുന്നതിനുമുൻപ് അത് തട്ടിത്തെറിപ്പിക്കുകയോ ആദ്യം അയാളെ വെടിവെക്കുകയോ ചെയ്യാമല്ലോ? 'പൗരസ്വാതന്ത്ര്യവാദി'കളിൽ കുറേപ്പേർ കുറെയധികം ബഹളമുയർത്തി, ഇതിനെതിരായി. ഒരു മനുഷ്യനെ അയാളുടെ സമ്മതപ്രകാരമല്ലാതെ ഏതെങ്കിലും മരുന്ന് കുത്തിവെക്കാൻ പാടുണ്ടോ എന്നും മറ്റും ചോദിച്ച് അവർ ഏറെ വിവാദം സൃഷ്ടിച്ചു. ഒടുവിലേതായാലും, പരിഷ്കരണ വാദികൾ തന്നെ ജയിച്ചു. ഈ കുറ്റവാളികളെ മാസത്തിലൊരിക്കൽ വളഞ്ഞു പിടിച്ച് ടോർപെ

ക്സ് ഒരു ഡോസ് കൊടുത്താൽ, ജയിലുകൾ തന്നെ ആവശ്യമില്ല എന്ന് അവർക്ക് വേഗം മനസിലായി. അങ്ങനെ കുത്തിവെക്കപ്പെട്ടവർ തികച്ചും നിരുപദ്രവകാരികളായിത്തീരുന്നു. അവരെ തടഞ്ഞുവെക്കേണ്ട കാര്യമില്ല. നിങ്ങൾ ഇന്ന് കണ്ട മനുഷ്യൻ അക്രമിയായ ഒരു കുറ്റവാളിയാണ് എന്നർഥം." ആ സുഹൃത്ത് തുടർന്ന്: "സർക്കാരിന്റെ നിരുപദ്രവമായ ഒരു സൂചിക്കുത്തുകൊണ്ട് സമുദായ ഭ്രഷ്ടനായ ഒരാൾ. അയാൾ ആഴ്ചയിൽ രണ്ടോ മൂന്നോ തവണ മാത്രം ഭക്ഷണം കഴിക്കുന്നു. അയാൾക്ക് കിടക്കാനൊരിടം അവർ കൊടുക്കും. അത്രമാത്രമേ സമൂഹത്തിന് അയാളുടെ മേൽ ചെലവുള്ളു."

കാസ് അദ്ഭുതപരതന്ത്രനായി. "ഒരു ശിക്ഷ എന്ന നിലയിൽ അതെത്രത്തോളം ഗൗരവമുള്ളതാണ്? ആ മനുഷ്യനെ സംബന്ധിച്ചിടത്തോളം എന്താണനുഭവം?"

"നിങ്ങൾ ഇന്ന് കണ്ടതുപോലെ ഒരുതരം കാഴ്ചവസ്തുവായി മാറുന്ന അവസ്ഥ. ചെയ്യരുതെന്ന് വിലക്കുന്നുണ്ടെങ്കിലും, പൊതുജനം അയാളെ കളിയാക്കുന്നതിന്, ഉപദ്രവിക്കുന്നതിന്, ഒരതിരുമില്ല. അതിനേക്കാൾ പ്രധാനമായ മറ്റൊരു പ്രശ്നമുണ്ട്. ജൈവപ്രവർത്തനങ്ങളുടെ വേഗം കുറഞ്ഞതനുസരിച്ച് അയാളുടെ വയസാകലും പതുക്കെയാകുന്നു – ഏതാണ്ട് പത്തിലൊന്നായി കുറയുന്നു. അതായത് പത്തു കൊല്ലം കഴിയുമ്പോൾ അയാളുടെ ശരീരത്തിന്റെ പ്രായം ഒരു കൊല്ലമേ വർധിക്കൂ. അയാളെ ചെറുപ്പമായി സൂക്ഷിക്കുക വഴി ഒരു സേവനമാണ് യഥാർഥത്തിൽ ചെയ്യുന്നത്. പത്തുവർഷം വിധിക്കപ്പെട്ട ഒരു വൻശിക്ഷ കഴിഞ്ഞ് പുറത്തേക്ക് വരുമ്പോൾ അയാൾക്ക് ഒരു വയസേ കൂടിയിട്ടുണ്ടാവുകയുള്ളു, ടോർപെക്സിന്റെ മന്ദീഭവനപ്രക്രിയ കാരണം. പക്ഷെ, പ്രശ്നമതല്ല. അയാളുടെ ഭാര്യയും മക്കളും സുഹൃത്തുക്കളുമെല്ലാം പത്തുവർഷം പ്രായം കൂടുതലുള്ളവരായിരിക്കും. ഇതുവരെ അതൊരു കണക്ക് കൂട്ടലുമാത്രമാണ്. ആരും പത്തുവർഷ വിധി കഴിഞ്ഞ് പുറത്തിറങ്ങിയവരായിട്ടില്ല. പക്ഷെ, അതങ്ങനെയേ വരൂ എന്ന് തീർച്ചയാണ്."

"എല്ലാ കുറ്റവാളികൾക്കും ഇതേ ശിക്ഷയാണോ?"

"എല്ലാവർക്കുമല്ല. അക്രമാസക്തരായവർക്ക് മാത്രം. മറ്റുള്ളവർക്കിപ്പോഴും പിഴയോ കഠിനതടവോ ആണ്."

കാസ് ആലോചനാമഗ്നനായ മനുഷ്യനായിട്ടാണ് അവിടെ നിന്ന് തിരിച്ചത്."

അയാൾ തന്റെ ഭാര്യയെ അന്വേഷിച്ചുകൊണ്ടേയിരുന്നു. വാസ്തവത്തിൽ, എങ്ങനെ അവളെ കണ്ടുപിടിക്കാമെന്ന് ഒരു പിടിയുമില്ലായിരുന്നു. നേരിയ ഏതാനും വിവരങ്ങൾവെച്ച് നോക്കുമ്പോൾ വളരെ ദൈന്യമായ ഒരു ചിത്രമാണ് ഭാര്യയുടെ സ്ഥിതിയെപ്പറ്റി അയാൾക്ക് കാണാൻ കഴിഞ്ഞത്: മൂർഛിച്ചുവരുന്ന ദാരിദ്ര്യവും അവളും കാമുകനും തമ്മിൽ വർധിച്ചുവന്ന അക്രമാസക്തമായ അടിപിടികളും അടങ്ങുന്ന ഒരു

ചിത്രം. ഒടുവിൽ, എല്ലാ വഴികളും അടഞ്ഞു. അവൾക്കെന്തെങ്കിലും അപകടം പറ്റിയിരിക്കുമെന്ന് ഭയന്ന് അയാൾ എല്ലാ ആശുപത്രി രേഖകളും പൊലീസ് ഫയലുകളും ചികഞ്ഞു. പക്ഷെ, ഫലമുണ്ടായില്ല.

അവസാനം അയാൾ തന്റെ ശ്രമമുപേക്ഷിക്കാൻ തന്നെ തീരുമാനിച്ചു. പിന്നെ തോന്നി–തന്നെക്കാൾ സമർഥരായവരെ ഈ അന്വേഷണത്തിന് വിനിയോഗിച്ചാലോ? അങ്ങനെയാണ് അയാൾ ഒരു സ്വകാര്യ ഡിറ്റക്ടീവിനെ നിയോഗിച്ചത്. നാലു ദിവസത്തിനുള്ളിൽ ഡിറ്റക്ടീവ് വന്ന് അയാളോട് പറഞ്ഞു:

"ഞാൻ നിങ്ങളെ അവളുടെയടുക്കൽ കൊണ്ടുപോകാം."

"അവൾക്ക് കുഴപ്പമൊന്നുമില്ലല്ലോ?"

"ഞാൻ നിങ്ങളെ അങ്ങോട്ട് കൊണ്ടുപോകാം. ബാക്കി നിങ്ങൾ തന്നെ തീരുമാനിക്കുക. അതിന് ശേഷം നമുക്ക് സംസാരിക്കാം."

അവൾ പാർക്കിലെ ഒരു ബെഞ്ചിൽ ഇരിക്കുന്നതാണ് അവർ കണ്ടത്. അവൾക്ക് ഒരു മാറ്റവുമുണ്ടായിരുന്നില്ല എന്ന് തോന്നി. കാസ്ധൃതിയിൽ അവളുടെയടുത്തേക്ക് ഓടിച്ചെന്നു, അവളുടെ പേര് ഉറക്കെ വിളിച്ചുകൊണ്ട്.

"നിക്കോളാ! അവസാനം ഞാൻ വീണ്ടും നിന്നെ കണ്ടെത്തി. നമുക്കിനി..."

അയാൾ പൊടുന്നനെ നിർത്തി. അവൾ വളരെ സാവധാനമാണ് ചലിച്ചത്. ആരോ പെട്ടെന്ന് തന്റെ വയറ്റത്ത് ആഞ്ഞ് ചവിട്ടിയതുപോലെ തോന്നി, അയാൾക്ക്. സംഗതിയുടെ സത്യാവസ്ഥ അയാളുടെ മനസിൽ വേരോടാൻ കുറച്ചു സമയമെടുത്തു. അവൾ അവരിൽ ഒരുത്തിയാണ് – ഒരു ഹിബ്ബി. അയാൾ സ്തബ്ധനായി അവിടെത്തന്നെ നിന്നു.

അവൾ അയാളോടെന്തോ പറയുന്നുണ്ടായിരുന്നു. അവളുടെ ശബ്ദം ഒരു ചെറിയ മുരൾച്ചപോലെ. ഓരോ വിറയലും വെവ്വേറെ കേൾക്കാം. തികച്ചും അർഥരഹിതമായ ശബ്ദം. നോക്കിയിരിക്കേ, അയാളുടെ കണ്ണുകൾ നിറഞ്ഞു. അവിടെ നിൽക്കാൻ അശക്തനായി അയാൾ തിരിഞ്ഞുനടന്നു, അവളെ അങ്ങനെതന്നെ അവിടെ വിട്ടിട്ട്.

കുറച്ചിട അയാൾ നിശ്ശബ്ദനായി നടന്നു. പിന്നെ ചോദിച്ചു: "നിങ്ങൾക്കെന്നെ മുൻപേ അറിയിക്കാമായിരുന്നില്ലേ?"

"നിങ്ങൾ സ്വയം കാണുന്നതാവും നല്ലതെന്ന് തോന്നി. അതവൾ തന്നെയാണോ എന്നെനിക്ക് തീർച്ചയില്ലായിരുന്നു. കാരണം, അവൾ പേരുമാറ്റിയിരുന്നു. ഏതായാലും, ബാക്കിയെല്ലാം ശരിയായിരുന്നു." അയാൾ കൂട്ടിച്ചേർത്തു; "ഇങ്ങനെയൊക്കെ സംഭവിച്ചതിൽ ഞാൻ ഖേദിക്കുന്നു. എനിക്ക് ആള് തെറ്റിപ്പോയിരിക്കണേയെന്ന് ഞാൻ പ്രാർഥിക്കുകയായിരുന്നു."

"ഇതെങ്ങനെ സംഭവിച്ചു?"

"അവൾ അവളുടെ കാമുകനെ കൊന്നു. അയാൾ അവളെ ഉപേക്ഷിച്ചുപോകാൻ ശ്രമിക്കുകയായിരുന്നു. അയാൾക്കൊരിക്കലും ആരു

ടെയും കൂടെ അധികകാലം പൊറുക്കാൻ കഴിഞ്ഞിരുന്നില്ല. അയാൾക്ക് മറ്റു കാമുകിമാരുണ്ടെന്ന് അവൾ കണ്ടുപിടിച്ചു. ആദ്യം അവൾ അയാളെ വിലക്കി. പിന്നെ അപേക്ഷിച്ചു നോക്കി. ഒടുവിൽ, പണവും പാർപ്പിടവും ഇല്ലാത്ത അവസ്ഥയിലവളെ തള്ളിയിട്ട് അയാൾ പോയി. ആറുമാസത്തിനുശേഷം അവൾ അയാളുടെ വീട്ടിൽ കയറിച്ചെന്ന് അയാളെ വെടിവെച്ചുകൊന്നു. അയാൾ അവളെ ഉപേക്ഷിച്ച ഉടനെ അയാളെ കൊന്നിരുന്നെങ്കിൽ, പ്രകോപനത്തിന്റെ പേരിൽ അവൾക്ക് ചെറിയ ശിക്ഷയേ കിട്ടുമായിരുന്നുള്ളൂ. പക്ഷെ, ആറുമാസത്തെ മുന്നാലോചനയ്ക്കു ശേഷമുള്ള കരുതിക്കൂട്ടിയ വധമായതുകൊണ്ട് അവളെ പത്തുവർഷത്തെ തടവിന് വിധിച്ചു."

"ഭയങ്കരം. അവൾ എപ്പോഴും സന്തോഷവതിയായിരുന്നു. എങ്ങനെയാണ് അവൾ ഇത്തരത്തിൽ സ്വയം നശിപ്പിച്ചത്?"

"നിങ്ങൾക്കറിയില്ലായിരുന്നോ? അവൾ മയക്കുമരുന്നിനടിമയായിരുന്നു. അയാളാണ് അവളെ പഠിപ്പിച്ചത്. അപ്പോൾ 'കാൽപ്പനിക എഴുപതു'കളുടെ ഹരം കയറിയ കാലമായിരുന്നല്ലോ. എല്ലാവരും 1970കളിലെ വസ്ത്രങ്ങൾ ധരിക്കുകയും കള്ള് കുടിക്കുകയും ചെയ്തു. ചിലർ സിഗററ്റുവലിപോലും തുടങ്ങി. അതിലും വഷളായി ചിലർ മയക്കുമരുന്നുകൾ ഉപയോഗിക്കാനും തുടങ്ങി. അവരിൽതന്നെ ചിലർ ആ ശീലം വളർത്തി അങ്ങേയറ്റമെത്തി. അയാൾ അവരിൽ ഒരാളായിരുന്നു. അവളെയും അയാൾ കൂടെ കൂട്ടി. അതുകൊണ്ടാണ് അവൾ നിങ്ങളെ ഉപേക്ഷിച്ചത് – അവൾക്കാ മയക്കുമരുന്നില്ലാതെ ജീവിക്കാനാവില്ലായിരുന്നു. ഹെറോയിൻ ആയിരുന്നെന്ന് തോന്നുന്നു. കുറേക്കാലമായി അത് നിർമ്മിക്കാറില്ലായിരുന്നു, അത് വളരെ ആപൽക്കരമായിരുന്നതിനാൽ. അയാൾ അതുണ്ടാക്കുന്ന വിധം എങ്ങനെയോ മനസിലാക്കിയെന്ന് വ്യക്തം. പക്ഷെ, അയാൾ ശരിയായ ശാസ്ത്രീയാന്വേഷണത്തിലൂടെയല്ല, പിന്നെയോ, അന്ന് പ്രസിദ്ധങ്ങളായിരുന്ന സാഹിത്യകൃതികൾ വായിച്ച അറിവിലൂടെയാണ് അതുണ്ടാക്കിയത്. ഒരു നല്ല ഫാർമക്കോളജിസ്റ്റിന് അയാൾക്ക് മുന്നറിയിപ്പ് കൊടുക്കാനാകുമായിരുന്നു. എന്തായാലും, അയാളുടെ വിഡ്ഢിത്തം കാരണം അവർ രണ്ടുപേരും നശിച്ചു."

"ഇനിയെന്തെങ്കിലും ചെയ്യാനുണ്ടോ, അവളെ രക്ഷിക്കാൻ?"

"അവൾ ഇപ്പോൾ നല്ലപോലെ സംരക്ഷിക്കപ്പെടുന്നുണ്ട്. ടോർപെക്സ് ഒഴികെ മറ്റൊരു മയക്കുമരുന്നിനും അടിമയല്ലതാനും." അയാൾ ഒരു കയ്പൻ ചിരി ചിരിച്ചു. "പത്തുവർഷത്തെ ശിക്ഷയാണെങ്കിലും അവൾക്കത് ഒരൊറ്റ വർഷമേ ആവൂ എന്ന് നിങ്ങളോർക്കണം. അവൾക്കൊരു കുഴപ്പവുമുണ്ടാവില്ല." അയാൾ ഒന്നു നിർത്തി, പിന്നെ തുടർന്നു, "അപ്പോഴതാണ് ഏകദേശരൂപം. ഞാൻ എന്റെ പൂർണ റിപ്പോർട്ട് അയച്ചുതരാം. അത് വായിച്ചശേഷം നിങ്ങൾ കുറച്ചുദിവസം വിശ്രമമെടുക്കുക. ചുമ്മാ എവിടേക്കെങ്കിലും അങ്ങ് പോകണം. വിശ്രമിക്കുക. പിന്നെ നിങ്ങൾക്ക് കാര്യങ്ങൾ വ്യക്തമായി കാണാനും വ്യക്ത

മായ ഒരു ധാരണയുണ്ടാക്കാനും കഴിയും."

കാസ് അയാളുപദേശിച്ചപോലെ വിശ്രമമെടുക്കാൻ പോയി. പക്ഷെ, തിരികെ വന്നപ്പോഴും അയാളുടെ ധാരണ പഴയതുതന്നെയായിരുന്നു. അപ്പോഴും അയാൾക്കവളെ കാണണമെന്നുതോന്നി, അവളെന്തിനീ ഭീതിദമായ വഴി തെരഞ്ഞെടുത്തു, എന്താണവളെ അതിന് പ്രേരിപ്പിച്ച ചേതോവികാരം എന്നറിയണമെന്നും. ഒരുപക്ഷെ, അതയാൾക്ക് ഒരു ആത്മമുക്തിക്കുള്ള വഴി കൂടിയായിരുന്നോ? താൻ വിവാഹം കഴിച്ച സുന്ദരിയായ ആ പെൺകുട്ടിയെ ഇങ്ങനെ ഒരവസ്ഥയിൽ ആ പാർക് ബെഞ്ചിലെത്തിച്ചത് താനല്ല എന്ന് തെളിയിക്കാനുള്ള വഴി? അവളെ വീണ്ടും കാണണം എന്നുള്ള പദ്ധതിയോടെ അയാൾ തിരികെ വന്നു.

അദ്ഭുതമെന്നേ പറയേണ്ടൂ. ടോർപെക്സ് കിട്ടാൻ വളരെ എളുപ്പമായിരുന്നു. വിതരണത്തിൻമേൽ ചില വിലക്കുകളൊക്കെ ഉണ്ടായിരുന്നെങ്കിലും അതിനോട് ചേർന്ന ചീത്തപ്പേരിന്റെ ശക്തികൊണ്ട്, അതു ദുരുപയോഗപ്പെടുത്താതിരിക്കാൻ കരുതലുകളെടുക്കണമെന്നാർക്കും തോന്നിയിരുന്നില്ല. ബിൽ സായേഴ്സ് എന്ന തന്റെ ചങ്ങാതിയിൽനിന്ന് അയാൾക്കത് കിട്ടി. ബിൽ അയാളുടെ സഹപ്രവർത്തകനായിരുന്നു, ബഹിരാകാശ കമ്മീഷനിൽ. ഒരു പരിക്കേറ്റതിനെത്തുടർന്ന് ജോലി രാജിവെച്ച അയാൾ ജയിലിൽ ജോലി ഏറ്റെടുത്തു. തന്റെ വരുതിയിലുള്ള കുറ്റവാളികളെ മാസത്തിലൊരിക്കൽ ടോർപെക്സ് കുത്തിവെക്കുക എന്നതായിരുന്നു അയാളുടെ ഇപ്പോഴത്തെ ജോലി.

ആ വൈകുന്നേരം തന്നെ കാസ് തന്റെ സാഹസികോദ്യമത്തിന് തയ്യാറായി. അയാൾ തന്റെ ബഹിരാകാശ വസ്ത്രങ്ങളും ഉപകരണങ്ങളും മാറ്റിവെച്ചു. തന്റെ ഏറ്റവും പഴയ പണിവസ്ത്രങ്ങൾ ധരിച്ച്, പ്രാഥമികാവശ്യ വസ്തുക്കൾ കുറച്ച് ഉണ്ടാക്കിയ ഭക്ഷണം, ഉറക്കസഞ്ചി, ഒരു കനം കുറഞ്ഞ പാക്കറ്റിൽ ചില സുരക്ഷാ വസ്ത്രങ്ങൾ എന്നിവ-കയ്യിലെടുത്തു. എന്നിട്ട് അയാൾ ഒരു ഡോസ് ടോർപെക്സ് തയ്യാറാക്കി രണ്ടുമാസത്തേക്ക് ആവശ്യമായ തോതിൽ.

അയാൾ കിടക്കയിൽ കിടന്ന് കൈ നഗ്നമാക്കി, സൂചി കുത്തിക്കയറ്റി, സിറിഞ്ച് ഞെക്കി, വരുംവരായ്കകൾ കാത്തു.

എല്ലാം സ്വസ്ഥമായും സ്വാഭാവികമായും തുടരുന്നു. അയാൾ വിചാരിച്ചു. ബിൽ തനിക്ക് തന്നത് തെറ്റായ മരുന്നായിരിക്കുമോ എന്നുവരെ സംശയിച്ചു തുടങ്ങിയപ്പോഴാണ് അയാൾ പെട്ടെന്ന് ക്ലോക്കിന്റെ സൂചി ശ്രദ്ധിച്ചത്. അതേ വേഗത്തിൽ ഓടുന്നു. നിമിഷങ്ങളെണ്ണിത്തുടങ്ങി. മുപ്പതെണ്ണിത്തീർന്നപ്പോഴേക്കും ക്ലോക്ക് സൂചി അഞ്ചുമിനിട്ട് കടന്നിരുന്നു. അപ്പോഴും അയാൾക്ക് പൂർണ സ്വാഭാവികത അനുഭവപ്പെട്ടു.

അയാൾ ഒരുവശത്തേക്ക് ചെരിഞ്ഞു കിടന്ന് കാലുകൾ നിലത്തുവെച്ച്, എണീറ്റുനിന്നു. അങ്ങനെ ചെയ്യാൻ ഒരു ബുദ്ധിമുട്ടുമുണ്ടായില്ല. എന്നിട്ടയാൾ വാതിലിനുനേരെ ഒരടിവെച്ചു. അയാളുടെ കാലനങ്ങിയ ഉടനെ എല്ല് കിടുങ്ങുമാറ് മുന്നോട്ടലച്ചുവീണു. അയാൾ മെല്ലെ എണീറ്റി

രുന്നു; പിന്നെ ഒരു ഊക്കൻ അലമാരയിൽ മുറുകെ പിടിച്ച് സാവധാനം എണീറ്റുനിന്നു. അടുത്ത അടിവെക്കുമ്പോഴേക്കും അയാൾ കൂടുതൽ ക്ഷീണിതനായിരുന്നു. കാലുകൾ ഓരോന്നും മുന്നോട്ടിഴച്ച്, മെല്ലെ അതിൻമേൽ ഭാരം കൊടുത്തുകൊണ്ട് വേദനാജനകമായ ഏതാനും വീഴ്ചകൾ കൂടി കഴിഞ്ഞപ്പോൾ, അയാൾക്ക് ആ മുറിയിൽ അങ്ങോട്ടും ഇങ്ങോട്ടും നടക്കാമെന്നായി. താൻ ആദ്യം കണ്ട ഹിബ്ബിയുടെ നടത്തത്തിന്റെ സാമാന്യം ഭേദപ്പെട്ട ഒരു അനുകരണമാകുന്നുണ്ട് തന്റെ ചലനമെന്നും അയാൾക്ക് മനസിലായി.

ഈ ബുദ്ധിമുട്ടിന് കാരണം അയാൾക്ക് പൊടുന്നനെ വെളിവായി; ഗുരുത്വാകർഷണവും പേശിനിർണയ വേഗവും തമ്മിലുള്ള ഒരു പ്രത്യേക സന്തുലനത്തിന്റെ അടിസ്ഥാനത്തിലാണ് നടത്തത്തിന്റെ സന്തുലനം ക്രമീകരിക്കപ്പെടുന്നത്. ടോർപെക്സിന്റെ ഫലമായി ഗുരുത്വാകർഷണം അതേപടി ശക്തിയായി നിലനിൽക്കെത്തന്നെ കാലിന്റെ പേശികളുടെ വേഗം വളരെ കുറയുന്നു. സാധാരണഗതിയിലുള്ള നടത്തം ഇത് അസാധ്യമാക്കുന്നു. ഓട്ടം തികച്ചും അസാധ്യമാണെന്നും അയാൾക്ക് മനസിലായി.

കാലുകൾ ചേർത്തുവെച്ച് നിന്ന് അയാൾ ചാടാൻ ശ്രമിച്ചു. പക്ഷെ, എത്ര കിണഞ്ഞു ശ്രമിച്ചിട്ടും കാലുകൾ നിലത്തുനിന്ന് പൊങ്ങിയില്ല. അവിടവിടെ പശ വെച്ചൊട്ടിച്ചതുപോലെ ഉറച്ചുനിന്നു. അതേ പ്രശ്നം തന്നെ. ഗുരുത്വാകർഷണ ശക്തികളെ തോൽപ്പിക്കാനാവശ്യമായ ഗതിവേഗം സൃഷ്ടിക്കുവാൻ വേണ്ട പേശിബലം ഉണ്ടാവുന്നില്ല. ഒരു പരീക്ഷണമെന്ന നിലയിൽ അയാൾ മേശപ്പുറത്തുനിന്ന് ഒരു പുസ്തകമെടുത്ത് മുറിയുടെ മറ്റേവശത്തിട്ടിരിക്കുന്ന കസേലയ്ക്കു നേരെ എറിഞ്ഞു. അത് അയാളുടെ കാൽക്കൽ തന്നെ വീണു. ആ വീഴ്ച വളരെ വേഗത്തിലായിരുന്നതുകൊണ്ട് അയാളുടെ കണ്ണുകൾക്കത് തുടരാൻപോലും പറ്റിയില്ല. അത് നിലത്ത് തട്ടിയപ്പോൾ ലോഹക്കഷ്ണം വീഴുമ്പോഴുണ്ടാകുന്ന ശബ്ദം പുറപ്പെട്ടു.

അപ്പോഴാണ് താൻ കേൾക്കുന്ന ശബ്ദങ്ങൾ വളരെ വിചിത്രമാണെന്ന് അയാൾക്ക് മനസിലായത്. ക്ലോക്കിന് ടിക് ടിക് ശബ്ദത്തിന് പകരം ഒരു മൂളൽ. പുസ്തകം വീഴുമ്പോൾ ലോഹശബ്ദം. മറ്റു പല പുതിയ ശബ്ദങ്ങളും കേട്ടപ്പോൾ അയാൾക്ക് മനസിലായി, അവ സാധാരണ മനുഷ്യന്റെ ശ്രവണേന്ദ്രിയങ്ങൾക്ക് സംവേദ്യമല്ലാത്ത താഴ്ന്ന ആവൃത്തിയിലുള്ള തരംഗങ്ങളായിരിക്കണം എന്ന്.

താൻ പ്രവേശിച്ച ഈ പുതുലോകം എത്ര വ്യത്യസ്തമാണ് എന്ന് മനസിലായപ്പോൾ അയാൾ വല്ലാതെ അസ്വസ്ഥനായി. ഇവിടെ ആദ്യനിയമം എല്ലാം, താനടക്കം എല്ലാം സാധാരണയിൽനിന്ന് പത്തു മടങ്ങ് വേഗത്തിൽ വീഴുന്നു എന്നതായിരുന്നു. അതുകൊണ്ട്, വളരെ അശ്രദ്ധമായി നടത്തുന്ന ഒരു ചെറിയ ചലനംപോലും വളരെ വേദനാജനകമായ ഫലങ്ങളാണ് വരുത്തിവെക്കുക.

ക്ലോക്കിലേക്ക് നോക്കിയപ്പോൾ സമയം മൂന്ന് മണിയായി എന്നയാൾക്ക് മനസിലായി. ആദ്യ ഇഞ്ചക്ഷൻ എടുത്ത് അഞ്ചു മണിക്കൂർ കഴിഞ്ഞു. പക്ഷെ, അരമണിക്കൂർപോലും ആയി എന്നയാൾക്ക് തോന്നിയില്ല.

കാസ് തന്റെ വസ്തുക്കളെല്ലാം വാരിയെടുത്ത് വാതിലിനടുത്തേക്ക് നടന്നു. അയാളുടെ അപ്പോഴത്തെ നടത്തം ശരിക്കും സമൂഹത്തിൽ ഹിബ്ബികൾക്കുള്ള സ്ഥാനത്തിന്റെ ഒരു പ്രതിബിംബമായിരുന്നു. വലിയ വിഷമം കൂടാതെ മുൻവാതിൽ തരണം ചെയ്ത് അയാൾ താനാദ്യം നിക്കോളയെ കണ്ട പാർക്കിലേക്ക് നടത്തം തുടങ്ങി. ആ സ്ഥലം ഏകദേശം അഞ്ചു മൈൽ അകലെയായിരുന്നു. പക്ഷെ, നടക്കുകയല്ലാതെ മറ്റു വഴിയൊന്നുമില്ല. ഹിബ്ബികളെ പൊതുവാഹനങ്ങളിൽ കയറ്റിയിരുന്നില്ല. സ്വയം വാഹനമോടിക്കാനുള്ള പ്രതികരണശേഷി അവർക്കൊട്ടില്ലതാനും.

ആദ്യത്തെ നാൽക്കവലയിൽ അയാൾ നിന്നു; രണ്ടു വശത്തും തെരുവ് വിജനമായിരുന്നു. അയാൾ തെരുവിലേക്കിറങ്ങി. ഉടനെ, വിദൂരതയിൽ ഒരു കാറിന്റെ വെളിച്ചം തെളിഞ്ഞു. ഒരു വല്ലാത്ത ആക്രന്ദനത്തോടെ ഒരു കാർ അയാളുടെ നേർക്ക് അവിശ്വസനീയമായ വേഗത്തിൽ പാഞ്ഞുവന്നു; പെട്ടെന്നത് തൊണ്ണൂറ്ഡിഗ്രി തിരിഞ്ഞ് ഒരു വശത്തേക്കുള്ള ഏതോ തെരുവിലൂടെ പാഞ്ഞുപോയി. ആ കാറ് വാസ്തവത്തിൽ മുപ്പതു കിലോമീറ്റർ വേഗത്തിലേ സഞ്ചരിച്ചിരുന്നുള്ളു എന്നയാൾ ഊഹിച്ചു. എങ്കിലും, സത്യമെന്നറിയാമായിരുന്ന ആ കാര്യംപോലും അയാൾക്ക് അംഗീകരിക്കാൻ മടി തോന്നി. വീണ്ടും തെരുവ് മുറിച്ചുകടക്കാൻ ശ്രമിക്കുന്നതിനുമുൻപ് അയാൾ ഏറെനേരം കാത്തുനിന്നു. ഇനിയും ഏതെങ്കിലും ഒരു ആക്രന്ദനം മുഴക്കുന്ന രാക്ഷസൻ വന്നാൽ അയാൾക്കതിനെ ഒഴിവാക്കാൻ പറ്റില്ല എന്നയാൾക്ക് അറിയാമായിരുന്നു. അത് തന്നെ ഒഴിവാക്കും എന്ന് പ്രതീക്ഷിക്കുകയേ നിവൃത്തിയുണ്ടായിരുന്നുള്ളൂ.

അങ്ങനെ അയാൾ ഒരു മൈൽ നടന്നുകഴിഞ്ഞപ്പോഴേക്കും മുഴുപ്പകലായി. അയാളുടെ ബുദ്ധിമുട്ടുകൾ ശരിക്കും തുടങ്ങി. എല്ലാ ഭാഗത്തുനിന്നും അയാൾക്കുനേരെ രൂപങ്ങൾ അടുത്തുവന്നു: ആ രൂപങ്ങളുടെ കൈകാലുകൾ കണ്ണഞ്ചിപ്പിക്കുന്ന വേഗതയിലാണ് ചലിച്ചിരുന്നത്. അതുകൊണ്ട് ആ ചലനങ്ങൾ ഒരുതരം തുടർച്ചയായ മൂടൽ പോലെയാണ് അയാൾക്കനുഭവപ്പെട്ടത്. വേനൽസൂര്യന്റെ വെള്ളിപ്രകാശത്തിൽ, മുഴങ്ങുന്ന ചറുപിറാശബ്ദത്തോടെ ഉന്മത്തനൃത്തം ചെയ്യുന്ന ഭീമാകാരമാർന്ന നിരവധി കാട്ടുകൊതുകുകൾ തീർത്ത ഒരു മേഘത്തിന്റെ മധ്യത്തിൽ നിൽക്കുംപോലെ.

യാത്രക്കാരുടെ കുത്തഴിഞ്ഞ നിരകൾ കടന്നുപോയിക്കൊണ്ടിരിക്കെ നടപ്പാതയുടെ അരികിൽ തുടർച്ചയായ ഒരു മതിൽ തീർത്തുകൊണ്ട് കുറേ ലോഹക്കഷണങ്ങൾ തിളങ്ങി. ദൃശ്യപരമായ ആ ശബ്ദ

കലവിയുടെ അക്രമാസക്തി അയാളുടെ ഇന്ദ്രിയങ്ങളെ കിടുക്കി. ഒരു കെട്ടിടത്തിന്റെ കവാടത്തിലേക്ക് കയറിനിന്ന് കണ്ണുകൾ ഇറുകെയടച്ച് അതിന്റെ ശക്തിയിൽനിന്ന് രക്ഷപ്പെടാൻ അയാൾ നിർബന്ധിതനായി. എന്നിട്ടേ, അയാൾക്ക് തന്റെ സ്ഥിതിയെക്കുറിച്ച് വ്യക്തമായി ചിന്തിച്ച് ഒരു തീരുമാനത്തിലെത്താൻ കഴിഞ്ഞുള്ളൂ.

രാത്രി വരുംവരെ താൻ പട്ടണത്തിന്റെ ആ ഭാഗത്ത് കുടുങ്ങിപ്പോയിരിക്കുന്നു എന്ന് അയാൾ മനസിലാക്കി. രാത്രി വീണ്ടും വന്നാലേ തനിക്ക് കുറച്ചു തെരുവുകൾ കൂടി മുറിച്ചുകടന്ന് തന്റെ ലക്ഷ്യത്തിലേക്കുള്ള ദൂരം കുറച്ചുകൂടി താങ്ങാൻ ആവുകയുള്ളു എന്നയാൾ അറിഞ്ഞു. ഹിബ്ബികളെ പകലുകളിൽ വളരെ വിരളമായി മാത്രം കാണുന്നതിന്റെയും അവരെ നിയന്ത്രിക്കാൻ എളുപ്പമായതിന്റെയും കാരണം അപ്പോൾ അയാൾക്ക് നന്നായി വെളിവായി.

രാത്രിവന്നു. പകൽ പൊട്ടിവിടർന്നിട്ട് ഏകദേശം ഒരുമണിക്കൂറേ ആയിട്ടുള്ളൂ എന്നയാൾക്ക് തോന്നി. സന്ധ്യ ഏതാനും നിമിഷങ്ങളെ നീണ്ടുനിന്നുള്ളൂ. അപ്പോൾ അയാൾ കുറേക്കൂടി കണ്ണഞ്ചിപ്പിക്കുന്ന പ്രകാശധാരയുടെ വർണബ്രഹ്മത്തിൽപ്പെട്ടപോലെയായി. കാഴ്ച മന്ദിപ്പിക്കുന്ന ശീഘ്രചലിതവിക്ഷേപങ്ങൾ അയാളുടെ അടുത്തുവരെയെത്തി പൊടുന്നനെ വിചിത്രമായി ഒരു കൂട്ടിമുട്ടലൊഴിവാക്കി വീണ്ടും പാഞ്ഞുപോയി. അധികം താമസിയാതെ തെരുവിലെ ബഹളങ്ങൾ കെട്ടടങ്ങി, വാഹനങ്ങൾ വിരളമായി, അയാൾക്ക് തന്റെ യാത്ര തുടരാനായി.

ആ അഞ്ചുമൈലുകൾ താണ്ടാൻ അയാൾക്ക് രണ്ടു രാത്രികൾ വേണ്ടിവന്നു. ഓരോ രാത്രിയും ഓരോ മണിക്കൂറായേ അയാൾക്കനുഭവപ്പെട്ടിട്ടുള്ളൂ. പകൽ മുഴുവൻ അയാൾ ഏതെങ്കിലും സൗകര്യപ്രദമായ ഒരു ബഞ്ച് കണ്ടെത്തി, ബഹളം ശമിക്കാൻ കാത്ത് കഴിച്ചുകൂട്ടി – രാത്രി വരും വരെ, അയാൾക്ക് വീണ്ടും വാഹനപ്രവാഹം മുറിച്ചു കടക്കാനാവും വരെ.

പ്രതീക്ഷിച്ചപോലെ തന്നെ, മുൻപ് അവർ തമ്മിൽ കണ്ട അതേ പാർക്കിൽതന്നെ, അവളെ അയാൾ കണ്ടു. അവൾ കരഞ്ഞു. അയാൾ ചാതുര്യമില്ലാതെ അവളെ സമാധാനിപ്പിക്കാൻ ശ്രമിച്ചു. അവർ തെല്ലിട ആലിംഗനത്തിലമർന്നു, തങ്ങളുടെ ചുറ്റും തിരക്കിട്ട് ചാടിപ്പൊയ്ക്കൊണ്ടിരുന്ന സാധാരണ മനുഷ്യരെക്കുറിച്ച് തീരെ ഓർക്കാതെ.

ഒഴുക്കിൽനിന്ന് ഏതാനുംപേർ വിട്ടുവന്ന് തങ്ങളെ ശ്രദ്ധിച്ചു കൊണ്ട് നിൽക്കുകയാണ് എന്ന് അപ്പോഴയാൾക്ക് മനസിലായി. ഒരു പ്രതികരണമെന്നോണം നൊടിയിട അവരും മനുഷ്യരായി. പക്ഷെ, അന്തസു തോന്നിക്കും വിധമൊന്നും ആയില്ല, ആ മാറ്റം. ഒരുനിമിഷം ചുറ്റും കൂടിനിൽക്കുന്ന ചെറു വാല്യക്കാരായ തെമ്മാടിക്കുട്ടൻമാരെ അയാൾ ഒന്നുഴിഞ്ഞുനോക്കി. മുൻപ് ഇതേപോലൊരു അവസ്ഥയിൽ നിന്ന് താൻ രക്ഷിച്ച ആ ഹിബ്ബിയെ അയാൾക്ക് ഓർമവന്നു. പക്ഷെ,

ഈ കൂട്ടർ അവരുടെ അർഥരഹിതമായ ശബ്ദങ്ങൾ പുറപ്പെടുവിക്കുന്നതുകൊണ്ട് സംതൃപ്തരാണെന്ന് തോന്നി. മാത്രമല്ല, ലാത്തി ചുഴറ്റി യൂണിഫോമിട്ട ഒരു മനുഷ്യൻ വന്ന് അവരുടെ നേരെനോക്കി എന്തോ ജൽപ്പിച്ചപ്പോൾ അവർ അതിവേഗം പിരിഞ്ഞുപോവുകയും ചെയ്തു.

ഈ സംഭവം കാസിനെ തെല്ലൊന്ന് അസ്വസ്ഥനാക്കി. തങ്ങളിലേക്ക് ശ്രദ്ധയാകർഷിക്കുന്നത് അപകടം ക്ഷണിച്ചുവരുത്തലാണെന്ന് അയാൾക്ക് മനസിലായി.

അയാൾ ചോദിച്ചു. "എവിടെയിരുന്നാണ് നമുക്ക് കുറച്ച് സ്വൈര്യമായൊന്ന് സംസാരിക്കുക?"

"നിങ്ങളുദ്ദേശിക്കുന്ന അർഥത്തിൽ എന്തെങ്കിലും സംസാരിക്കാനുണ്ടോ എന്നെനിക്കറിയില്ല. തീരെ ഓർക്കേണ്ട എന്ന് ഞാൻ വിചാരിക്കുന്ന ഏറെ കാര്യങ്ങളുണ്ട്." പിന്നെ അവൾ തെല്ലൊന്ന് അയഞ്ഞു. "ഏതായാലും നിങ്ങളിവിടെ വന്ന സ്ഥിതിക്ക് കുറച്ചെങ്കിലും മനഃസ്വാസ്ഥ്യത്തോടെ പൊറുക്കാനുള്ള വഴി കാണിച്ചുതരാം. അത്ര എളുപ്പമല്ല എന്ന് നിങ്ങൾക്കിപ്പോഴേ മനസിലായിരിക്കും. എന്തായിരുന്നു നിങ്ങൾ ചെയ്ത കുറ്റം?"

"ഒന്നുമില്ല. ഞാൻ നിന്നെ കാണാനായി സ്വമേധയാ ഈ വഴി സ്വീകരിച്ചതാണ്."

നിക്കോള വീണ്ടും കരയാൻ തുടങ്ങി. തന്നെ എപ്പോഴും അവളിലേക്കടുപ്പിച്ച അതേ സംരക്ഷണച്ചുമതലാബോധം അയാൾക്ക് വീണ്ടും അനുഭവപ്പെട്ടു. സ്വയമറിയാതെ, കരുതിക്കൂട്ടിയല്ലാതെ, അയാൾ അവളെ ആശ്വസിപ്പിക്കാൻ മുതിർന്നു. അവൾ കൈ ഉയർത്തി അയാളെ തടഞ്ഞു.

"വേണമെങ്കിൽ സംസാരിച്ചോളൂ, പക്ഷെ, എന്നെ തൊടരുത്. ശ്രദ്ധയാകർഷിക്കുന്നത് വളരെ അപകടമാണ്, സത്യമായും നിങ്ങൾ എനിക്കുവേണ്ടി മാത്രം ഒരു ഹിബ്ബിയാവുകയായിരുന്നോ?"

"പൂർണമായും അല്ല. എനിക്ക് വേണ്ടി കൂടിയാണ്. എനിക്കെന്നെപ്പറ്റി എന്തെങ്കിലും കണ്ടുപിടിച്ചാൽ കൊള്ളാമെന്ന് തോന്നി."

"എന്നെയും ചേർത്ത്, അല്ലേ?" അവൾ ചോദിച്ചു.

"അതെ" അയാൾ തലകുലുക്കി. "ഞാനൊരു യുക്തിപൂർവം ജീവിക്കുന്ന വ്യക്തിയാണെന്നാണ് എപ്പോഴും വിചാരിച്ചിരുന്നത്. പക്ഷെ, ഇപ്പോഴെനിക്കറിയാം, എന്റെ ഉള്ളിൽ പുറത്തേക്ക് ചാടി രക്ഷപ്പെടാൻ വെമ്പിയിരുന്ന ഈ വിഡ്ഢിയുണ്ടായിരുന്നു, എന്ന്. നിക്കോള പുഞ്ചിരിച്ചു. അയാൾ തുടർന്നു. "നിന്റെ വേർപാട് പെട്ടെന്നായിരുന്നതിനാൽ എനിക്ക് ഒരു മാറ്റത്തിന് സാധിച്ചില്ല. നിന്നെ നീയിപ്പോഴിരിക്കുന്ന അവസ്ഥയിൽ കണ്ട് നിന്റെ ദുർഭൂതത്തെ ഒഴിപ്പിക്കാനാണ് ഞാൻ വന്നത്. അല്ലാതെ, മുൻപുണ്ടായിരുന്ന, എന്റെ ഓർമയിലുള്ള, ഒരു കാൽപ്പനികരൂപം കാണാനല്ല."

"അത്ര പ്രോത്സാഹജനകമാണോ? ഞാനത്രയൊക്കെ മാറിപ്പോയോ?"

“ഇല്ല,” അയാൾ പറഞ്ഞു. “നീ വളരെയേറെ മാറേണ്ടതായിരുന്നു. പക്ഷെ, നീ മുൻപത്തേതുപോലെ തന്നെയുണ്ട്.”

“നിങ്ങൾ പറയുന്നത്,” അവൾ പരിഹാസത്തോടെ പറഞ്ഞു: “മയക്കുമരുന്നുകൾക്കടിമയായി ഒരുവർഷവും, ഒരു ഉപേക്ഷിക്കലും, ഒരു കൊലപാതകവും, ഒരു വിചാരണയും, പിന്നെ, ഈ ഭ്രാന്തമായ ലോകത്തിൽ ഒരു മൂന്നാഴ്ചയും കഴിഞ്ഞ ഞാൻ വ്യത്യസ്തയാകേണ്ടിയിരുന്നു, എന്നാണോ?”

അയാൾക്കതിന് ഉത്തരമില്ലായിരുന്നു. അതുകൊണ്ടയാൾ പറഞ്ഞു: “മൂന്നാഴ്ചയോ? ഞാൻ വിചാരിച്ചു ഒരാറുമാസമെങ്കിലും ആയിട്ടുണ്ടാവും എന്ന്.”

“എന്റെ സമയപ്പടി മൂന്നാഴ്ച. ഇവിടെ ഞങ്ങൾക്ക് ഞങ്ങളുടേതായ ഘടികാരങ്ങളുണ്ട്. ഞങ്ങൾക്കും ഞങ്ങളുടെ സമയം എങ്ങനെയെങ്കിലും ക്രമീകരിക്കണമല്ലോ; സാധാരണ സമയം ഞങ്ങളെ സംബന്ധിച്ചിടത്തോളം നിരർഥകമാണെന്ന് ഇപ്പോൾ നിങ്ങൾക്ക് തന്നെ അറിയാമല്ലോ.” അവൾ അയാളുടെ കൈകൾ തേടി. ഈ ലോകത്തിൽ നിങ്ങൾ നിങ്ങളുദ്ദേശിക്കുന്നതിനേക്കാൾ വ്യണിതനാകാൻ സാധ്യതയുണ്ട്. ഇവിടെ വന്നത് വല്ലാത്ത മണ്ടത്തരമായിപ്പോയി. എങ്ങനെ നിലനിൽക്കാമെന്ന് നിങ്ങളെ ഞാൻ പഠിപ്പിക്കേണ്ടിയിരിക്കുന്നു.”

കുറ്റവാളികൾക്ക് താമസിക്കാൻ പ്രത്യേക സ്ഥലമുണ്ടെന്നും അവിടെ മൂന്നുനാൾ കൂടുമ്പോൾ ഒരിക്കൽ അവർക്ക് ഭക്ഷണം കൊടുക്കുമെന്നും അവൾ പറഞ്ഞ് അയാളറിഞ്ഞു. പട്ടണപരിസരത്ത് എവിടെ വേണമെങ്കിലും അവർക്ക് സ്വതന്ത്രമായി അലഞ്ഞുനടക്കാം: ടോർപെക്സ് ഡോസിന് സമയമാകുമ്പോൾ അവിടെയെത്തിയാൽ മതി. അവർ അവിടെയെത്തിയില്ലെങ്കിലോ, ഉടനെ ഒരു തെരച്ചിൽ ആരംഭിക്കുകയായി. മിക്കവാറും പെട്ടെന്നുതന്നെ അവരെ കണ്ടെത്തുകയും ചെയ്യും – കാരണം, ഇര ഒരു കാഴ്ചവസ്തുവാണ്, ചലനരഹിതവും. കണ്ടെത്തിയാൽ പിന്നെ, ഒരു കാലയളവുവരെ അടങ്കൽ തടവ്. മിക്കവാറും എല്ലാവരും കൃത്യമായി റിപ്പോർട്ട് ചെയ്യും.

ഹിബ്ബികളിൽ ഭൂരിഭാഗവും അവർക്കായി ഒരുക്കിയിട്ടുള്ള ഡോർമിറ്ററികളിൽ തന്നെ ഉറങ്ങി. രാത്രികളും പകലുകളും കെട്ടുപിണഞ്ഞു കിടന്ന അവിടം എപ്പോഴും ശബ്ദമുഖരിതമായിരുന്നു. എല്ലായ്പ്പോഴും ആളുകൾ തിരക്കിട്ട് വന്നും പോയും ഇരുന്നു. ഏതായാലും, ഡോർമിറ്ററിയിൽ തങ്ങൾ സുരക്ഷിതരാണെന്നും ആരും അവിടെ തങ്ങളെ വേട്ടയാടാൻ വരില്ലെന്നും ഹിബ്ബികൾക്ക് ഉറപ്പായിരുന്നു. ഗേറ്റിൽ ഒരു കാവൽക്കാരൻ. അയാൾ അന്യരെ അകത്ത് വിടില്ല, പ്രത്യേക പാസില്ലാതെ. മറ്റു സ്ഥലങ്ങളിലെല്ലാം വേദനാകരമായ ഏറ്റുമുട്ടലുകൾ സർവസാധാരണമായിരുന്നു. നിയമപ്രകാരം ഒരു ഹിബ്ബിയെ ഉപദ്രവിക്കുന്നത് കുറ്റകരമാണ്. എങ്കിലും, ആ നിയമം അത്ര കർശനമായി നടപ്പിലാക്കിയിരുന്നില്ല. രക്ഷപ്പെടുന്നതിനേറ്റവും വലിയ തടസം അവർക്ക്

ഭക്ഷണം നിയുക്തമായ സ്ഥലങ്ങളിൽ നിന്നല്ലാതെ മറ്റൊരിടത്തുനിന്നും ലഭിക്കുകയില്ല എന്നതാണ് എന്ന് കാസ് കണ്ടുപിടിച്ചു. തന്നെ സഹായിക്കാൻ തയ്യാറുള്ള സുഹൃത്തുക്കൾ ഏതെങ്കിലും സുരക്ഷിതമായ വീട്ടിൽ സംരക്ഷിക്കുവാനില്ലെങ്കിൽ നിലനിൽപ്പ് അസാധ്യമാകും. അങ്ങനെ സംരക്ഷകരുണ്ടെങ്കിൽപോലും, ഒരു ഹിബ്ബിയുടെ ചലനശേഷിയില്ലായ്മ കാരണം അവനെ ആ മരുന്നിന്റെ പ്രവർത്തനം മായുന്നതുവരെ ഒളിപ്പിച്ച് വെക്കാനും പ്രയാസമാണ്.

തികച്ചും അടഞ്ഞ ഈ സമൂഹത്തിൽ, വായനയും മറ്റു ലളിതമായ കൂട്ടപ്രവർത്തനങ്ങളും അല്ലാതെ മറ്റൊരു നേരമ്പോക്കുമില്ലാതെ ജീവിക്കുന്നതിലെ ബോറടിയാണ് ഏറ്റവും വലിയ ശിക്ഷ എന്നയാൾക്ക് ആദ്യം തോന്നി. പക്ഷെ, തങ്ങൾക്ക് വേണ്ടപ്പെട്ടവരെല്ലാം തങ്ങളുടെ ചികിത്സ കഴിഞ്ഞ് സാധാരണ ഗതിയിലാകുമ്പോഴേക്കും വയസരായിപ്പോകും എന്ന അറിവാണ് ഏറ്റവും ക്രൂരമായ ശിക്ഷ എന്ന് അയാൾക്ക് വേഗം മനസിലായി. കുട്ടികൾ മുതിർന്നവരാകും. രക്ഷിതാക്കൾ മരണമടയും, ഭാര്യമാർ കിഴവികളാകും. എല്ലാം ഏതാനും മാസങ്ങളെന്ന് തങ്ങൾക്ക് തോന്നുന്ന കാലയളവിനുള്ളിൽ.

ചില ഗുണങ്ങളും ഇല്ലാതില്ല. ഹിബ്ബികളിൽ ആർക്കും അസുഖങ്ങൾ വരില്ല. കാരണം, നിവാരണമരുന്നുകൾ അവരുടെ മന്ദീഭവിപ്പിച്ച ജൈവഘടനയിൽ അതിവേഗം പ്രവർത്തിക്കുന്നതുകൊണ്ട് രോഗത്തിന് വേരിറക്കാൻ ഒക്കുകയില്ല. സ്ത്രീക്കും പുരുഷനും വേണമെങ്കിൽ ഒരുമിച്ച് ജീവിക്കാം; പക്ഷെ, സ്വകാര്യതയുടെ അഭാവം അതിന് വലിയ തടസമാണ്. മാത്രമല്ല, ടോർപെക്സ് അവരെ ഷണ്ഡരാക്കുന്നു. അതുകൊണ്ട്, അവരുടെ നിലാവ് പുരണ്ട ലോകത്തിൽ കുട്ടികളില്ല.

കാസ് ആ സമുദായത്തിൽ സ്വീകാര്യനായി. അവർക്കാർക്കും അറിഞ്ഞുകൂടായിരുന്നു, അയാൾ സ്വമേധയാ ഇങ്ങനെയൊരു അവസ്ഥയിലേക്ക് വരികയായിരുന്നു എന്ന്. തങ്ങളുടെ ഇടയിൽ ഇങ്ങനെയും ഒരു കിറുക്കനുണ്ടെന്ന് അവരെ അറിയിക്കണമെന്ന് കാസിന് തോന്നിയതുമില്ല. അയാൾ മറ്റുള്ളവരോടൊപ്പം ഭക്ഷണം കഴിച്ചു, അവരുടെ കൂടെ ഉറങ്ങി.

മിക്ക ദിവസങ്ങളിലും അയാൾ നിക്കോളയെ തിരഞ്ഞുപോയി. ആ മരുന്നിന്റെ പ്രവർത്തനം തീർന്ന് താൻ സാധാരണക്കാരുടെ ലോകത്തിലേക്ക് തിരിച്ചുപോകാൻ ഇനി അധികം താമസമില്ല എന്ന് അയാൾക്കറിയാമായിരുന്നു. അവരുടെ കൂടിക്കാഴ്ച ഏതെങ്കിലും ഒരു പരിണാമത്തിൽ എത്തണമെന്ന് അയാൾക്ക് നിർബന്ധമുണ്ടായിരുന്നു. എങ്ങനെയായിരിക്കും അത് എന്ന് അയാൾക്ക് യാതൊരു ഊഹവും ഇല്ലായിരുന്നു.

ഒരുദിവസം അയാൾ അവളോട് പറഞ്ഞു; ഈ ജീവിതം വലിയ മോശമൊന്നും അല്ല. മുൻപൊക്കെ ഉണ്ടായിരുന്ന ജയിലുകളേക്കാൾ ഭേദം.”

നിക്കോളയുടെ പ്രതികരണം കടുത്തതായിരുന്നു. "നിങ്ങളിവിടെ വന്നിട്ട് അധികം ദിവസമായിട്ടില്ല. ഇതെത്രത്തോളം ചീത്തയാണ് എന്ന് നിങ്ങൾക്കറിവായിട്ടില്ല. ഒന്നാമത്, ഈ ഏകതാനത. എല്ലാ സാധാരണ പ്രവർത്തനങ്ങളും ഞങ്ങൾക്ക് വിലക്കപ്പെട്ടിരിക്കുന്നു. ഞങ്ങളുടെ പ്രത്യേകാവസ്ഥ ഒരു തരത്തിലുള്ള കായിക പ്രവർത്തനത്തിനും സമ്മതിക്കില്ല. വേണമെങ്കിൽ കുറേ വായിക്കാം. പിന്നെ അതും കുറേ കഴിയുമ്പോൾ മടുക്കും. പിന്നെ ഒന്നേ ചെയ്യാനുള്ളു – തിക്കും തിരക്കും നിറഞ്ഞ ഡോർമിറ്ററികളിൽ കിടന്നുറങ്ങുക, അരുചികരമായ ഭക്ഷണം കഴിക്കുക. ഇനിയൊന്നുണ്ട് – അടി. ഞങ്ങൾ സാധാരണ മനുഷ്യരെ എത്രമാത്രം വെറുക്കുന്നു എന്ന് നിങ്ങൾക്കറിയില്ല."

"അടിയോ"

"അത് നിങ്ങൾ കണ്ടിട്ടില്ലേ?" ഞങ്ങൾ എല്ലാവരും ആ തിക്താനുഭവം അറിഞ്ഞവരാണ്. ഞങ്ങൾക്ക് തടുക്കാൻ ആവില്ലെന്ന് അവർക്കറിയാം. എന്നാലും അവർ കൂട്ടമായാണ് ഞങ്ങളെ വേട്ടയാടുക."

"പക്ഷെ, അതൊരു ചെറിയ വിഭാഗം മാത്രമല്ലേ?"

"കുറച്ചുപേരെ അങ്ങനെ ചെയ്യുന്നുള്ളു എന്നത് ശരിതന്നെ. പക്ഷെ, ബാക്കിവരുന്ന ഭൂരിപക്ഷവും അത് തടയാൻ ഒരു ചെറുവിരൽപോലും അനക്കാറില്ലല്ലോ? അവർ വെറുതെ നോക്കിനിന്ന് കളിയാക്കും. അപ്പോൾ, അങ്ങനെയൊക്കെയാണ് കാര്യങ്ങൾ. ഞങ്ങൾ സാധാരണക്കാരെ വെറുക്കുന്നു."

"അത്രയും മോശമാണോ, സംഗതികൾ?" കാസ് തിരക്കി.

"അതിലും മോശം. ഇത്തരമൊരു പരിതഃസ്ഥിതിയിൽ ഒരു പെണ്ണിന്റെ അവസ്ഥ എങ്ങനെയിരിക്കും എന്ന് നിങ്ങൾക്ക് തീരെ അറിയില്ല. മനുഷ്യരെന്ന് നടിക്കുന്ന ആ വൃത്തികെട്ട ഇരുകാലിമൃഗങ്ങളിലൊന്ന് അമിതമായി മദ്യപിച്ച് കാമാസക്തി കേറുമ്പോൾ എന്തുചെയ്യുമെന്ന് നിങ്ങൾക്കറിയാമോ?"

"ഓ ഇല്ല! അത് ചെയ്യില്ല!!" കാസ് വിശ്വാസം വരാതെ അലറി.

"ഉവ്വ്. അത്തരം അനുഭവങ്ങൾ അത്ര അസാധാരണമോ വിരളമോ അല്ലതാനും, എനിക്കടക്കം."

അവളപ്പോൾ നൽകിയ ആ വൃത്തികെട്ട അറിവിൽ അയാൾക്ക് പൊടുന്നനെ ഷണ്ഡമായ അമർഷം തോന്നി. അയാളുടെ അമർഷം മനുഷ്യരാശിയോടൊന്നടങ്കം ആയിരുന്നു. അയാളുടെ ദുഃഖം അവളെ പ്രതി മാത്രമായിരുന്നില്ല, മനുഷ്യത്വ വിഹീനതയുടെ ഇരകളായിട്ടുള്ള എല്ലാവരെയും ചൊല്ലിയായിരുന്നു.

അടുത്ത ഇഞ്ചക്ഷൻ തീയതി എന്നാണെന്ന് അവൾ അയാളോട് പറഞ്ഞിരുന്നു. ആ ദിവസം എല്ലാ ഹിബ്ബികളും താന്താങ്ങളുടെ ഡോർമിറ്ററികളിൽ അടുത്ത ഡോസ് ടോർപെക്സ് എടുക്കാൻ റിപ്പോർട്ട് ചെയ്യണം. താൻ ജയിൽപ്പുള്ളികളുടെ ലിസ്റ്റിൽ പെടാത്തതുകൊണ്ട് തനിക്ക് പ്രശ്നമൊന്നും ഉണ്ടാവില്ല എന്ന് അയാൾ അനുമാനിച്ചു.

ആ ദിവസം തെരുവുകളിൽ ഒരൊറ്റ ഹിബ്ബിയും ഉണ്ടായിരുന്നില്ല സാധാരണ അവരെക്കൊണ്ട് നിറയാറുള്ള സ്ഥലങ്ങളിൽ പോലും. ഇഞ്ചക്ഷൻ ദിവസമെന്ന് അയാൾ നിനച്ച ആ ഏതാനും മണിക്കൂറുകൾ മറ്റുള്ളവരുടെ കണ്ണിൽപ്പെടാതെ കഴിച്ചുകൂട്ടാൻ അയാൾ ഒരു ഒഴിഞ്ഞ പാർക്കിലെ ബഞ്ച് തെരഞ്ഞെടുത്തു.

ഉറക്കം നടിച്ച് വെയിലിൽ കുളിച്ചു കിടക്കുമ്പോഴാണ് മുകളിൽ നിന്നാരോ തന്നെ തുറിച്ചുനോക്കുന്നുണ്ടെന്ന് അയാൾക്ക് തോന്നിയത്. സാധാരണക്കാരന്റേതുപോലെ ഉയർന്ന ശബ്ദത്തിൽ അയാളെന്തോ ജൽപ്പിക്കുന്നുണ്ടായിരുന്നു. കാസിന് അതെന്തെന്ന് തിരിഞ്ഞില്ല. ഒരു നിമിഷം കഴിഞ്ഞില്ല, മറ്റു മനുഷ്യരും അവിടെ പ്രത്യക്ഷപ്പെട്ടു. അവർ കാസിനെ തൂക്കിയെടുത്ത് ഒരു വാഹനത്തിൽ കയറ്റി. നേരെ ഡോർമിറ്ററിയിലേക്ക്. പിന്നെ, അൽപ്പനിമിഷങ്ങൾക്കുള്ളിൽ, ഇഞ്ചക്ഷൻ സൂചിയുടെ തണുപ്പ് അയാളുടെ കൈയിൽ ഇരച്ചുകയറി. അയാൾ ഒരു അറയിലേക്ക് എറിയപ്പെട്ടു.

താൻ കെണിയിൽ പെട്ടുപോയി എന്നയാൾ അറിഞ്ഞു. ഈ അവസ്ഥയിലേക്ക് സ്വമേധയാ വന്നപ്പോൾ, ഇങ്ങനെ ബലംപ്രയോഗിച്ച് തന്നെ വീണ്ടും കുത്തിവെക്കുമെന്ന് അയാളോർത്തിരുന്നില്ല. ഒരു ജീവിതകാലം മുഴുവൻ ഈ അവസ്ഥയിൽ കഴിയുക എന്നാൽ എന്തായിരിക്കുമെന്ന് ആദ്യമായി അപ്പോൾ അയാളറിഞ്ഞു. ജീവിതത്തിലാദ്യമായി അയാൾക്ക് നിരാശ തോന്നി. അടുത്ത ഇഞ്ചക്ഷൻ ദിനം വരെ അയാളെ അവർ തടവിലിട്ടു. ആ ദിവസം അവരയാളെ തുറന്നുവിട്ടു; മറ്റുള്ളവരോടൊപ്പം കൂടാൻ അനുവദിച്ചു. അയാളുടെ തടവുകാലത്ത് രക്ഷപ്പെടാൻ ഒരു പദ്ധതി അയാൾ മനസിൽ കുറിച്ചിരുന്നു. അയാളെ ആരെങ്കിലും രക്ഷിച്ചേക്കും. അയാളെ സഹായിക്കാൻ സുഹൃത്തുക്കളുണ്ട്. ഒന്നെഴുതി അറിയിച്ചാൽ മാത്രം മതി. ഏതെങ്കിലും ഒരു നിർദിഷ്ട സങ്കേതത്തിൽവെച്ച് അവർക്കയാളെ കൊണ്ടുപോവുകയും മരുന്നിന്റെ പ്രവർത്തനം തീർന്ന് ആ ദുഃസ്വപ്നം അവസാനിക്കുംവരെ പരിരക്ഷിക്കുകയും ചെയ്യാം. അപ്പോഴയാൾ നിക്കോളയെക്കുറിച്ച് ഓർക്കുകയും അവളെ അന്വേഷിച്ചു പോവുകയും ചെയ്തു.

"എനിക്കൊരു പദ്ധതിയുണ്ട്." അയാൾ പറഞ്ഞു. "നമ്മെ രക്ഷിക്കാൻ ഞാനെന്റെ ഏതെങ്കിലും ഒരു സുഹൃത്തിനോട് പറയാം. ഒരു രാത്രി ഒരു നിർദിഷ്ട സങ്കേതത്തിലേക്ക് നമ്മെ കൊണ്ടുപോയി ഈ മരുന്നിന്റെ ഫലം തീരുംവരെ നമ്മെ അയാൾ സംരക്ഷിക്കും. എന്നിട്ട്, ഞാൻ നിന്നെ ഏതെങ്കിലും പുതിയ ഒരു സ്ഥലത്തേക്ക് കൊണ്ടുപോകും. അവിടെ നമുക്കൊരു പുതുജീവിതം തുടങ്ങാം. എന്നിട്ട്..."

"എന്നിട്ട് നിങ്ങൾക്ക് നിങ്ങളുടെ ബഹിരാകാശക്കപ്പലിലേക്ക് മടങ്ങാനാവുമോ?"

"അതിനിപ്പോൾ സമയം വൈകിപ്പോയി. പക്ഷെ, എനിക്ക് വീണ്ടും സർവീസിൽ ചേരാം."

"എന്നാൽ പോകൂ," നിക്കോളയുടെ സ്വരത്തിൽ തിടുക്കമുണ്ടായിരുന്നു. "നിങ്ങൾക്ക് ഈ നരകത്തിൽനിന്ന് രക്ഷിക്കാൻ ആളുണ്ടെങ്കിൽ, പോകൂ. പക്ഷെ, എന്നെ കൂടെ കൂട്ടാൻ ശ്രമിക്കേണ്ട. അതസാധ്യമാണ്."

"അസാധ്യമോ?"

"അതെ. ശിക്ഷിക്കപ്പെടുന്ന ഓരോരുത്തരിലും ഒരു പ്രത്യേക റേഡിയോ ഉപകരണം ഉണ്ട്. അത് ഞങ്ങളുടെ ശിക്ഷയുടെ കാലാവധി വരെ പ്രവർത്തനക്ഷമമായിരിക്കാൻ മുൻകൂട്ടി തയ്യാറാക്കിയിരിക്കും. ഒരു മൈലോളം ദൂരെവരെ പിടിച്ചെടുക്കാവുന്ന ഒരു അടയാളശബ്ദം അത് പുറപ്പെടുവിക്കും. ശിക്ഷാവിധി കഴിയുംവരെ ഒരു ഹിബ്ബിയെ അയാളെവിടെപ്പോയി ഒളിച്ചാലും കണ്ടുപിടിക്കാം."

"ആ ഉപകരണം എടുത്തുകളയാം. അതിനാരെങ്കിലും സമ്മതമുള്ളവരെ നമുക്ക് കണ്ടുപിടിക്കാം."

"അത് തലച്ചോറിനകത്താണ്," നിക്കോള പറഞ്ഞു. "അതെടുത്തുകളയാനുള്ള ശസ്ത്രക്രിയ ചിലപ്പോൾ മരണംവരെ വരുത്തിവെച്ചേക്കും. നോക്കൂ," അവൾ തുടർന്നു, "നിങ്ങൾക്കെന്നെ രക്ഷിക്കാൻ പറ്റില്ല. നിങ്ങളെന്തുതന്നെ ചെയ്താലും ഞാനെന്റെ ശിക്ഷ തീരുംവരെ ഇവിടെ കഴിഞ്ഞേ പറ്റൂ. ഇത്ര സങ്കടപ്പെടാതിരിക്കൂ-ഞാനീ ആശയവുമായി പൊരുത്തപ്പെട്ടിരിക്കുന്നു. ഏതായാലും ഞാൻ നിങ്ങൾക്ക് കുറച്ചു കടലാസും ഒരു പേനയും സംഘടിപ്പിച്ചു തരാം."

അവരുടെ ലോകത്തിൽ മിക്കവാറും അമൂല്യമായ നിധിയായിരുന്നു കടലാസും പെന്നും. അടുത്ത ദിവസം അവൾ അയാൾക്ക് എത്തിച്ചുകൊടുത്തു. അയാൾ ബിൽ സായേഴ്സിനുള്ള കത്തെഴുതാൻ തുടങ്ങി. ബില്ലായിരുന്നല്ലോ അയാൾക്ക് ടോർപെക്സ് കൊടുത്തത്.

തലയുയർത്തി നോക്കിയപ്പോൾ നിക്കോള കരയുന്നതയാൾ കണ്ടു. അയാൾ അവളെ പുണർന്നു. ഏങ്ങലടിച്ചുകൊണ്ട് അവൾ പറഞ്ഞു: "എനിക്ക് വീണ്ടും നിങ്ങളെ കാണണമെന്നില്ലായിരുന്നു. നിങ്ങളെ ഇതിൽ കൂട്ടിക്കുഴയ്ക്കണമെന്ന് എനിക്ക് ഉദ്ദേശ്യമില്ലായിരുന്നു. അത് നമുക്ക് രണ്ടുപേർക്കും നല്ലതല്ല."

ഈ തവണ ഞാൻ പെട്ടിട്ടില്ല, അയാൾ വിചാരിച്ചു. നിന്റെ സ്ഥിതിയിൽ ഞാൻ ഖേദിക്കുന്നു, പക്ഷെ, ഞാൻ പെട്ടിട്ടില്ല. "എനിക്ക് കഴിയുമെങ്കിൽ ഞാൻ നിന്നെ സഹായിക്കാം." അയാൾ ഉറക്കെ പറഞ്ഞു.

അയാൾക്ക് തന്റെ കത്തിന് മറുപടിയൊന്നും കിട്ടിയില്ല. അതയാൾ പ്രതീക്ഷിച്ചിരുന്നുമില്ല. ഏതായാലും അടുത്ത ഇഞ്ചക്ഷൻ ദിവസം വന്നപ്പോൾ അയാളും മറ്റുള്ളവരോടൊപ്പം അണിനിരന്നു. അയാൾ ആശിച്ചിരുന്നതുപോലെതന്നെ, അയാളുടെ സുഹൃത്ത് ബില്ലായിരുന്നു ഇഞ്ചക്ഷൻ കൊടുക്കുന്നത്. കത്തു കിട്ടിയാൽ എങ്ങനെയെങ്കിലും സന്ദർഭമുണ്ടാക്കി തനിക്ക് ടോർപെക്സ് ഡോസ് തരാൻ – അല്ല, തരാതിരിക്കാൻ – ബിൽ തന്നെ വരുമെന്ന് അയാൾക്കറിയാമായിരുന്നു. സാധാരണക്കാ

രുടെ ചലനങ്ങൾ അതിവേഗമായിരുന്നതിനാൽ അയാൾക്ക് ബിൽ എന്ത് ഭാവിക്കുന്നു എന്നറിയാൻ കഴിഞ്ഞില്ല. എങ്കിലും ബിൽ ഒരുനിമിഷം വിശ്രമിച്ചപ്പോൾ, അയാളുടെ കണ്ണുകളിൽ തന്നെ തിരിച്ചറിഞ്ഞപോലെ ഒരു ഭാവം പ്രത്യക്ഷപ്പെട്ടതായി കാസിന് തോന്നി. പുറമേക്ക് തന്നെ അറിഞ്ഞ നാട്യമേ ഇല്ലായിരുന്നു. ഇഞ്ചക്ഷൻ സൂചിയുമായി അയാൾ വരിയിലൂടെ നടന്നു. ഏതു നിമിഷവും താൻ വരിയിൽനിന്ന് മാറ്റപ്പെട്ട് തന്റെ സുഹൃത്തിന്റെ വീട്ടിലേക്ക് കടത്തപ്പെട്ടേക്കാം, അയാൾ ആശിച്ചു. ബിൽ അടുത്തടുത്തുവന്നു. ഇപ്പോൾ അയാൾ തന്റെ തൊട്ടടുത്ത പുള്ളിയുടെ കയ്യിൽ കുത്തുകയാണ്. ഒടുവിൽ, തന്റെതന്നെ കയ്യിൽ ആ സിറിഞ്ചിന്റെ തണുപ്പ് തട്ടിയപ്പോൾ, കാസ് അത് തട്ടിനീക്കാൻ ശ്രമിച്ചു. പക്ഷെ, കൈ പൊങ്ങുന്നതിനു മുൻപേ അത് തുളച്ചു കയറിക്കഴിഞ്ഞിരുന്നു.

അടുത്ത ദിവസങ്ങളിൽ അയാൾ വല്ലാതെ നിരാശനായിരുന്നു. ഒരു രക്ഷാമാർഗം തുറക്കാനുള്ള തന്റെ ശ്രമം ദയനീയമായി പരാജയപ്പെട്ടു. ബിൽ തന്നെ തിരിച്ചറിഞ്ഞിരുന്നോ, എന്തോ? തിരിച്ചറിഞ്ഞിരുന്നെങ്കിൽ, എന്തുകൊണ്ടയാൾ തന്റെ സഹായാഭ്യർഥന നിരസിച്ചു? തന്റെ തന്നെ ചെയ്തിയിലൂടെ മൂടില്ലാക്കുഴിയിൽ തന്നെ തള്ളിയിട്ടു പോകാൻ അയാൾക്കെങ്ങനെ തോന്നി? ഒരു സാധാരണക്കാരന് തന്നെ സഹായിക്കുക എന്നത് അത്രമാത്രം അപകടകരമാണോ?

കടുത്ത മനസുമായി അയാൾ തന്റെ പരാജയം നിക്കോളയെ അറിയിക്കാൻ പുറപ്പെട്ടു. അയാൾ പറഞ്ഞതെല്ലാം കേട്ട് അവൾ ഒരു നിമിഷം ഒരു തീരുമാനത്തിലെത്താൻ ആവാത്തതുപോലെ അറച്ചുനിന്നു. പിന്നെ പറഞ്ഞു, "ചിലപ്പോൾ എനിക്ക് നിങ്ങളെ സഹായിക്കാൻ സാധിച്ചേക്കും. തീർച്ചയില്ല – ഒരുപക്ഷെ, ഒരു വഴിയുണ്ടായേക്കാം."

"എങ്ങനെ? എപ്പോൾ?" അയാൾ തിടുക്കത്തോടെ തിരക്കി.

"എന്നെ ധൃതി പിടിപ്പിക്കാതിരിക്കൂ. ഞാനൊന്നാലോചിക്കട്ടെ."

കുറച്ചു ദിവസങ്ങൾക്കുശേഷം അവൾ അയാളോട് പറഞ്ഞു: "ഞാൻ നിങ്ങളോട് ഒരു രഹസ്യം പറയാം. മറ്റാർക്കും അറിഞ്ഞുകൂടാ. എന്റേതെന്ന് പറയാൻ അത് മാത്രമേ ഇനി ശേഷിക്കുന്നുള്ളൂ. ഞാനത് നിങ്ങളോട് പറഞ്ഞാൽ നിങ്ങളത് മറ്റാരോടും പറയരുത്."

"തീർച്ചയായും."

"അത് വളരെ സ്വകാര്യമാണ്. ഞാനെപ്പോഴും അവിടെപ്പോകാറില്ല. അങ്ങേയറ്റം മൂഡില്ലാതാകുമ്പോൾ മാത്രം."

"ഒരു ഒളിസങ്കേതം!"

നിക്കോള തലകുലുക്കി. അയാളുടെ ആശ വീണ്ടും ഉണർന്നു.

പട്ടണത്തിന്റെ പഴയ ഭാഗത്തുള്ള ഒരു പുരാതന കെട്ടിടത്തിലേക്കാണ് അവൾ അയാളെ കൊണ്ടുപോയത്. ആ കെട്ടിടം വളരെ മുമ്പ് ഉപേക്ഷിക്കപ്പെട്ട നിലയിലായിരുന്നു. ഉടഞ്ഞ ജനലുകൾ, തൂങ്ങിയാടുന്ന മച്ചുകൾ, ഓട്ടിൻപുറത്തും മച്ചിന്റെ ഓരങ്ങളിലും പടർന്നു കിടക്കുന്ന കാട്ടുചെടികൾ, ഓടകൾ പൊട്ടിയൊലിച്ച ഭാഗത്ത് ചുമരിൻമേ

ലൊക്കെ ഇഴുകിയ പച്ചപ്പ്. അതിന്റെ അടുത്തെത്തിയപ്പോൾ അവൾ പറഞ്ഞു, "ഇരുട്ടുമ്പോൾ ഞാൻ നിങ്ങളെ അവിടെ കൊണ്ടുപോകാം."

ആ കെട്ടിടം ശിക്ഷ അനുഭവിക്കുന്നതിനിടയ്ക്ക് മരണമടഞ്ഞ മറ്റൊരു തടവുകാരിയുടേതായിരുന്നു എന്ന് അവൾ അയാളെ അറിയിച്ചു. പുറത്തുള്ള തന്റെ ഒരു സുഹൃത്ത് മുഖാന്തിരം അവൾ ആ സ്ഥലം വാങ്ങിച്ചു. ആ ഇടപാട് അത്ര നല്ലതല്ലായിരുന്നു എന്ന് കാസിന് തോന്നി. പക്ഷെ, ഇരുട്ടിൽ അവർ ആ കെട്ടിടത്തിനുള്ളിലേക്ക് ചെന്നപ്പോൾ അയാൾ ആ അഭിപ്രായം മാറ്റി. മറ്റാരും കാണാതിരിക്കാൻ വളരെ കരുതലെടുത്ത് അവർ അതിനുള്ളിലേക്ക് കടന്നു.

അവൾ ശബ്ദം താഴ്ത്തി അയാളോട് പറഞ്ഞു: "ഈ കെട്ടിടം എന്റേതാണെന്ന് മറ്റു ഹിബ്ബികൾ ഒരു കാരണവശാലും അറിഞ്ഞുപോകരുത്, ഇവിടെ വരികയാണെങ്കിൽ, എപ്പോഴും ഇരുട്ടത്ത് വരിക. മറ്റാരും കാണാതെ."

മുൻവാതിലടഞ്ഞപ്പോൾ അവൾ ദീർഘമായി നിശ്വസിച്ചു. അവളുടെ പിരിമുറുക്കം ഒന്നയഞ്ഞു. കോവണിപ്പടികളുടെ ഒരു നീണ്ടനിരയിറങ്ങി അവർ ഒരു നിലവറയിലേക്ക് കടന്നു. അവിടെ, അവളുടെ നിർദേശപ്രകാരം അയാൾ ഒരു വലിയ അലമാര നീക്കുവാൻ സഹായിച്ചു. അലമാര നീക്കിയപ്പോൾ അതിന്റെ പിന്നിൽ ഒരു ലോഹവാതിൽ പ്രത്യക്ഷമായി. ഒരു താക്കോലുപയോഗിച്ച് അവളാ വാതിൽ തുറന്ന് അവരകത്തേക്കു കയറി. അവൾ അവർക്ക് പിന്നിൽ വാതിൽ ബന്ധിച്ചു. അവരിപ്പോൾ നിൽക്കുന്നത് ഒരു ചെറിയ മുറിയിലാണ്. രണ്ടു ചുമരുകളിൽ നിറയെ നിരനിരയായി പുസ്തകങ്ങൾ. ഏതാനും കസേരകൾ. ഒരു മൂലയിൽ ഒരു കട്ടിൽ. അപ്പുറത്ത് ഒരു വാതിൽ. അതിലൂടെ അവൾ അയാളെ ഒരു അടുക്കളയിലേക്കും അതിന്റെ വശത്ത് ഒരു കുളിമുറിയിലേക്കും നയിച്ചു.

"ഇത് മുമ്പ് ഒരു നിലവറ ഫ്ളാറ്റിന്റെ ഭാഗമായിരുന്നു," നിക്കോള വിശദീകരിച്ചു. "എപ്പോഴെങ്കിലും കുറച്ച് സ്വകാര്യത വേണമെന്ന് തോന്നുമ്പോൾ ഞാനിവിടെ വരും."

"ടോർപെക്സിന്റെ പ്രവർത്തനം കഴിയുവോളം ഇവിടെ താമസിച്ച്, പിന്നെ പുറത്തുള്ള തിരക്കിൽ അലിഞ്ഞുചേർന്ന് രക്ഷപ്പെട്ടുകൂടേ, നിനക്ക്?" അയാൾ ചോദിച്ചു.

"എങ്ങനെയെങ്കിലും അവർ എന്നെ കണ്ടുപിടിക്കും. ഞാൻ പറഞ്ഞില്ലേ – ഞങ്ങളെ തിരഞ്ഞുപിടിക്കാൻ അവർ ഉപയോഗിക്കുന്ന സമ്പ്രദായം കുറ്റമറ്റതാണ്. മാത്രമല്ല, ഈ സ്ഥലത്തിന്റെ അസ്തിത്വം അധികാരികൾക്ക് അറിയാതിരിക്കില്ല. പക്ഷെ, ഞാൻ കൃത്യമായി ഇഞ്ചക്ഷൻ ദിവസം അവിടെ ഹാജരുകൊടുത്താൽ നിയമവിരുദ്ധമായി ഇതിലൊന്നുമില്ല. ഇത് സാധാരണക്കാരിൽനിന്ന് രക്ഷപ്പെടാൻ വേണ്ടിയുള്ള സ്ഥലമാണ്, അധികാരികളിൽ നിന്നല്ല."

ആ രഹസ്യ നിലവറയിൽ അവൾ അയാളോട് പറഞ്ഞു: താൻ

ഈ ജിവിതവുമായി പൊരുത്തപ്പെട്ടിരിക്കുന്നു. അയാൾക്ക് വേണമെങ്കിൽ ഇനിയും രക്ഷപ്പെടാം. അയാൾക്ക് ആ മരുന്നിന്റെ സ്വാധീനം മായുംവരെ ആ മുറിയിൽ കൂടാം. അയാളുടെ തലച്ചോറിൽ ഉപകരണങ്ങളൊന്നും സ്ഥാപിക്കപ്പെട്ടിട്ടില്ലല്ലോ. അടുത്ത ഇഞ്ചക്ഷൻ ദിവസം ചെന്നില്ലെങ്കിൽ ആരും അയാളെ തിരയാൻ ഡിറ്റക്ടീവുകളെ നിയോഗിക്കുകയുമില്ല. അയാൾക്കവിടെ സുരക്ഷിതമായി കഴിയാം. ഒരു അപകടസാധ്യതയും ഇല്ല.

രക്ഷപ്പെടാമെന്നുള്ള സന്തോഷത്തിൽ, അയാൾ അവളെ വാരിയെടുത്ത് ഉമ്മ വെച്ചു. അവൾ വിറയ്ക്കുന്നുണ്ടായിരുന്നു. അവൾ ഒരു കരച്ചിലിന്റെ വക്കത്താണെന്ന് അയാൾ കണ്ടു. തനിക്ക് അപ്രാപ്യമായ ഒരു ലോകത്തിലേക്ക് തിരിച്ചു പോകാൻ ഒരു വഴി അയാൾക്ക് കൊടുക്കുവാൻ അവൾ എത്രമാത്രം വിഷമം അനുഭവിച്ചിരിക്കും എന്നയാൾ മനസിലാക്കി. കുറച്ചു നിമിഷങ്ങൾക്കകം അയാളുടെ തലോടലുകൾക്ക് തിടുക്കം കൂടി. അവർ ആ മുറിയിൽ വെച്ച് വീണ്ടും ഭാര്യാഭർത്താക്കൻമാരായി. പിന്നീട് അവൾ പറഞ്ഞു: “ഇതുകൊണ്ടൊന്നും ഒരു വ്യത്യാസവുമില്ല – നിങ്ങൾ രക്ഷപ്പെടണം.”

അടുത്ത ഇഞ്ചക്ഷൻ ദിവസം അയാൾ അവിടെത്തന്നെ ചടഞ്ഞുകൂടിയിരുന്നു–കേൾക്കാത്ത പാദപതനത്തിന് കാതോർത്ത്. പക്ഷെ, ആരും വന്നില്ല. നിക്കോള മടങ്ങിവന്നപ്പോൾ, തങ്ങൾക്കിടയിൽ പുതുതായി ഉണ്ടായിവരുന്ന ആ ബന്ധത്തിന്റെ ചരട് അറ്റിരിക്കുന്നതായും അവൾ കുറേക്കൂടി വിദൂരസ്ഥയായും അയാൾക്ക് തോന്നി. അയാൾക്ക് അവളോടുള്ള പെരുമാറ്റത്തിൽ വല്ലാത്തൊരു വിമ്മിട്ടം അനുഭവപ്പെട്ടു. മുമ്പൊരിക്കൽ പുറമേക്ക് അസുഖമൊന്നുമില്ലെങ്കിലും മാറാരോഗത്തിന് അടിമയായിരുന്ന തന്റെ ഒരു ചങ്ങാതിയുടെ അടുത്ത് ഇരുന്നപ്പോൾ അനുഭവപ്പെട്ടതു പോലെതന്നെ.

യഥാർഥ സമയപ്രകാരം ഏകദേശം ഒരു മാസം കഴിഞ്ഞപ്പോഴാണ് – അവരുടെ സമയപ്പടി ഏതാനും ദിവസങ്ങൾ മാത്രം – സാധാരണ അവസ്ഥയിലേക്കുള്ള തന്റെ തിരിച്ചുപോക്കിന്റെ ആദ്യലക്ഷണങ്ങൾ അയാൾ ശ്രദ്ധിച്ചു തുടങ്ങിയത്. അവർ ഒരുമിച്ചു കിടക്കുകയായിരുന്നു. അവൾ തന്റെ ശിക്ഷ തീരുമ്പോൾ തങ്ങൾക്ക് വീണ്ടും തമ്മിൽ കാണാനുള്ള സാധ്യതയെക്കുറിച്ച് സങ്കടത്തോടെ സംസാരിക്കുകയായിരുന്നു. അപ്പോഴും അവൾ ചെറുപ്പമായിരിക്കും, അയാൾക്ക് വയസായിട്ടുണ്ടാവും, അവൾ പറഞ്ഞു. പെട്ടെന്ന്, അയാൾ അവളുടെ ശബ്ദത്തിലൊരു വ്യത്യാസം ശ്രദ്ധിച്ചു – അത് ഒരു കട്ട താണിട്ടായിരുന്നു എന്നയാൾക്ക് തോന്നി. അവളോടൊപ്പമുള്ള ദിവസങ്ങൾ അവസാനിക്കുകയായി എന്നയാൾ മനസിലാക്കി.

അധികം വൈകാതെ ദിവസങ്ങൾക്ക് കൂടുതൽ നീളം വെച്ചു. ഒരാഴ്ചയ്ക്കുള്ളിൽ, നിക്കോളയുമായി സംസാരിക്കാൻ സാധ്യമല്ലാതായിത്തീർന്നു. ഒരിക്കൽക്കൂടി അവൾ അയാൾ ആദ്യം കണ്ടതുപോലെ ദയ

നീയമമായി തട്ടിത്തടഞ്ഞു നടക്കുന്ന ഒരു ജീവിയായി. അവൾക്ക് അയാൾ 'സാധാരണ'ക്കാരിൽ ഒരുവൻ – 'കുരച്ചു ചാടുന്ന മൃഗങ്ങ'ളിൽ ഒന്ന് – ആയി മാറിയതായി അയാൾ അറിഞ്ഞു.

ഒടുവിൽ ഒരുദിവസം ആ നിലവറ വിട്ടു പുറത്തിറങ്ങിയപ്പോൾ അയാൾ പക്ഷികൾ പാടുന്നത് കേട്ടു. താൻ വീണ്ടും സാധാരണ സമയത്ത് ജീവിതം തുടങ്ങി എന്നയാൾക്ക് മനസിലായി. അയാൾ പോകുമ്പോൾ അവൾ ഉറങ്ങുകയായിരുന്നു. അവിടെ, ആ കട്ടിലിൽ കിടക്കുന്ന നിശ്ചേഷ്ട വസ്തു കഴിഞ്ഞ കുറേ ആഴ്ചകളിൽ തന്റെ കൂടെ കിടന്നിരുന്ന വികാരവതിയും ഉന്മേഷവതിയും ആയ യുവതി തന്നെയാണ് എന്ന് വിശ്വസിക്കാൻ പ്രയാസം തോന്നി.

തുടർന്നു വന്ന ആഴ്ചകളിൽ അയാൾ നഗരത്തിന്റെ സമൂഹജീവിതത്തിലേക്കും അതിന്റെ നേരമ്പോക്കുകളിലേക്കും കൂപ്പുകുത്തി. തീയേറ്ററുകൾ, കച്ചേരികൾ, ഫുട്ബോൾ മത്സരങ്ങൾ, നിശാക്ലബ്ബുകൾ... എന്തിന് പറയുന്നു, ഗൗരവമുള്ള ചർച്ചകൾക്കും രാഷ്ട്രീയ സമ്മേളനങ്ങൾക്കും വരെ, അയാൾ പോയി. പാർട്ടികൾക്കു പോയി, കുടിച്ച് ഉന്മത്തനായി, ചങ്ങാതിമാരോട് വഴക്കിട്ടു, ചിലപ്പോൾ അവരുമായി അടിയുണ്ടാക്കുകവരെ ചെയ്തു.

എന്നാൽ അയാൾക്ക് അതൊന്നും ആസ്വദിക്കാൻ പറ്റിയില്ല. സന്തോഷവേളകൾക്കിടയ്ക്ക് നുഴഞ്ഞു കയറുന്ന തന്റെ ഭാര്യയെ അയാൾ ശപിച്ചു. അവൾ അയാളുടെ എല്ലാ ഉന്മേഷവും കെടുത്തിക്കൊണ്ട് എപ്പോഴും അയാളുടെ മനസിൽ അള്ളിപ്പിടിച്ചിരുന്നു. ഒരു പുതിയ വികാരവത്തായ, സുഹൃദ്ബന്ധം തുടങ്ങാൻ മുതിരുമ്പോൾ പോലും.

നിരന്തരമായും അനിവാര്യമായും അയാൾ ആ ചെറിയ നിലവറ മുറിയിലേക്ക് ആകർഷിക്കപ്പെട്ടു. രാത്രിയിൽ, അയാൾ പാത്തും പതുങ്ങിയും അവിടെ ചെന്നു; ആ മുറി ഒഴിഞ്ഞു കിടന്നു. ഒരാഴ്ച മുഴുവൻ എല്ലാ രാത്രികളിലും അയാൾ അവിടെ പോയി. അവളെ കണ്ടില്ല, അവൾക്ക് വല്ല അസുഖവും ബാധിച്ചുകാണും, ഇല്ലെങ്കിൽ, മറ്റെന്തെങ്കിലും കാരണത്തിന് അവളെ തടവിലിട്ടു കാണും – അയാൾ തീർച്ചയാക്കി. അങ്ങനെയിരിക്കെ, ഏഴാം രാത്രി, അവൾ അവിടെ കിടന്നുറങ്ങുന്നത് അയാൾ കണ്ടു. അയാൾ അവളെ ഉണർത്തി. മെല്ലെ, മിണ്ടാതിരിക്കാൻ ആംഗ്യം കാണിച്ചു. പിന്നെ, അവളെ തന്റെ കൈകളിൽ കോരിയെടുത്ത്, മുകളിലേക്ക്, പുറത്തേക്ക്, കാത്തുകിടക്കുന്ന തന്റെ കാറിലേക്ക് കൊണ്ടുപോയി. കാറിന്റെ സീറ്റിൽ അയാളവളെ പതിയെ കിടത്തി, ഒരു പുതപ്പുകൊണ്ട് മൂടി, ധൃതിയിൽ കാറോടിച്ച് രാത്രിക്കുള്ളിലേക്ക് പാഞ്ഞു.

ചതുരാകൃതിയിലുള്ള കാർപ്പെറ്റുവിരിച്ച, വൃത്തിയായി സൂക്ഷിച്ചിരിക്കുന്ന ജനലുകളില്ലാത്ത ഒരു മുറിയിലാണ് അവൾ ഉണർന്നത്. അതിനോട് ചേർന്ന് ഒരു കുളിമുറിയുണ്ടായിരുന്നു. ഒരു കഷണം കടലാസ്

കണ്ടുപിടിച്ച് അവൾ എഴുതി, "അവർ എന്നെ തിരഞ്ഞു കണ്ടുപിടിക്കും. തലച്ചോറിലുള്ള ഉപകരണം ഓർമിക്കുക!"

അയാൾ അകത്തേക്കു വന്ന് അവളുടെ അടുത്തിരുന്നു. കടലാസിലെഴുതിയത് വായിച്ചു. എന്നിട്ടത് ദൂരെയെറിഞ്ഞു. അവൾ അത് തപ്പിയെടുത്ത് വീണ്ടും വായിക്കാൻ നിർബന്ധിച്ചു. അയാൾ അവളെഴുതിയതിന്റെ ചുവടെ എഴുതി. "ഇവിടെ അവർ നിന്നെ കണ്ടുപിടിക്കില്ല. പക്ഷെ, ഈ മുറിവിട്ടു പോകരുത്. ഞാൻ പുറത്തു പോയാൽ എന്റെ പിന്നിൽ വാതിലടയ്ക്കണം."

അവൾ വീണ്ടും എന്തോ പറയാനാഞ്ഞു. പക്ഷെ താൻ പറയുന്നത് അയാൾക്ക് മനസിലാവില്ല എന്ന് അവൾക്കറിയാമായിരുന്നു.

ഇഞ്ചക്ഷൻ ദിവസം വന്നു. അവൾ ഡോർമിറ്ററിയിൽ നിരന്നു നിൽക്കുന്ന ആളുകളെ സങ്കൽപ്പിച്ചു. താനൊഴികെ മറ്റെല്ലാവരും. അവൾ ഹാജരില്ല എന്നറിഞ്ഞാലുണ്ടാകുന്ന ബഹളങ്ങൾ അവൾ മനസിൽ കണ്ടു. കുറേ ദിവസത്തേക്ക് വാതിൽക്കൽ പൊടുന്നനെ ഒരു മുട്ടു കേൾക്കുമെന്നും ബലംപ്രയോഗിച്ച് അവർ തന്നെ തിരികെ കൊണ്ടു പോകുമെന്നും ഭയന്ന് കഴിച്ചു കൂട്ടി. അവൾക്ക് അവളെക്കുറിച്ചല്ലായിരുന്നു, അവനെ കുറിച്ചായിരുന്നു വേവലാതി. തന്നെ ഇനി ഉപദ്രവിക്കാനൊന്നുമില്ല. പക്ഷെ, ഒരു ഹിബ്ബിയെ മറച്ചുവെക്കുന്നത് ശിക്ഷാർഹമായ ഒരു കുറ്റമാണ്; താനാരെയാണോ മറച്ചുവെക്കുന്നത്, അയാളുടെ ശിക്ഷയുടെ കാലാവധിവരെ അങ്ങനെ മറച്ചുവെക്കുന്ന ആളെയും ശിക്ഷിക്കും. അത് ശരിക്കും ശിക്ഷ തന്നെ. പക്ഷെ, ആരും വന്നില്ല. ഒരു ദിവസം അവളുണർന്നപ്പോൾ, ലോകം വളരെ സാവധാനമാണ് ചലിക്കുന്നത് എന്നവൾക്ക് തോന്നി. കുറെ ദിവസങ്ങൾ കൂടി കഴിഞ്ഞപ്പോൾ, അവൾക്ക് മുറിയിലുള്ള റേഡിയോവിൽ നിന്ന് ഒഴുകുന്ന സംഗീതം കേൾക്കാമെന്നായി. കാസിനോട് തനിക്ക് വീണ്ടും സംസാരിക്കാമെന്ന ചിന്തയിൽ അവൾ അത്യധികം സന്തോഷിച്ചു. ശരിക്കും നടക്കാനും, ശ്രമിച്ചാൽ കുറച്ചടി ഓടാനും കൂടി തനിക്ക് കഴിയുന്നുണ്ടെന്ന് അവൾ മനസിലാക്കി. അവൾ ഒരു കൊച്ചു കുഞ്ഞിനെപ്പോലെ മുറിയിൽ നൃത്തം വെച്ചു നടന്നു.

അയാൾ വീണ്ടും വന്നപ്പോൾ അവൾ ഓടിച്ചെന്ന് അയാളുടെ നെഞ്ചിൽ മുഖം പൂഴ്ത്തി. അവളുടെ കണ്ണീരിന്റെ നനവ് അയാളറിഞ്ഞു. പിന്നെ അവൾ പറഞ്ഞു: "നാമൊരിക്കലും രക്ഷപ്പെടില്ല. അവർക്ക് പ്രത്യേക ഡിറ്റക്ടീവുകളുണ്ട്. നാമെവിടെയാണെങ്കിലും അവർ കണ്ടുപിടിക്കും."

അയാൾ പുഞ്ചിരിച്ചു. "ഇങ്ങനെ ആഴമുള്ള നിന്റെ ശബ്ദം എനിക്കെന്തിഷ്ടമാണെന്നോ? ടോർപെക്സ് കുറച്ച് നിന്റെ ശരീരത്തിലുണ്ടാവുന്നതും നല്ലതാണ് അല്ലേ? ഒരുതരം പാതി ഹിബ്ബിയായിരിക്കാം."

"നോക്കൂ, കളിവിടൂ", അവൾ തിടുക്കത്തിൽ പറഞ്ഞു. "ഭൂമുഖത്തെവിടെപ്പോയാലും അവരിൽ നിന്ന് ഒളിക്കാൻ കഴിയില്ല. എന്നെ

കണ്ടുപിടിച്ചാൽ നിങ്ങളും ശിക്ഷിക്കപ്പെടും."

"ഒരുപക്ഷെ, നീ പറയുന്നത് ശരിയായിരിക്കും", അയാൾ പറഞ്ഞു. "ഭൂമിയിൽ എവിടെയായാലും അവർ നമ്മെ കണ്ടെത്തുമായിരിക്കും." പിന്നെ, അവളുടെ മുഖത്ത് നിഴലിച്ച ദൈന്യഭാവം കണ്ട് സ്വയം കുറ്റപ്പെടുത്തി അയാൾ തുടർന്നു, "ഇനി നിനക്ക് ഈ മുറി വിട്ട് പുറത്തിറങ്ങാമെന്നു തോന്നുന്നു. നീ പൂർണമായും സാധാരണ നിലയിലായിട്ടില്ല എന്ന് ആരും കണ്ടുപിടിക്കില്ല. എന്റെ കൂടെ വരൂ. നിനക്ക് ഉറപ്പിന് വേണ്ടി ഞാൻ ഒരു കാഴ്ച കാണിക്കാം."

അയാൾ അവളെ മുറിക്കു പുറത്തേക്ക്, ഒരു നീണ്ട ഇടനാഴിയിലേക്ക് ആനയിച്ചു. അതിന്റെ അറ്റത്ത് ഒരു വലിയ ഇരട്ട വാതിലുണ്ടായിരുന്നു. ആ വാതിലിനടുത്തെത്തിയപ്പോൾ അയാൾ അവ ഒരു പ്രത്യേക ലാഘവത്തോടെ തുറന്നു.

കുറെ ചെറിയ കസേരകളും മേശകളും നിരത്തിയിട്ട ഒരു വലിയ മുറിയിലേക്കാണ് അവർ കടന്നത്. ഏതാനും പേർ അവിടവിടെ ചീട്ടുകളിക്കുന്നുണ്ടായിരുന്നു. ആരും അവർ കടന്നു ചെന്നത് ശ്രദ്ധിച്ചിട്ടില്ല. ഒരു ഭാഗത്തെ ചുമരിന്മേൽ നിരയായി കുറെ ദ്വാരങ്ങളുണ്ടായിരുന്നു. അവയിലൂടെ നക്ഷത്രങ്ങൾ മിന്നുന്നത് അവൾ കണ്ടു. "ഒരു ബഹിരാകാശക്കപ്പൽ?" അവൾ അന്വേഷിച്ചു. "അതെ. നോക്കൂ. ആ തിളങ്ങുന്ന നീല നക്ഷത്രത്തിന്നരികെ ഒരു ചെറിയ മഞ്ഞത്താരകം കണ്ടോ?"

അവൾ തലകുലുക്കി. അയാൾ തുടർന്നു. "അത് സൂര്യൻ. ഞാൻ 'രണ്ടാം പുതു ലോക'ത്തിലേക്കുള്ള നമ്മുടെ വഴിയിലൂടെ മുന്നേറുകയാണ്. ഒരു കുടിയേറ്റക്കാരന്റെ ഭാര്യയായിരിക്കാൻ നിനക്ക് വിരോധമൊന്നും ഇല്ലല്ലോ?"

അയാളത് പറയുമ്പോൾ, അതിന്റെ ഉത്തരം അവൾക്കറിയാമായിരുന്നു. അവൾ സ്വയം പറഞ്ഞു: "എന്ത് വന്നാലും വേണ്ടില്ല, ഞാനിനി ഒരിക്കലും എന്റെ പ്രിയപ്പെട്ടവനെ വിട്ടുപോകില്ല."

നരകത്തിലേക്കുള്ള തീവണ്ടി

മാർട്ടിൻ കുട്ടിയായിരുന്നപ്പോൾ അവന്റെ അച്ഛൻ റെയിൽവെയിലായിരുന്നു. അച്ഛൻ ഒരിക്കലും ഒരു തീവണ്ടി ഓടിച്ചിട്ടില്ല. അദ്ദേഹം ഒരു ഗാങ്മാനായിരുന്നു. തന്റെ പണിയിൽ അദ്ദേഹം അഭിമാനം കൊണ്ടിരുന്നു. എല്ലാ രാത്രിയിലും കുടിച്ചു പൂസായിക്കഴിഞ്ഞാൽ അദ്ദേഹം "നരകത്തിലേക്കുള്ള ആ തീവണ്ടി"യെക്കുറിച്ച് പാടുമായിരുന്നു.

ആ പാട്ടിന്റെ വരികൾ മാർട്ടിന്റെ ഓർമയിൽ തങ്ങിയില്ല. പക്ഷെ, അച്ഛനത് പാടിയ രീതി അവനൊരിക്കലും മറന്നില്ല. ഒരിക്കൽ അച്ഛന് ഒരബദ്ധം പറ്റി. നട്ടുച്ചയ്ക്ക് കുടിച്ചു ലക്കുകെട്ട് അദ്ദേഹം നേരെ ഒരു പെൻസികാറിന്റെയും റെയിൽവെ വാഗണിന്റെയും നടുവിലേക്ക് കയറിച്ചെല്ലുകയും അവ രണ്ടിന്റെയും ഇടയിൽപെട്ട് ചതഞ്ഞരഞ്ഞ് പോവുകയും ആണുണ്ടായത്. അദ്ദേഹത്തിന്റെ ശവസംസ്കാരത്തിന് റെയിൽവെയിലെ സഹോദരസംഘം എന്തുകൊണ്ട് അദ്ദേഹത്തിന് പ്രിയങ്കരമായ ആ പാട്ട് പാടിയില്ല എന്നവൻ പിന്നീട് പലപ്പോഴും അദ്ഭുതം കൊണ്ടു.

അതിനുശേഷം, മാർട്ടിന്റെ കാര്യങ്ങളെല്ലാം അവതാളത്തിലായിരുന്നു. പക്ഷെ, പരിവട്ടങ്ങൾക്കിടയിലും അവൻ അച്ഛന്റെ പാട്ട് ഓർമിച്ചു. അവന്റെ അമ്മ കിയോക്കുക്കിൽനിന്ന് വന്ന ഒരു സഞ്ചാരി വിൽപ്പനക്കാരന്റെ കൂടെ ഒളിച്ചോടി പോയപ്പോൾ (ഓ! അമ്മ അങ്ങനെ ചെയ്തുവെന്ന് – അതും ഒരു വെറും 'യാത്രക്കാര'ന്റെ കൂടെ – അച്ഛൻ അറിഞ്ഞിരുന്നെങ്കിൽ, അദ്ദേഹം തന്റെ ശവമാടം പൊളിച്ചു പുറത്തുവരുമായിരുന്നു!) മാർട്ടിൻ അനാഥാലയത്തിലിരുന്നു എല്ലാ രാത്രിയും ആ പാട്ടിന്റെ

രാഗം മൂളി. പിന്നീട് അനാഥാലയത്തിൽ നിന്ന് ഒളിച്ചോടിയപ്പോഴും രാത്രിയേറെച്ചെന്ന് സഹജീവികളൊക്കെ ഉറക്കം പിടിച്ചു തുടങ്ങുമ്പോഴും, അവൻ ആ പാട്ടിന്റെ ഈണം പതിയെ ചൂളം കുത്താറുണ്ടായിരുന്നു.

നാലഞ്ചു വർഷം തെരുവു തെണ്ടി നടന്നു. എന്നിട്ടും താനെവിടെയും എത്തുന്നില്ല എന്ന് മാർട്ടിന് തോന്നി. ഇതിനിടയിൽ അവൻ പല പണികളും നോക്കിയിരുന്നു – ഓറഗോണിൽ പഴം പെറുക്കൽ, മൊൺടാനയിൽ ഒരു ഹോട്ടലിൽ എച്ചിലെടുക്കൽ, ഡെനവറിൽ കാർ ചക്രങ്ങളുടെ മൂടി മോഷണവും ഓക്‌ലഹാമയിൽ ടയറുകക്കലും – അങ്ങനെ പലതും. പക്ഷെ, ഒരാറുമാസം ആലബാമയിലെ ഒരു ജയിലിൽ കിടന്നപ്പോൾ ഇങ്ങനെ തട്ടിത്തിരിഞ്ഞ് നടക്കുന്നതിൽ തനിക്ക് ഭാവിയില്ല എന്നവന് ബോധ്യമായി.

അതുകൊണ്ട് അവൻ അച്ഛനെപ്പോലെ റെയിൽവെയിൽ കയറിക്കൂടാൻ നോക്കി. പക്ഷെ, കാലം വളരെ മോശമാണെന്നാണ് അധികാരികൾ അവനോടു പറഞ്ഞത്.

എന്നാൽ റെയിൽവെയിൽനിന്ന് അകന്നു നിൽക്കാൻ അവന് സാധിച്ചില്ല. എവിടെപ്പോകുമ്പോഴും അവൻ തീവണ്ടിയിൽ യാത്ര ചെയ്തു; ഫ്ളോറിഡാ നഗരത്തിലേക്ക് പോകുന്ന ഏതെങ്കിലും കാഡില്ലാക്കു കാറിൽ ഒരു ചക്കാത്തു യാത്ര നടത്തുന്നതിനേക്കാൾ വടക്ക് തണുത്തു വെറുങ്ങലിച്ചു കിടക്കുന്ന ഏതെങ്കിലും സ്ഥലത്തേക്കു പോകുന്ന ഒരു ചരക്കുവണ്ടിയിൽ ചാടിക്കയറുന്നതായിരുന്നു അവനിഷ്ടം. എപ്പോഴെങ്കിലും 'സ്റ്റെർണോ'വിന്റെ ഒരു ടിൻ കിട്ടിയാൽ അവൻ സുഖമായി ഒരു കലുങ്കിൻകീഴിൽ പോയിരുന്ന് തന്റെ പഴയകാലം ഓർക്കുകയും "നരകത്തിലേക്കുള്ള തീവണ്ടി"യെക്കുറിച്ചുള്ള പാട്ട് മൂളുകയും ചെയ്തു. ആ തീവണ്ടിയിലാണ് കുടിയന്മാരും പാപികളും ചൂതുകളിക്കാരും പിടിച്ചുപറിക്കാരും ധൂർത്തരും പെൺപിടിയന്മാരും – എല്ലാ വിനോദപ്രിയരും – സഞ്ചരിച്ചത്. അത്തരത്തിലൊരു യാത്ര, അതും അത്ര രസികന്മാരായ കൂട്ടുകാരോടൊപ്പം, തീർച്ചയായും ഉഗ്രനായിരിക്കുമെന്ന് അവനറിയാമായിരുന്നു. പക്ഷെ, തീവണ്ടി പാതാള സ്റ്റേഷനിൽ ചെന്നു നിന്നതിന് ശേഷമുള്ള അവസ്ഥയെപ്പറ്റി ചിന്തിക്കാൻ അവൻ ഇഷ്ടപ്പെട്ടില്ല. ഒരു തൊഴിലാളി യൂണിയൻപോലും തന്റെ സംരക്ഷണത്തിനില്ലാതെ നരകത്തിലെ ബോയലറിൽ തീകൂട്ടിക്കൊണ്ട് എന്നെന്നും കഴിയാൻ അവനിഷ്ടമായിരുന്നില്ല. എന്നിരുന്നാലും അത്തരമൊരു നരകവണ്ടി ഉണ്ടായിരുന്നെങ്കിൽ അതൊരു സുന്ദരൻ യാത്രയായിരിക്കും. പക്ഷെ, അങ്ങനത്തൊരു വണ്ടിയില്ല, തീർച്ച തന്നെ.

ഇല്ലാ എന്നായിരുന്നു ആപ്പിൾടൺ ജംഗ്ഷന് പുറത്തുള്ള വടക്കോട്ടുപോകുന്ന റെയിൽവെ ലൈനിലൂടെ ഏതോ അജ്ഞാതപ്രേരണയാൽ നടന്നുകൊണ്ടിരുന്ന ഒരു സായാഹ്നം വരെയും മാർട്ടിന്റെ ധാരണ. ഇരു

ണ്ട തണുത്ത രാത്രി. ഫോക്സ് റിവർ താഴ്വരയിലെ നവംബർ രാത്രികൾ അങ്ങനെ തന്നെയാണ്. മഞ്ഞുകാലം കഴിച്ചുകൂട്ടാൻ ന്യൂ ഓർലിയോൻസിലേക്കോ, ഒരുപക്ഷെ, ടെക്സാസിലേക്കു തന്നെയുമോ, പോകേണ്ടിവരും എന്നവന് അറിയാമായിരുന്നു. പക്ഷെ, ടെക്സാസിലെ അനവധി കാറുകൾക്ക് സ്വർണം കൊണ്ടുള്ള ചക്രമൂടികൾ ഉണ്ടെന്ന് പലരും അവനോട് പറഞ്ഞിട്ടുണ്ടെങ്കിലും അങ്ങോട്ടൊന്നും പോകുവാൻ അവന് ഒരുന്മേഷവും തോന്നിയില്ല.

അല്ല താൻ ഒരു തുക്കടാ കള്ളനാവാനുള്ള ആളല്ല. അത് പാപത്തേക്കാൾ വൃത്തികെട്ടതാണ്. തികച്ചും നഷ്ടക്കച്ചവടം. പിശാചിന്റെ പണി ചെയ്യുന്നതുതന്നെ മോശം. അതിനും പുറമെ, ഇത്ര താഴ്ന്ന കൂലിയാണ് അതിന് കിട്ടുന്നതെങ്കിലോ? അതിൽഭേദം സാൽവേഷൻ ആർമിയെ, തന്നെ മതം മാറ്റാൻ അനുവദിക്കുന്നതാണ്.

മാർട്ടിൻ തന്റെ അച്ഛന്റെ പാട്ട് മെല്ലെ മൂളിക്കൊണ്ട് പിന്നിലുള്ള ജംഗ്ഷനിൽനിന്ന് ഏതെങ്കിലുമൊരു ശകടം പുറത്തുവരുന്നതും കാത്ത്, മെല്ലെ നടന്നു. വരുന്ന വണ്ടിയിൽ കയറിക്കൂടുക–മറ്റൊന്നും അവന് ചെയ്യാനില്ലായിരുന്നു.

പക്ഷെ, ആദ്യത്തെ വണ്ടി വന്നത് പിന്നിൽ നിന്നല്ല, മുന്നിൽ നിന്നാണ് – അവന്റെ നേർക്ക് ചീറിക്കൊണ്ട്, തെക്കുനിന്ന് ആ വണ്ടി വന്നു.

മാർട്ടിൻ മുന്നിലേക്ക് തുറിച്ചുനോക്കി. പക്ഷെ, അവന്റെ കാതുകൾ കേട്ടത് അവന്റെ കണ്ണുകൾ കണ്ടില്ല. വണ്ടിയുടെ ഹൂങ്കാരം മാത്രം വിദൂരമായി അവൻ കേട്ടു. അത് ഒരു തീവണ്ടി തന്നെ, സംശയമില്ല. കാൽക്കീഴിൽ ഇരുമ്പുപാളങ്ങൾ വിറയ്ക്കുകയും അമറുകയും ചെയ്യുന്നതവൻ അറിഞ്ഞു.

പക്ഷെ, ഇതെങ്ങനെ സംഭവിച്ചു? നീനാ മൊനാഷയാണ് ആ ഭാഗത്തുള്ള ഏറ്റവും അടുത്ത സ്റ്റേഷൻ. അവിടെനിന്ന് ഇപ്പോഴെങ്ങും ഒരു വണ്ടിയും വരാനില്ല.

തലയ്ക്കുമീതെ മേഘങ്ങൾ കനത്തുകിടന്നു. നവംബറിലെ പാതിരാക്ക് ഉണ്ടാവുന്നത് പോലെ, മൂടൽമഞ്ഞ് ഉരുണ്ടുകൂടി. എന്നാലും, തീവണ്ടി പാഞ്ഞുവരുമ്പോൾ അതിന്റെ മുന്നിലെ തീക്ഷ്ണ വെളിച്ചം കണ്ണിൽ കുത്തേണ്ടതാണല്ലോ എന്ന് മാർട്ടിൻ അദ്ഭുതപ്പെട്ടു. പക്ഷെ, രാത്രിയുടെ കറുത്ത കഴുത്തിൽനിന്ന് പുറപ്പെടുന്ന ഒരാർത്തനാദം പോലെ വണ്ടിയുടെ ചൂളംവിളി മാത്രമേ അവൻ കേട്ടുള്ളൂ. അക്കാലംവരെ നിർമ്മിക്കപ്പെട്ടിട്ടുള്ള എല്ലാ തീവണ്ടികളുടെയും ശബ്ദം അവന് തിരിച്ചറിയാൻ കഴിയും. പക്ഷെ, ഇത്തരമൊരു ചൂളംവിളി അവനിതേവരെ കേട്ടിട്ടില്ല. അതൊരു ചൂളം വിളിയേ അല്ല, ഏതോ ഗതികിട്ടാപ്രേതത്തിന്റെ നിലവിളിയാണ്.

തീവണ്ടി തൊട്ടടുത്തെത്തിയപ്പോൾ, അവൻ ഒരുവശത്തേക്ക് ചാടി ഒതുങ്ങിനിന്നു. ഊഹിക്കാനാകാത്ത വേഗത്തോടെ അത് പാഞ്ഞു

വന്നു. അവിശ്വസനീയമാംവിധം പെട്ടെന്ന് അത് നിൽക്കുകയും ചെയ്തു. അതിന്റെ ചക്രങ്ങൾക്ക് എണ്ണ കൊടുത്തിട്ടില്ലായിരുന്നു. അതുകൊണ്ട് അവയും എല്ലാം നശിച്ചവനെപ്പോലെ അലറിക്കരഞ്ഞു. പക്ഷെ, അപ്പോഴേക്കും വണ്ടി നിന്നിരുന്നു. അതിന്റെ അലർച്ചകൾ പതിഞ്ഞ മുരൾച്ചകളായി, സാവധാനം ഒടുങ്ങി. മാർട്ടിൻ എത്തിനോക്കി.

അതൊരു വലിയ കറുത്ത പാസഞ്ചർ വണ്ടിയായിരുന്നു. അതിന്റെ എൻജിൻ മുറിയിലോ നീണ്ടു നിരയായിക്കിടന്ന ബോഗികളിലേതിലെങ്കിലുമോ വെളിച്ചത്തിന്റെ ഒരു തുള്ളിപോലും ഉണ്ടായിരുന്നില്ല. അതിന്റെ വശങ്ങളിലെ ഒരെഴുത്തും മാർട്ടിന് വായിക്കാൻ കഴിഞ്ഞില്ല. പക്ഷെ, ആ തീവണ്ടി തെക്കു-കിഴക്കൻ റെയിൽവേയുടേതല്ല എന്നവന് തീർച്ചയായി.

മുന്നിലെ കമ്പാർട്ടുമെന്റിൽ നിന്ന് ഇറങ്ങി വന്ന മനുഷ്യനെ കണ്ടപ്പോൾ അവന് ആ വസ്തുവിന്റെ അപരിചിതത്വം ഒന്നുകൂടി ബോധ്യപ്പെട്ടു. അയാൾ നടക്കുന്നതിൽ എന്തോ പിശകുണ്ടായിരുന്നു. ഒരു കാൽ വലിച്ചുവെക്കുന്നതുപോലെ. അയാളുടെ കൈയിലുള്ള കമ്പിറാന്തലിനും എന്തോ കുഴപ്പം. ആ റാന്തൽ ഇരുണ്ടതായിരുന്നു. അയാൾ അത് വായിലേക്ക് പൊക്കിപ്പിടിച്ച് ഒന്നൂതിയപ്പോൾ അത് ചുവന്നു ജ്വലിക്കാൻ തുടങ്ങി. ഒരു റാന്തൽ കൊളുത്താൻ ഇതൊരു അസാധാരണ വഴി തന്നെയാണെന്ന് അറിയാൻ റെയിൽവേക്കാരനാവണമെന്നൊന്നുമില്ല.

ആ രൂപം അടുത്തു വന്നപ്പോൾ അയാളുടെ തലയിലിരിക്കുന്ന കണ്ടക്ടറുടെ തൊപ്പി മാർട്ടിൻ കണ്ടു. ആ കാഴ്ച അവനെ ഒരുനിമിഷത്തേക്ക് കുറച്ചൊന്ന് ആശ്വസിപ്പിച്ചു. പക്ഷെ, അപ്പോഴാണ് അവനത് ശ്രദ്ധിച്ചത്. കുറെ ഉയർത്തിയാണ് അയാൾ തൊപ്പി വെച്ചിരുന്നത്. അതിന്റെ അടിയിൽ നെറ്റിയുടെ രണ്ടുവശത്തുമായി എന്തോ ഒളിപ്പിച്ചു വെച്ചിരിക്കുന്നതു പോലെ.

എന്നാലും മാർട്ടിൻ മര്യാദ വിട്ടില്ല. ആ മനുഷ്യൻ അവനെ നോക്കി പുഞ്ചിരിച്ചപ്പോൾ, അവൻ പറഞ്ഞു:

"ഗുഡീവനിങ്ങ് മിസ്റ്റർ കണ്ടക്ടർ"

"ഗുഡീവനിങ്ങ്, മാർട്ടിൻ",

"നിങ്ങൾക്കെന്റെ പേരെങ്ങനെ അറിയാം?"

ആ മനുഷ്യൻ ചുമൽ കുലുക്കി. "ഞാൻ കണ്ടക്ടറാണെന്ന് നിനക്കെങ്ങനെ മനസിലായി?"

"നിങ്ങൾ കണ്ടക്ടർ തന്നെയല്ലേ?"

"നിന്നെ സംബന്ധിച്ചിടത്തോളം, അതെ. പക്ഷെ, ജീവിതത്തിന്റെ വിവിധ തുറകളിലുള്ളവർ പലവിധത്തിലാണ് എന്നെ കാണുന്നത്. ഉദാഹരണത്തിന്, ഹോളിവുഡ്ഡിലുള്ളവർ..." ആ മനുഷ്യൻ ഇളിച്ചുകാട്ടി. "ഞാനൊരുപാട് യാത്ര ചെയ്യാറുണ്ട്." അയാൾ വിശദീകരിച്ചു.

"എന്താണിങ്ങോട്ടൊക്കെ?" മാർട്ടിൻ അന്വേഷിച്ചു.

"അതിനുള്ള ഉത്തരം നിനക്കറിയേണ്ടതാണ് മാർട്ടിൻ. നിനക്കാവ

ശ്യമുള്ളതുകൊണ്ടാണ് ഞാൻ വന്നത്. ഇന്നു രാത്രി, നീ പിറകോട്ട് വലിയുകയാണ് എന്നെനിക്ക് മനസിലായി. നീ സാൽവേഷൻ ആർമിയിൽ ചേരാൻ ആലോചിച്ചില്ലേ?"

"അത്...", മാർട്ടിൻ സംശയിച്ചു.

"നാണിക്കേണ്ട. ആരോ പണ്ട് പറഞ്ഞതുപോലെ. (*റീഡേഴ്സ് ഡൈജസ്റ്റിൽ* അല്ലേ?) തെറ്റ് മനുഷ്യസഹജമാണ്. അത് പോട്ടെ. നിനക്കെന്നെ ആവശ്യമുണ്ട് എന്ന് എനിക്കു തോന്നി. അതാണ് കാര്യം. അതുകൊണ്ട് ഞാൻ ദിശമാറ്റി, നിന്റെ വഴിക്ക് വന്നു."

"എന്തിന്?"

"തീർച്ചയായും, നിനക്കൊരു സവാരി തരാൻ, അല്ലാതെന്തിന്? സുഖമായി ഒരു തീവണ്ടിയിൽ യാത്ര ചെയ്യുന്നതല്ലേ, തണുത്ത തെരുവിലൂടെ സാൽവേഷൻ ആർമിയുടെ പിന്നാലെ നടക്കുന്നതിനേക്കാൾ നല്ലത്? ആ നടത്തം കാലുകൾക്ക്, അതിലധികം കാതുകൾക്കും, വളരെ കേടാണ് എന്നാണ് പലരും എന്നോട് പറഞ്ഞിട്ടുള്ളത്."

"എനിക്ക് താങ്കളുടെ തീവണ്ടിയിൽ സവാരി ചെയ്യാൻ താല്പര്യമുണ്ട് എന്ന് തോന്നുന്നില്ല, സർ" മാർട്ടിൻ പറഞ്ഞു. "ആ യാത്ര എന്നെ എവിടെയെത്തിക്കും എന്നാലോചിക്കുമ്പോൾ, പ്രത്യേകിച്ചും."

"ഹാ! ആ പഴയ വാദം തന്നെ." കണ്ടക്ടർ ദീർഘമായി ഒന്നു നിശ്വസിച്ചു; ഒന്നു വിലപേശണം എന്നു നിനക്ക് തോന്നുന്നു, അല്ലേ?"

"വളരെ ശരിയാണ്", മാർട്ടിൻ മറുപടി പറഞ്ഞു.

"നോക്കൂ, ഇത്തരം ജാടകളൊക്കെ ഞാൻ കുറെ കണ്ടതാണ്. സവാരിക്കാർക്ക് ഇപ്പോഴൊരു ക്ഷാമവുമില്ല. പിന്നെ ഞാനെന്തിന് നിനക്ക് പ്രത്യേക ഇളവുകൾ അനുവദിക്കണം?"

"നിങ്ങൾക്കെന്നെ വേണം. ഇല്ലെങ്കിൽ പിന്നെ, നിങ്ങൾ നിങ്ങളുടെ വഴി വിട്ട് എന്നെത്തേടി ഇത്രത്തോളം വരുമായിരുന്നില്ല."

കണ്ടക്ടർ വീണ്ടും നിശ്വസിച്ചു.

"അപ്പറഞ്ഞത് കാര്യമാണ്. അഹങ്കാരം എപ്പോഴും എന്റെ ദൗർബല്യമായിരുന്നു, ഞാൻ സമ്മതിക്കുന്നു. നിന്നെ എന്റെ സ്വന്തംപോലെ ഇത്രയും കാലം കരുതിയിട്ട് ഇപ്പോൾ ഒരു മത്സരത്തിൽ നിന്നെ നഷ്ടപ്പെടുത്താൻ ഞാനിഷ്ടപ്പെടുന്നില്ല." ഒന്ന് സംശയിച്ച് അയാൾ തുടർന്നു, "ശരി, നീ നിർബന്ധിക്കുകയാണെങ്കിൽ, നിന്റെ നിബന്ധനകൾക്ക് വഴങ്ങി കച്ചവടമുറപ്പിക്കാൻ ഞാൻ തയ്യാറാണ്."

"എന്തെല്ലാമാണ് നിബന്ധനകൾ?"

"സാധാരണപോലെ. നിനക്ക് വേണ്ടതെന്തും."

"ഹാ!" മാർട്ടിൻ പറഞ്ഞു.

"പക്ഷെ, ഞാൻ മുൻകൂറായി നിന്നോടു പറയുന്നു: പറ്റിക്കാനൊന്നും നോക്കരുത്. നിന്റെ ഏതാഗ്രഹവും ഞാൻ സാധിപ്പിച്ചു തരാം. പക്ഷെ, പകരം, സമയമാകുമ്പോൾ എന്റെ വണ്ടിയിൽ സവാരി ചെയ്യാമെന്ന് നീ സത്യം ചെയ്യണം."

“ആ സമയം ഒരിക്കലും വന്നില്ലെങ്കിലോ?”

“അതു വരും.”

“എന്നെന്നും നിന്നിൽനിന്ന് അകന്നു നിൽക്കാൻ പറ്റിയ ഒരാഗ്രഹമുണ്ടെങ്കിലോ?”

“അത്തരത്തിലൊരാഗ്രഹവുമില്ല.”

“അതത്ര തീർച്ചയാക്കേണ്ട.”

“അതേതായാലും എന്റെ പ്രശ്നമാണ്”, കണ്ടക്ടർ കർക്കശ സ്വരത്തിൽ പറഞ്ഞു. “നിന്റെ മനസിലിരുപ്പ് എന്തായാലും അവസാനം നിന്നെ ഞാൻ പൊക്കും. അവസാനനിമിഷം ഒരു കളിതമാശയും ഞാനനുവദിക്കുകയും ഇല്ല. ഒരു ഒടുക്കത്തെ കുമ്പസാരത്തിനും ഇടതരില്ല. ഏതെങ്കിലും കന്നരിപ്പെണ്ണിനോ വളിപ്പൻ വക്കീലിനോ നിന്നെ രക്ഷപ്പെടുത്താൻ പറ്റില്ല. എന്റെ കച്ചവടം വളരെ കണിശമാണ്. നിനക്ക് വേണ്ടത് നിനക്ക് കിട്ടും, എനിക്കു വേണ്ടത് എനിക്കും.”

“നിങ്ങൾ മനുഷ്യരെ പറ്റിക്കും എന്ന് ഞാൻ കേട്ടിട്ടുണ്ട്. ഒരിക്കലുപയോഗിച്ച കാറുകളുടെ വിൽപ്പനക്കാരൻമാരേക്കാൾ മോശപ്പെട്ടവനാണ് നിങ്ങൾ എന്നാണ് പലരും പറയുന്നത്...”

“ദാ, നോക്കൂ, ഒരു കാര്യം ഞാൻ പറഞ്ഞേക്കാം...”

“ക്ഷമിക്കണം”, മാർട്ടിൻ ഉടനെ പറഞ്ഞു. “പക്ഷെ നിങ്ങൾ വിശ്വസ്തനല്ലെന്നാണ് പൊതുധാരണ.”

“സമ്മതിച്ചു. നീ എന്തോ വഴി കണ്ടുപിടിച്ചു എന്ന് തോന്നുന്നല്ലോ”.

“പഴുതില്ലാത്തൊരു പദ്ധതി.”

“പഴുതില്ലാത്തത്. കൊള്ളാമല്ലോ!”

അയാൾ കുലുങ്ങിച്ചിരിക്കാൻ തുടങ്ങി, പിന്നെ പൊടുന്നനെ നിർത്തി. “പക്ഷെ, നാം വിലപ്പെട്ട സമയം പാഴാക്കുകയാണ്, മാർട്ടിൻ. നമുക്ക് കാര്യത്തിലേക്ക് കടക്കാം. നിനക്കെന്താണ് എന്നെക്കൊണ്ട് വേണ്ടത്?”

മാർട്ടിൻ ഒന്ന് നീട്ടി ശ്വസിച്ചു. “എനിക്ക് സമയം നിർത്താൻ സാധിക്കണം.”

“ഉടനെ?”

“അല്ല. ഇപ്പോഴല്ല. എല്ലാവർക്കുമല്ല. അതസാധ്യമായിരിക്കും എന്നെനിക്ക് അറിയാം. എനിക്ക് മാത്രമായി സമയം നിർത്താൻ സാധിക്കണം. ഭാവിയിൽ, ഒറ്റത്തവണ. എപ്പോഴെങ്കിലും ഞാൻ സന്തോഷവാനും സന്തുഷ്ടനും ആണെന്ന് എനിക്ക് തോന്നുന്ന ഒരു ഘട്ടം വരുമ്പോൾ–അവിടെ നിർത്താൻ ഞാനാഗ്രഹിക്കുന്നു. അങ്ങനെ, എനിക്ക് നിത്യമായി സന്തോഷവാനായി തുടരാം.”

“അതൊരു വല്ലാത്ത ആഗ്രഹം തന്നെ,” കണ്ടക്ടർ പറഞ്ഞു. “ഞാനിതേവരെ ഇങ്ങനെയൊരാഗ്രഹം കേട്ടിട്ടേയില്ല. വിശ്വസിക്കാമെങ്കിൽ വിശ്വസിക്കൂ, ഞാനെന്റെ കാലത്ത് കുറച്ചധികം മോഹങ്ങൾ കേട്ടി

ട്ടുണ്ട്." അയാൾ മാർട്ടിനെ നോക്കി പുഞ്ചിരിച്ചു. "നീയിതേപ്പറ്റി ഏറെ ആലോചിച്ചിട്ടുണ്ട്, അല്ലേ?"

"വർഷങ്ങളോളം", മാർട്ടിൻ സമ്മതിച്ചു. എന്നിട്ടവനൊന്ന് ചിരിച്ചു. "ശരി, നിങ്ങളെന്തു പറയുന്നു?"

"നിന്റെ വ്യക്തിനിഷ്ഠമായ സമയബോധം വെച്ചു നോക്കുമ്പോൾ, അതസാധ്യമൊന്നുമല്ല", കണ്ടക്ടർ മുറുമുറുത്തു. "അതിനുള്ള ഏർപ്പാടു ചെയ്യാം."

"ശരിക്കും നിർത്താൻ പറ്റണം. നിന്നു എന്ന് ഭാവനയിൽ കണ്ടാൽ പോരാ."

"എനിക്ക് മനസിലായി. അത് ശരിയാക്കാം."

"അപ്പോൾ, നിങ്ങൾക്ക് സമ്മതം, അല്ലേ?"

"എന്തുകൊണ്ട് അല്ല? ഞാൻ നിനക്ക് വാക്ക് തന്നിട്ടുണ്ട്, ഇല്ലേ? നിന്റെ കൈ കൊട്."

മാർട്ടിൻ സംശയിച്ചു. "വല്ലാതെ വേദനിക്കുമോ? നോക്കൂ, എനിക്ക് ചോര കാണാൻ തീരെ ഇഷ്ടമല്ല. പിന്നെ..."

"ശ്ശെ, വിഡ്ഢിത്തം. നീ കുറേയധികം കെട്ടുകഥകൾ കേട്ടിരിക്കുന്നു. നാം കച്ചവടമുറപ്പിച്ചു കഴിഞ്ഞു, കുട്ടീ. ഒരു സാധനം നിന്റെ കയ്യിലിട്ടു തരാനാണ്. നിന്റെ ആഗ്രഹം നിവർത്തിക്കാനുള്ള വഴി. എപ്പോഴാണ് നിനക്ക് ഈ സൗകര്യം ഉപയോഗിക്കാൻ തോന്നുക എന്നറിയില്ലല്ലോ. ഉടനെ, എല്ലാം ഇട്ടെറിഞ്ഞ് നിന്റടുത്തേക്ക് ഓടിവരാൻ കഴിഞ്ഞില്ലെങ്കിലോ? അതുകൊണ്ട് നിനക്കുതന്നെ സ്വയം കാര്യങ്ങൾ നിയന്ത്രിക്കാൻ കഴിയുന്നതാണ് നല്ലത്."

"നിങ്ങൾ എനിക്കൊരു 'സമയസ്തംഭനോപകരണം' തരാൻ പോവുകയാണോ?"

"ഏതാണ്ട് അങ്ങനെയൊന്ന്. എന്താണ് തരേണ്ടത് എന്ന് തീരുമാനിക്കാൻ കഴിഞ്ഞാലുടൻ", കണ്ടക്ടർ ഒരുനിമിഷം സംശയിച്ചു. " ആ! അതു തന്നെ. ഇതാ, എന്റെ ഈ വാച്ച് നീ എടുത്തോളൂ."

അയാൾ തന്റെ പോക്കറ്റിൽനിന്ന് വെള്ളിപ്പെട്ടിയുള്ള ഒരു റെയിൽവേ വാച്ച് പുറത്തെടുത്തു. അയാളതിന്റെ മൂടി തുറന്ന് എന്തോ സങ്കീർണമായ ഒരു ഏർപ്പാട് ചെയ്തുവെച്ചു. അയാളെന്താണ് ചെയ്യുന്നതെന്ന് അറിയാൻ മാർട്ടിൻ ശ്രമിച്ചു. പക്ഷെ, അയാളുടെ വിരലുകൾ കണ്ണഞ്ചിക്കുന്ന വേഗതയിൽ തിരിയുകയായിരുന്നു.

"അതാ," കണ്ടക്ടർ ചിരിച്ചു. "എല്ലാം റെഡി. നിനക്ക് സമയം നിർത്തണമെന്ന് തോന്നുമ്പോൾ വാച്ചു നിൽക്കുന്നതുവരെ ആ മൊട്ട് പിന്നിലേക്ക് തിരിക്കുക. അതു നിൽക്കുമ്പോൾ സമയം നിൽക്കും–നിനക്കു മാത്രം. എളുപ്പമല്ലേ?" കണ്ടക്ടർ വാച്ച് മാർട്ടിന്റെ കയ്യിലേക്കിട്ടു കൊടുത്തു. ആ ചെറുപ്പക്കാരൻ അത് കൈകളിൽ മുറുകെപ്പിടിച്ചു. എന്നിട്ട് ചോദിച്ചു:

"ഇത്രയേ ഉള്ളു, ഏ?"

"അതെയതെ. പക്ഷെ, ഒരു കാര്യം, പ്രത്യേകം ഓർമിക്കുക–ഈ വാച്ച് നിനക്ക് ഒരിക്കൽ മാത്രമേ നിർത്താനാവൂ. അതുകൊണ്ട്, മരവിപ്പിക്കാൻ ആഗ്രഹിക്കുന്ന നിമിഷം നല്ലവണ്ണം ശ്രദ്ധിച്ച് തീരുമാനിക്കുക. ഞാൻ നിനക്ക് മുന്നറിയിപ്പു തരുന്നു. ശ്രദ്ധിച്ച് തീരുമാനിക്കുക."

"ഞാൻ ശ്രദ്ധിച്ചോളാം" മാർട്ടിൻ പറഞ്ഞു. "നിങ്ങൾ എന്നോട് വളരെ മര്യാദയായി പെരുമാറി. ഞാനും മര്യാദ വിടുന്നില്ല. നിങ്ങൾ ഒരു കാര്യം മറന്നപോലെ തോന്നുന്നു. ഞാൻ ഏത് നിമിഷത്തെയാണ് തെരഞ്ഞെടുക്കുന്നത് എന്നത് അപ്രധാനമാണ്. കാരണം ഒരിക്കൽ ഞാൻ എന്റെ കാലത്തെ മരവിപ്പിച്ചാൽ ഞാൻ പിന്നെ അവിടെത്തന്നെ നിൽക്കുന്നതായിരിക്കും, എന്നെന്നേക്കും. എനിക്ക് പിന്നെ വയസാവുകയേയില്ല. അപ്പോൾ പിന്നെ ഞാൻ മരിക്കുകയുമില്ല. നിങ്ങളുടെ വണ്ടിയിൽ കയറേണ്ടി വരികയുമില്ല."

കണ്ടക്ടർ തിരിഞ്ഞു നിന്നു. അയാളുടെ ചുമലുകൾ വല്ലാതെ കുലുങ്ങി. അയാൾ കരയുകയായിരുന്നിരിക്കണം. "എന്നിട്ടാണ്, നീ പറഞ്ഞത്, ഞാൻ ഒരു പഴയ കാർ വിൽപ്പനക്കാരനേക്കാൾ മോശക്കാരനാണ് എന്ന്..." അയാൾ ഗദ്ഗദകണ്ഠനായി പറഞ്ഞു.

പിന്നെ, അയാൾ മഞ്ഞിലേക്ക് നടന്നു നീങ്ങി. തീവണ്ടി അക്ഷമമായി ഒന്നു ചൂളം വിളിച്ചു. പൊടുന്നനെ അത് പാളങ്ങളിലൂടെ ഇരമ്പിപ്പാഞ്ഞു. അന്ധകാരത്തിൽ ലയിച്ചു.

മാർട്ടിൻ തന്റെ കയ്യിലിരിക്കുന്ന വെള്ളി വാച്ച് തുറിച്ചുനോക്കി അവിടെത്തന്നെ നിന്നു. വാച്ച് കയ്യിൽ തന്നെയുണ്ട്, പിന്നെ ആ പ്രത്യേക മണവും. അതിപ്പോഴും അനുഭവപ്പെടുന്നു. ഇതു രണ്ടുമില്ലായിരുന്നെങ്കിൽ, തുടക്കം മുതൽ ഒടുക്കം വരെ ആ സംഭവം – തീവണ്ടി, കണ്ടക്ടർ, കച്ചവടം എല്ലാം – വെറും തോന്നലായിരുന്നുവെന്ന് സമാധാനിക്കാമായിരുന്നു.

പക്ഷെ, അവന്റെ കയ്യിൽ ആ വാച്ചുണ്ട്. അത് തിരുപ്പിടിക്കാം. ആ തീവണ്ടി പരത്തിപ്പോയ മണവും അവനറിയുന്നു–ആ പ്രദേശത്ത് അധികം തീവണ്ടികളൊന്നും ഗന്ധകം ഇന്ധനമായി ഉപയോഗിക്കുന്നില്ലെങ്കിൽ കൂടി.

താനുറപ്പിച്ച കച്ചവടത്തെക്കുറിച്ച് അവന് യാതൊരു സംശയവും ഉണ്ടായിരുന്നില്ല. കാര്യങ്ങൾ വസ്തുനിഷ്ഠമായി ആലോചിച്ച് വിവേചിച്ചാലത്തെ ഫലമതാണ്. ചില വിഡ്ഢികൾ പണമോ അധികാരമോ അല്ലെങ്കിൽ സുന്ദരിയായ ഒരു നടിയെയോ കിട്ടിയാൽമതി എന്നു വിചാരിക്കുമായിരുന്നു. അച്ഛനായിരുന്നെങ്കിൽ കാൽക്കുപ്പി വിസ്കിക്ക് സ്വയം വിൽക്കുമായിരുന്നു.

താൻ ഇതിലുമൊക്കെ ഭേദപ്പെട്ട ഒരു ഇടപാടാണ് നടത്തിയതെന്ന് മാർട്ടിനറിയാമായിരുന്നു. ഭേദപ്പെട്ടതു മാത്രമോ? അത് കുറ്റമറ്റതായിരുന്നു. ഇനിയിപ്പോ താൻ ശരിയായ ഒരുനിമിഷം തെരഞ്ഞെടുത്താൽ മാത്രം മതി. അവൻ വാച്ച് പോക്കറ്റിലിട്ട് റെയിൽവേപ്പാളത്തിലൂടെ

തിരിച്ചു നടന്നു. ഇതുവരെ അവന് പ്രത്യേകിച്ചൊരു ലക്ഷ്യമില്ലായിരുന്നു. എന്നാലിപ്പോഴൊരു ലക്ഷ്യമുണ്ട്. സന്തോഷത്തിന്റെ ഒരുനിമിഷം കണ്ടെത്താൻ പോവുകയാണവൻ...

മാർട്ടിൻ അത്ര പൊട്ടനൊന്നുമല്ല. സന്തോഷം എന്നത് ആപേക്ഷികമായ ഒരവസ്ഥയാണെന്ന് അവന് നന്നായി അറിയാം. സന്തുഷ്ടിയുടെ പല അവസ്ഥകളും അളവുകളും ഉണ്ട്. ഓരോ മനുഷ്യന്റെയും ചുറ്റുപാടുകളെ അനുസരിച്ചായിരിക്കും അവ. ഒരു തെണ്ടിയായിരിക്കുമ്പോൾ അരവയർ ഭക്ഷണം, പാർക്ക് ബെഞ്ചിൽ നീണ്ടു കിടക്കാൻ പറ്റിയ ഒരിടം, ഒരു കോപ്പ വീഞ്ഞ് ഇതൊക്കെ കിട്ടിയാൽ അവൻ സന്തുഷ്ടനായിരുന്നു. അത്തരം ലളിതമായ മാർഗങ്ങളിലൂടെ അവൻ നൈമിഷിക സ്വർഗത്തിലെത്തിയിട്ടുണ്ട്. പക്ഷെ, അതിലും നല്ല അവസ്ഥകളുണ്ടെന്ന് അവനറിയാമായിരുന്നു. അവ കണ്ടുപിടിക്കാൻ തന്നെ മാർട്ടിൻ ഉറച്ചു.

രണ്ടുദിവസം കൊണ്ട് അവൻ ചിക്കാഗോ മഹാനഗരത്തിലെത്തി – അലച്ചിൽ അവനെ സ്വാഭാവികമായും, വെസ് മാഡിസൺ തെരുവിലേക്ക് നയിച്ചു. അവിടെ അവൻ തന്റെ ജീവിതനിലവാരം ഉയർത്തുവാൻ വേണ്ട നടപടികൾ കൈക്കൊണ്ടു. അവനൊരു പട്ടണപ്പരിഷ, ഊച്ചാളി, അഥവാ, ചില്ലറ മോഷ്ടാവായി. ഒരാഴ്ചകൊണ്ട് ഒന്നാംകിട ഹോട്ടലിൽനിന്ന് വയറുനിറച്ച് ഊണും കാൽക്കുപ്പി വീഞ്ഞും ഉറങ്ങാൻ ഒരു പട്ടാളക്കട്ടിലും ഉണ്ടായാൽ പരമാനന്ദമായി എന്ന അവസ്ഥയിലേക്ക് അവനുയർന്നു.

ഒരു രാത്രി, ഈ മൂന്നു ആർഭാടങ്ങളും പൂർണമായി അനുഭവിച്ചപ്പോൾ, ലഹരിയുടെ ആ ഉന്മത്ത നിമിഷത്തിൽ, അവന് തോന്നി ആ വാച്ച് നിർത്താനുള്ള സമയമായി എന്ന്. പക്ഷെ, ഉടനെത്തന്നെ, താൻ അന്നേദിവസം സ്വയം പുലർത്താനായി കെട്ടിപ്പിടിച്ച 'വിശുദ്ധമത്തായി'മാരെക്കുറിച്ചാലോചിച്ചു. തീർച്ചയായും അവർ 'നേരസ്ഥ'രായിരുന്നു. അവർ നല്ല വസ്ത്രം ധരിക്കുകയും, നല്ല ജോലി കൊണ്ടു നടക്കുകയും നല്ല കാറുകളോടിക്കുകയും ചെയ്തിരുന്നു. അവർക്കാകട്ടെ, സന്തോഷം കുറേക്കൂടി മൂർഛയായ ഒരവസ്ഥയായിരുന്നു. അവർ നല്ല ഹോട്ടലുകളിൽ ഭക്ഷണം കഴിക്കും, നല്ല സ്പ്രിങ് പിടിപ്പിച്ച കിടക്കകളിൽ കിടക്കും നല്ല വിസ്കി കുടിക്കുകയും ചെയ്യും.

നേരസ്ഥരോ എന്തോ, അവർ ചെയ്യുന്നതിലും കാര്യമുണ്ട്. മാർട്ടിൻ ആ വാച്ച് തിരുപ്പിടിച്ചു. ഒരു കുപ്പി നല്ല വീഞ്ഞിന് പകരം ആ വാച്ച് കൊടുത്തുകളയാമെന്ന മൂഢചിന്ത മാറ്റിവെച്ചു. തന്റെ സന്തോഷനിലവാരം വർധിപ്പിക്കാൻ ഒരു ജോലി എങ്ങനെയും സംഘടിപ്പിക്കണം എന്ന ദൃഢനിശ്ചയത്തോടെ അവൻ ഉറങ്ങാൻ കിടന്നു.

ഉണർന്നപ്പോൾ അവന്റെ തലയ്ക്കൊരു മന്ദിപ്പുണ്ടായിരുന്നു. പക്ഷെ, അവന്റെ തീരുമാനത്തിനിളക്കമുണ്ടായിരുന്നില്ല. ആ മാസം തീരുന്നതിനുമുൻപ് മാർട്ടിന് പട്ടണത്തിലെ ഒരു പൊതുമരാമത്തുകാരന്റെ കീഴിലുള്ള പുനഃരധിവാസപദ്ധതിയിൽ പണി കിട്ടി. അയാൾക്ക് ആ

പണി തീരെ ഇഷ്ടമായില്ല. പക്ഷെ സാമാന്യം നല്ല വരുമാനമുണ്ടായിരുന്നതുകൊണ്ട്, പിടിച്ചു നിന്നു. മാത്രമല്ല, അധികം താമസിയാതെ ബ്ലൂ അയലണ്ട് അവന്യൂവിൽ ഒരു ഒറ്റമുറി വീട് എടുക്കുകയും ചെയ്തു. ഇപ്പോൾ അയാൾക്ക് വൃത്തിയും വെടിപ്പുമുള്ള റെസ്റ്റോറന്റുകളിൽ നിന്ന് ഭക്ഷണം കഴിച്ച് ശീലമായി. അയാൾ സ്വന്തമായി നല്ലൊരു കിടക്ക വാങ്ങി. എല്ലാ ശനിയാഴ്ചയും രാത്രി തെരുവിന്റെ മൂലയ്ക്കുള്ള ചാരായഷാപ്പിൽ പോയി. എല്ലാം നന്നായി നടക്കുന്നുണ്ടായിരുന്നു. പക്ഷെ...

മേസ്തിരിക്ക് അവന്റെ ജോലിയിൽ തൃപ്തി തോന്നി. അയാൾക്ക് ഒരു മാസത്തിനകം ശമ്പളം കൂട്ടിക്കൊടുക്കാമെന്നേറ്റു. കുറച്ചു കാത്താൽ ആ വർധനകൊണ്ട് അയാൾക്ക് ഒരു സെക്കന്റ്ഹാൻഡ് കാറു വാങ്ങാം. ഒരു കാറുണ്ടെങ്കിൽ, ഇടയ്ക്കൊക്കെ വല്ല പെൺകുട്ടികളെയും കൂട്ടിനു കൂട്ടാം. കൂടെ ജോലിചെയ്യുന്നവന്മാരൊക്കെ അതല്ലേ ചെയ്യുന്നത്? അവരതിൽ അതീവ സന്തുഷ്ടരും ആയിരുന്നല്ലോ?

അതുകൊണ്ട് അയാൾ പണിയെടുത്തുകൊണ്ടേയിരുന്നു. അയാൾക്ക് ശമ്പളം വർധിച്ചു. അയാൾ കാറു വാങ്ങി. താമസിയാതെ ചില നല്ല പെൺകുട്ടികളെയും കൂട്ടുകിട്ടി.

ആദ്യ രതിമൂർഛാവേളയിൽ അയാൾക്ക് ഉടൻതന്നെ വാച്ച് നിർത്താൻ തോന്നി. പെട്ടെന്നവൻ മുതിർന്നവർ എപ്പോഴും പറയാറുള്ളത് ഓർമ്മിച്ചു. ഉദാഹരണത്തിന്, അവന്റെ ഒപ്പം പണിയെടുത്തിരുന്ന ചാർലി. "അന്തോം കുന്തോം ല്ല്യാത്ത ചെറുപ്രായത്തില്, ആ പന്ന്യോള്ടെ കൂടെ നടക്കാനൊക്കെ രസമായിരിക്കും. പക്ഷെ, കൊറച്ച് കഴിയുമ്പം തോന്നും, ഇതൊന്നും പോരാന്ന്. കൊറച്ചൂടെ നല്ലതെന്തെങ്കിലും –സ്വന്തമായ ഒരു പെണ്ണ് – അതാണ് ശരിയായ ലൈസൻസ്."

അത് ശരിയാണോ? തനിക്ക് കണ്ടുപിടിക്കണം, മാർട്ടിന് തോന്നി. അങ്ങനൊരവസ്ഥ ഇഷ്ടപ്പെട്ടില്ലെങ്കിൽ, എപ്പോൾ വേണമെങ്കിലും തനിക്ക് തന്റെ പഴയ ലാവണത്തിലേക്ക് തിരിച്ചു പോകാമല്ലോ.

പിന്നെയും ആറുമാസം കഴിഞ്ഞാണ് മാർട്ടിൻ ലിലിയൻ ഗില്ലിസിനെ കണ്ടത്. അപ്പോഴേക്കും അയാൾക്ക് ഉദ്യോഗക്കയറ്റം കിട്ടിയിരുന്നു; ആപ്പീസിനുള്ളിലായി അയാളുടെ ജോലി. അവരയാളെ ഒരു നിശാപാഠശാലയിൽ അയച്ച് കണക്ക് പഠിപ്പിച്ചു. അയാൾക്ക് പതിനഞ്ചു ഡോളർ ശമ്പളം കൂടി. ഏതായാലും, ഓഫീസിൽ ജോലിയെടുക്കുന്നതിൽ മാർട്ടിന് സുഖം തോന്നി.

മാത്രമല്ല, ലിലിയൻ നല്ലൊരു കൂട്ടായിരുന്നു. അവൾ തന്നെ വിവാഹം ചെയ്യാമെന്ന് പറഞ്ഞപ്പോൾ മാർട്ടിന് മിക്കവാറും തീർച്ചയായി, സമയമടുത്തു എന്ന്. പക്ഷെ, അവൾ ഒരു പ്രത്യേക ടൈപ്പായിരുന്നു–വിവാഹം കഴിയുന്നതുവരെ ഒന്നും ചെയ്തുകൂടാ എന്നാണ് അവളുടെ മതം. കുറച്ചു പണം കൂടി സമ്പാദിച്ചല്ലാതെ അവളെ കല്യാണം കഴിക്കാൻ പറ്റില്ല. ഒരു ശമ്പളക്കയറ്റം കൂടി കിട്ടിയാൽ സംഗതി ശരിയാകും.

അതിനൊരു വർഷം കൂടി കാത്തിരിക്കേണ്ടിവന്നു. കാര്യങ്ങളെല്ലാം ഭംഗിയായി കലാശിക്കുമെന്ന് ഉറപ്പുണ്ടായിരുന്നതുകൊണ്ട് അയാൾ ക്ഷമിച്ചു; കഠിനമായി അധ്വാനിച്ചു. എപ്പോഴെങ്കിലും എന്തെങ്കിലും സംശയം തോന്നിയാലുടൻ അയാൾ ആ വാച്ച് പുറത്തെടുത്ത് നോക്കുകയായി. പക്ഷെ, അയാൾ അത് ആരെയും കാണിച്ചില്ല – ലിലിയനെപ്പോലും. മറ്റെല്ലാവരും നല്ല വിലപിടിപ്പുള്ള വാച്ചുകളാണ് ധരിച്ചിരുന്നത്. അതിനിടയിൽ ആ പഴയ റെയിൽവേ വാച്ച് നാണക്കേടാണ്.

അതിന്റെ മൊട്ടിലേക്കുതന്നെ സൂക്ഷിച്ചുനോക്കവേ, മാർട്ടിന്റെ ചുണ്ടിലൊരു പുഞ്ചിരി തത്തി. അതൊന്നു പിടിച്ചു തിരിച്ചാൽ മതി, ഈ പണിയെടുത്ത് തുലയുന്ന പാവങ്ങൾക്കൊന്നും ഒരിക്കലും കിട്ടാത്ത ഒരു വസ്തു അയാൾക്ക് ലഭിക്കുകയായി. തന്റെ തുടുത്ത പെണ്ണുമൊത്ത്, നിത്യസംതൃപ്തി.

പക്ഷെ, കല്യാണം വെറുമൊരു തുടക്കം മാത്രമായിരുന്നു. തീർച്ചയായും, അത് ഒരു തകർപ്പൻ അനുഭവമായിരുന്നു. പക്ഷെ, ഒരു പുതിയ സ്ഥലം വാങ്ങി അതൊന്ന് ശരിയാക്കിയെടുത്താൽ എത്ര നന്നായിരിക്കും എന്നായി ലിലിയൻ. അതുമാത്രം പോരാ. കുറച്ചു നല്ല ഫർണിച്ചറും ഒരു ടി വി സെറ്റും, നല്ലൊരു കാറും വേണമെന്ന് മാർട്ടിന് തോന്നി.

അതുകൊണ്ട് അയാൾ കൂടുതൽ ശുഷ്കാന്തിയോടെ രാത്രി ക്ലാസുകൾക്ക് പോയി. അധികം വൈകാതെ അയാൾക്ക് വീണ്ടും ജോലിക്കയറ്റം കിട്ടി. ഒരു കുഞ്ഞ് ജനിക്കാൻ പോകുന്ന സ്ഥിതിക്ക്, തന്റെ മകനെ കാണുന്നതുവരെ അങ്ങനെയൊക്കെത്തന്നെ തുടരണമെന്ന് അയാൾക്ക് തോന്നി. മകനുണ്ടായപ്പോൾ, അവൻ കുറച്ചുകൂടി വലുതായി, നടക്കാൻ തുടങ്ങി, സ്വന്തമായൊരു വ്യക്തിത്വം നേടുന്നതുവരെ താൻ കാത്തേ പറ്റൂ എന്നയാൾക്ക് മനസിലായി.

അതിനിടയിൽ കമ്പനി അയാളെ ഒരു പുതിയ ജോലി ഏൽപ്പിച്ച് പുറത്തേക്കയച്ചു. ഇപ്പോഴയാൾ നല്ല നല്ല ഹോട്ടലുകളിൽ നിന്ന് മാത്രം ഭക്ഷണം കഴിച്ചു. അതും, കമ്പനിച്ചെലവിൽ, ഒരു പന്നിയെപ്പോലെ, അത്യാർത്തിയോടെ. പലതവണ ആ വാച്ച് നിർത്താൻ അയാൾക്ക് തോന്നി. ഇതാണ് ആ നല്ല ജീവിതം... പക്ഷെ, ഇതിനുവേണ്ടി ഇത്രയും അധ്വാനിക്കേണ്ടതില്ല എന്ന അവസ്ഥ വന്നാൽ, അതായിരിക്കുമല്ലോ കൂടുതൽ നല്ലത്. ഉടനെയല്ലെങ്കിലും, സാവധാനം, അയാൾക്ക് ആ കമ്പനിയിൽ കുറച്ച് ഷെയറെടുക്കാം; എന്നിട്ട്, വൃത്തിയായി ഒരു തുക സമ്പാദിച്ച് പിരിഞ്ഞുപോരാം – അപ്പോൾ അതായിരിക്കും ഉത്തമ സന്ദർഭം.

അതും നടന്നു. പക്ഷെ, കുറച്ചു കാലമെടുത്തു. ശരിക്കും കമ്പനിയുടെ മേലെക്കിടയിൽ മാർട്ടിൻ എത്തിയപ്പോഴേക്കും അയാളുടെ മകൻ ഹൈസ്കൂളിൽ പോകാൻ തുടങ്ങിയിരുന്നു. ഇനി ഏറെക്കാലമില്ല. ഇപ്പോഴല്ലെങ്കിൽ പിന്നെ ഒരിക്കലും ഉണ്ടാവില്ല എന്നൊരു തോന്നൽ മാർട്ടിന് ഉണ്ടാകാൻ തുടങ്ങി. കാരണം അയാൾ ഇപ്പോൾ ഒരു കൊച്ചു

കുട്ടിയൊന്നുമല്ലായിരുന്നു.

പക്ഷെ, അപ്പോഴാണയാൾ ഷെറി വെസ്റ്റ്കോട്ട് എന്ന സ്ത്രീയെ കാണുന്നത്. അപ്പോഴേക്കും മാർട്ടിന്റെ തലമുടി കൊഴിഞ്ഞു തുടങ്ങിയിരുന്നു; കുടവയറുണ്ടാകാൻ തുടങ്ങിയിരുന്നു. ഇതൊക്കെയാണെങ്കിലും, മാർട്ടിനെ ഒരു ചെറുപ്പക്കാരനായാണ് ഷെറി കണ്ടത്. ഒരു വിഗ്ഗുവെച്ച് കഷണ്ടി മറയ്ക്കാമെന്നും അരപ്പട്ട കെട്ടി കുംഭ കുറയ്ക്കാമെന്നും അവൾ മാർട്ടിനെ പഠിപ്പിച്ചു. വാസ്തവത്തിൽ, അവൾ അയാളെ കുറെയധികം കാര്യങ്ങൾ പഠിപ്പിച്ചു. അവളുമൊത്ത് പഠിച്ച് പഠിച്ച് രസം മൂത്ത് ഒരിക്കൽ അയാൾ ആ വാച്ച് പുറത്തെടുത്ത് നിർത്താൻ പുറപ്പെട്ടു.

പക്ഷെ, അയാൾ ആ വാച്ച് നിർത്തണമെന്ന് നിശ്ചയിച്ച അതേ നിമിഷം തന്നെ പ്രൈവറ്റ് ഡിറ്റക്ടീവുകൾ അയാളുടെ ഹോട്ടൽമുറിയുടെ വാതിൽ തള്ളിത്തുറന്നു. പിന്നെ, കോടതിയായി, വിവാഹമോചനമായി; ചുരുക്കത്തിൽ, ആകെ നൂലാമാലയായി. സത്യം പറഞ്ഞാൽ, ഒരൊറ്റ നിമിഷം പോലും ആ വാച്ച് നിർത്തത്തക്ക രസകരമായ സന്ദർഭം അയാൾക്ക് അനുഭവപ്പെട്ടില്ല.

ലിലിയനുമായുള്ള ബന്ധം വിടർത്തി കാര്യങ്ങളെല്ലാം കെട്ടിയൊതുക്കിയപ്പോഴേക്കും അയാൾ വീണ്ടും പാപ്പരായിരുന്നു. ഷെറിക്കാണെങ്കിൽ അപ്പോഴത്തെ അവസ്ഥയിൽ അയാളത്ര ചെറുപ്പമാണെന്നൊന്നും തോന്നിയതുമില്ല. അതുകൊണ്ട്, അയാൾ വീണ്ടും ജോലിക്കു പോകാൻ തുടങ്ങി.

ഒടുവിൽ, അയാൾ അയാളുടെ വിഹിതം വീണ്ടും ഉണ്ടാക്കുക തന്നെ ചെയ്തു, മെല്ലെയാണെങ്കിലും. പക്ഷെ, വഴിക്ക് വലിയ തമാശക്കൊന്നും വകയില്ലായിരുന്നു. കുടിപ്പാർട്ടികളിൽ വെച്ചു കാണുന്ന കളിക്കുട്ടികളെ അവന് മടുത്തു. കള്ളു കുടിക്കുന്നതിലും വലിയ രസമൊന്നുമില്ല. മാത്രമല്ല, കുടിക്കരുതെന്ന് ഡോക്ടർ വിലക്കുകയും ചെയ്തിരുന്നു.

പക്ഷെ, ഒരു മനുഷ്യന് പരീക്ഷിക്കാവുന്ന മറ്റു പല ആഹ്ലാദങ്ങളുമുണ്ടല്ലോ. ഉദാഹരണത്തിന്, യാത്ര അതും, വെറും ലൊക്കടാവണ്ടികളിൽ യാത്രയല്ല. മാർട്ടിൻ വിമാനത്തിലും ലക്ഷ്വറിക്കപ്പലുകളിലും ഒക്കെ ലോകം ചുറ്റി. നിലാവിൽ കുളിച്ചു നിൽക്കുന്ന താജ്മഹൽ കണ്ടപ്പോൾ അയാൾക്ക് തോന്നി ഇതാ, സമയമായി; ശരിയായ നിമിഷം കൈവന്നിരിക്കുന്നു. മാർട്ടിൻ പൊട്ടിപ്പൊളിഞ്ഞ പഴഞ്ചൻ വെള്ളിപ്പെട്ടിയിൽ നിന്ന് ആ വാച്ച് പുറത്തെടുത്ത് അത് നിർത്താൻ ആലോചിച്ചു. അയാൾ ഒറ്റയ്ക്കായിരുന്നു. ഒരാളും അയാൾ ചെയ്യുന്നത് കാണാനുണ്ടായിരുന്നില്ല.

അതാണയാൾ സംശയിച്ചത്. തീർച്ചയായും ഇത് ആസ്വാദ്യകരമായ ഒരു നിമിഷം തന്നെ; പക്ഷെ അവൻ ഒറ്റയ്ക്കായിരുന്നു. ലിലിയനും കുട്ടിയും വിട്ടുപോയി. ഷെറി അവനെ തഴഞ്ഞു. മറ്റ് കൂട്ടുകാരെ ഉണ്ടാക്കാൻ അയാൾക്ക് ഇതുവരെ സമയം കിട്ടിയിട്ടുമില്ല. ഒരുപക്ഷെ,

പറ്റിയ കൂട്ടുകാരെ കിട്ടിയാൽ ചിലപ്പോൾ അന്തിമമായ ആഹ്ലാദം കൈവന്നേക്കും. അതു തന്നെയായിരിക്കും ഉത്തമം. വെറും പണമോ ലൈംഗിക സംതൃപ്തിയോ നൽകാഴ്ചകളോ അല്ല സന്തോഷം. യഥാർഥ സംതൃപ്തി നല്ല ചങ്ങാത്തത്തിലൂടെയായിരിക്കണം കിട്ടുന്നത്!

അങ്ങനെ, മടക്കയാത്രയിൽ മാർട്ടിൻ കപ്പലിലെ ബാറിൽ വെച്ച് പുതിയ പരിചയക്കാരെ ഉണ്ടാക്കാൻ ശ്രമിച്ചു. പക്ഷെ, അവരെല്ലാം മാർട്ടിനേക്കാൾ ചെറുപ്പമായിരുന്നു. മാർട്ടിന് ഒരുതരത്തിലും അവരുമായി പൊരുത്തപ്പെടാനായില്ല. മാത്രമല്ല, കള്ളു കുടിക്കണം, കൂത്താടണം എന്നൊക്കെയായിരുന്നു, അവർക്ക്. മാർട്ടിനാകട്ടെ അത്തരം നേരംപോക്കുകൾ രസിക്കാനുള്ള അവസ്ഥയിലല്ലായിരുന്നുതാനും. എങ്കിലും അയാൾ ശ്രമിച്ചു.

അതുകൊണ്ടായിരിക്കും, സാൻഫ്രാൻസിസ്കോയിലെത്തുന്നതിന് ഒരുനാൾ മുൻപ് അയാൾക്ക് ചെറിയ അപകടം പിണഞ്ഞത്. "ചെറിയ അപകടം" എന്നാണ് ഡോക്ടർ വിശേഷിപ്പിച്ചതെങ്കിലും അനങ്ങാതെ കട്ടിലിൽ കിടക്കണം എന്നും കപ്പൽ നങ്കൂരമിട്ട ഉടൻ ആംബുലൻസിൽ ആശുപത്രിയിലേക്ക് കൊണ്ടുപോകാമെന്നും പറഞ്ഞപ്പോൾ അയാളുടെ മുഖത്തെ ഗൗരവം മാർട്ടിൻ ശ്രദ്ധിച്ചു.

ആശുപത്രിയിലെ വില പിടിച്ച ശുശ്രൂഷയും വിലപിടിച്ച പുഞ്ചിരികളും വിലപിടിച്ച വാക്കുകളും അയാളെ തരിമ്പും വിഡ്ഢിയാക്കിയില്ല. കേടുവന്ന ഹൃദയമുള്ള, വൃദ്ധനായ മാർട്ടിൻ മരിക്കാറായി എന്നവർ വിശ്വസിച്ചു.

പക്ഷെ, അയാൾക്ക് വേണമെങ്കിൽ മറ്റുള്ളവരെ വിഡ്ഢിയാക്കാം. അയാളുടെ കയ്യിൽ ഇപ്പോഴും ആ വാച്ചുണ്ടല്ലോ. വസ്ത്രം ധരിച്ച് ആശുപത്രിയിൽനിന്ന് ആരും കാണാതെ പുറത്തു കടക്കുമ്പോൾ കോട്ടിന്റെ പോക്കറ്റിൽ കയ്യിട്ട് അയാൾ അത് തിരുപ്പിടിച്ചു.

അയാൾക്ക് മരിക്കേണ്ട ആവശ്യമില്ല. ഒരൊറ്റ ചേഷ്ടകൊണ്ട് അയാൾക്ക് വേണമെങ്കിൽ മരണത്തെ തോൽപ്പിക്കാം. ആ കാര്യം സ്വതന്ത്രമായ ആകാശത്തിൻ കീഴിൽ സ്വതന്ത്ര മനുഷ്യനായി തന്നെ ചെയ്യണം എന്നയാൾ ഉറച്ചു.

അതാണ് യഥാർഥ സന്തോഷത്തിന്റെ രഹസ്യം. അതയാൾക്ക് അപ്പോൾ മനസിലായി. ചങ്ങാത്തം പോലും സ്വാതന്ത്ര്യത്തോളം വരില്ല. ഇതാണ് എല്ലാറ്റിലും ഉത്തമം – കൂട്ടുകാരിൽ നിന്ന്, കുടുംബത്തിൽ നിന്ന്, മാംസമോഹങ്ങളുടെ കാലുഷ്യത്തിൽ നിന്ന് മുക്തമാവുക.

ഇരുണ്ട ആകാശത്തിൻ കീഴിൽ അമർന്നു കിടക്കുന്ന ചിറക്കരയിലൂടെ മാർട്ടിൻ മെല്ലെ നടന്നു. ഒന്നാലോചിച്ചാൽ, വർഷങ്ങൾക്കു മുൻപ് തുടങ്ങിയിടത്തു തന്നെ തിരിച്ചെത്തിയിരിക്കയാണ് താൻ. ഏതായാലും എന്നെന്നേക്കും നീട്ടിക്കൊണ്ടു പോകത്തക്കതാണ് ആ നിമിഷം എന്നയാൾക്ക് തോന്നി. ഒരുനാൾ തെണ്ടി പലനാൾ തെണ്ടി.

അതോർത്തപ്പോൾ അയാൾക്ക് ചിരിവന്നു. ചിരിച്ചുകൊണ്ടിരിക്കെ അയാളുടെ ചിറി ഒരുവശത്തേക്ക് കോടി, ഹൃദയത്തിൽ ഒരു മിന്നലുപോലെ വേദന പിണരെടുത്തു. അയാളുടെ ചുറ്റും ഭൂമി വട്ടം കറങ്ങി. അയാൾ ചിറക്കരയുടെ ഓരത്ത് മറിഞ്ഞുവീണു.

അയാളുടെ കാഴ്ച മങ്ങിയെങ്കിലും ബോധം മറഞ്ഞിരുന്നില്ല. എന്താണ് ഉണ്ടായത് എന്നയാൾക്ക് മനസിലായി. ഒരു രണ്ടാം ഹൃദയസ്തംഭനം, അതും തീക്ഷ്ണമായ ഒന്ന്. ഇതായിരിക്കും അവസാനം. ഇനി വിഡ്ഢിയായിക്കൂടാ. ഇനിയും വളവിനപ്പുറം കാണാൻ കാത്തുകൂടാ.

കയ്യിലുള്ള പ്രത്യേക ശക്തി ഉപയോഗിച്ച് തന്റെ ജീവിതം രക്ഷിക്കാൻ ഇതുതന്നെയാണ് അവസരം. അതുതന്നെയാണ് താൻ ചെയ്യാൻ പോകുന്നതും. തനിക്ക് ഇപ്പോഴും ചലനശേഷിയുണ്ട്. ഇനിയൊന്നിനും തന്നെ തടയാൻ പറ്റില്ല.

മാർട്ടിൻ തന്റെ പോക്കറ്റിൽ തപ്പി ആ പഴയ വെള്ളിവാച്ച് പുറത്തെടുത്ത് അതിന്റെ മൊട്ട് താലോലിച്ചു. ഏതാനും വട്ടം അത് കറക്കുക – പിന്നെയൊരിക്കലും തനിക്ക് നരകത്തിലേക്കുള്ള തീവണ്ടിയിൽ യാത്ര ചെയ്യേണ്ടിവരികയില്ല. നിത്യമായി ഇങ്ങനെതന്നെ തുടരാം...

നിത്യമായി.... മാർട്ടിൻ അതുവരെ ആ വാക്കിന്റെ അർഥം ശരിക്കാലോചിച്ചിരുന്നില്ല, നിത്യമായി തുടരുക... പക്ഷെ, എങ്ങനെ? നിത്യമായി, ഇങ്ങനെ, രോഗിയായി, ഒരു കിഴവനായി, ഈ പുല്ലിൽ നിസ്സഹായനായി കിടന്നുകൊണ്ട് കഴിച്ചുകൂട്ടുവാനാണോ താൻ മോഹിച്ചിരുന്നത്.

അല്ല. തന്നെക്കൊണ്ടതിനാവില്ല. താനത് ചെയ്യില്ല. പെട്ടെന്നവന് ഒന്നുറക്കെ കരയണമെന്ന ഉൽക്കടമായ മോഹമുണ്ടായി. തന്റെ ജീവിതപന്ഥാവിൽ എവിടെയോ ഒരിടത്തുവെച്ച് താൻ തന്നെത്തന്നെ കളിപ്പിച്ചിരിക്കുന്നു എന്നയാൾക്ക് മനസിലായി. ഇപ്പോൾ, സമയം വല്ലാതെ വൈകിപ്പോയി. അയാളുടെ കണ്ണുകൾ ഇരുളാണ്ടു, ചെവികളിൽ ആ പഴയ മൂളക്കം...

അയാൾ ആ മൂളക്കം തിരിച്ചറിഞ്ഞു. ആ തീവണ്ടി ചിറക്കരയിലെ കോടമഞ്ഞിൽ നിന്ന് പൊടുന്നനെ പുറത്തു ചാടുന്നത് കണ്ടപ്പോൾ അയാൾക്കദ്ഭുതം തോന്നിയില്ല. അതവിടെ നിർത്തി, കണ്ടക്ടർ അതിൽ നിന്നിറങ്ങി തന്റെ നേർക്ക് നടന്നടുക്കുന്നത് കണ്ടപ്പോഴും അയാളദ്ഭുതപ്പെട്ടില്ല.

കണ്ടക്ടർക്കൊരു മാറ്റവുമുണ്ടായിരുന്നില്ല. അതേ ഇളി തന്നെ.

“ഹലോ, മാർട്ടിൻ,” അയാൾ പറഞ്ഞു. “എല്ലാവരും കയറിക്കഴിഞ്ഞു.”

“എനിക്കറിയാം;” മാർട്ടിൻ പതിയെ പറഞ്ഞു.

‘‘പക്ഷെ നിങ്ങളെന്നെ എടുത്തുകൊണ്ടു പോകേണ്ടിവരും. എനിക്ക് നടക്കാൻ വയ്യ. വാസ്തവത്തിൽ ഞാൻ ശരിക്കും സംസാരിക്കുന്നതുപോലുമില്ല, അല്ലേ?”

‘‘ഉവ്വ്. നിങ്ങൾ സംസാരിക്കുന്നുണ്ട്.’’ കണ്ടക്ടർ പറഞ്ഞു. “എനിക്ക് നിങ്ങൾ പറയുന്നത് ശരിക്കും കേൾക്കുന്നുണ്ട്. നിങ്ങൾക്ക്

നടക്കാനും പറ്റും." ഇത്രയും പറഞ്ഞ് അയാൾ മാർട്ടിന്റെ നെഞ്ചിൽ കൈവെച്ചു. ഒരുനിമിഷം മാർട്ടിൻ തണുത്ത് വെറുങ്ങലിച്ചു. പിന്നെ അയാൾക്ക് ശരിക്കും നടക്കാമെന്നായി. അയാൾ എഴുന്നേറ്റ് കണ്ടക്ടറുടെ പിന്നാലെ ആ ചെരിവിലൂടെ വണ്ടിയുടെ ഒരുവശത്തേക്ക് നടന്നു.

"ഇവിടെയാണോ കയറേണ്ടത്?"

"അല്ല, അടുത്തതിൽ." കണ്ടക്ടർ പിറുപിറുത്തു.

"നിങ്ങൾ ഫസ്റ്റ് ക്ലാസിൽ സഞ്ചരിക്കാൻ സർവഥാ യോഗ്യനാണ്, മാർട്ടിൻ. എന്തൊക്കെയായാലും, നിങ്ങൾ വിജയിയായ ഒരു മനുഷ്യനായിരുന്നല്ലോ. നിങ്ങൾ സമ്പത്തിന്റെയും സ്ഥാനത്തിന്റെയും സുഖമനുഭവിച്ചു. വിവാഹത്തിന്റെയും പിതൃത്വത്തിന്റെയും സന്തോഷമറിഞ്ഞു. തീറ്റയുടെയും കുടിയുടെയും പരസ്ത്രീ ഗമനത്തിന്റെയും ആഹ്ലാദങ്ങളും അനുഭവിച്ചു. ചുരുക്കത്തിൽ, നിങ്ങൾ ശരിക്കും വിലസി. ഇനിയിപ്പോൾ, അവസാന നിമിഷത്തിൽ കുറ്റപ്പെടുത്തുന്നില്ല."

"ശരി," മാർട്ടിൻ നിശ്വസിച്ചു. "എന്റെ തെറ്റുകൾക്ക് നിങ്ങളെ കുറ്റപ്പെടുത്തിയിട്ട് കാര്യമില്ലല്ലോ. ഏതായാലും സംഭവിച്ചതിന്റെയൊന്നും പെരുമയും നിങ്ങൾക്കല്ല. എനിക്ക് കിട്ടിയ എല്ലാറ്റിനും ഞാൻതന്നെ മൂക്കുമുട്ടെ പണിയെടുത്തിട്ടുണ്ട്. എല്ലാം ഞാൻ സ്വയം ചെയ്തതാണ്. എനിക്ക് നിങ്ങളുടെ വാച്ചുപോലും ഉപയോഗിക്കേണ്ടി വന്നിട്ടില്ല."

"അതു ശരിയാണ്," കണ്ടക്ടർ ഒരു ചെറു ചിരിയോടെ സമ്മതിച്ചു. "പക്ഷെ, ഇനി എനിക്കത് തിരിച്ചു തരുന്നതിൽ വിരോധമൊന്നുമില്ലല്ലോ?"

"അടുത്ത വിഡ്ഢിക്ക് കൊടുക്കാൻ, അല്ലേ?" മാർട്ടിൻ പിറുപിറുത്തു.

"ഒരുപക്ഷെ."

അയാളത് പറഞ്ഞ രീതി മാർട്ടിനെ തലപൊക്കി നോക്കാൻ പ്രേരിപ്പിച്ചു. മാർട്ടിൻ അയാളുടെ കണ്ണുകൾ കാണാൻ ശ്രമിച്ചു. പക്ഷെ, അയാളുടെ കണ്ണുകൾ അയാൾ ധരിച്ചിരുന്ന തൊപ്പിയുടെ നിഴലിൽ പൂണ്ടുകിടന്നു. മാർട്ടിൻ തലകുനിച്ച് വാച്ചിലേക്ക് നോക്കി.

"ഒന്നു പറയൂ," മാർട്ടിൻ മൃദുവായി ചോദിച്ചു. "ഈ വാച്ച് ഞാൻ നിങ്ങൾക്ക് തന്നാൽ നിങ്ങളിതെന്തു ചെയ്യും?"

"തീർച്ചയായും അത് ആ കിടങ്ങിലേക്ക് വലിച്ചെറിയും," കണ്ടക്ടർ പറഞ്ഞു. "അതാണ് ഞാൻ ചെയ്യുക." എന്നിട്ടയാൾ കൈനീട്ടി.

"വഴിയെ പോകുന്നവരാരെങ്കിലും ഇത് കണ്ടെടുത്താലോ? ഇതിന്റെ മൊട്ട് പിന്നോട്ട് തിരിച്ച് സമയത്തെ നിർത്തിയാലോ?"

"ആരും അത് ചെയ്യില്ല," കണ്ടക്ടർ പിറുപിറുത്തു. "അവർക്കതറിയാമെങ്കിൽ പോലും."

"അപ്പോൾ, ഇതു മുഴുവൻ ഒരു പറ്റിക്കലായിരുന്നു, അല്ലേ? ഇത് വെറും സാധാരണം, വിലകുറഞ്ഞ വാച്ചാണ്, അല്ലേ?"

"എന്ന് ഞാൻ പറഞ്ഞില്ലല്ലോ?" കണ്ടക്ടർ ശബ്ദം താഴ്ത്തി.

“ആരും ഇതേവരെ അതിന്റെ മൊട്ട് പിന്നോട്ടു തിരിച്ചിട്ടില്ല, എന്നേ ഞാൻ പറഞ്ഞുള്ളൂ. അവരെല്ലാം നിങ്ങളെപ്പോലെതന്നെയായിരുന്നു, മാർട്ടിൻ. എപ്പോഴും ആ പൂർണ സന്തോഷത്തിനായി മുന്നോട്ട് നോക്കിക്കൊണ്ട്; ഒരിക്കലും വരാത്ത ആ നിമിഷം കാത്ത്.” കണ്ടക്ടർ വീണ്ടും കൈനീട്ടി.

മാർട്ടിൻ ഒന്നു നിശ്വസിച്ച്, തലകുലുക്കി. “നിങ്ങൾ ഏതായാലും എന്നെ ചതിച്ചു.”

“നീ സ്വയം ചതിക്കുകയായിരുന്നു, മാർട്ടിൻ. ഇനിയിപ്പോൾ നരകത്തിലേക്കുള്ള ഈ തീവണ്ടിയിൽ സവാരി ചെയ്യാതെ നിവൃത്തിയില്ല.”

അയാൾ മാർട്ടിനെ തീവണ്ടിക്കുള്ളിലേക്ക് ഉന്തിക്കയറ്റി. അയാൾ കയറിയ ഉടൻ തീവണ്ടി മുന്നോട്ട് പാഞ്ഞുതുടങ്ങി. അത് ചൂളം വിളിച്ചു. തന്റെ സഹയാത്രികരെയും നോക്കി മാർട്ടിൻ ആടുന്ന ആ ബോഗിയിൽ നിന്നു. അവർ അവിടെ ഇരിക്കുന്നത് അയാൾ കണ്ടു. എന്തുകൊണ്ടോ അതിലൊന്നും അയാൾക്ക് ഒട്ടും തന്നെ അദ്ഭുതം തോന്നിയതുമില്ല.

ഇതാ, അവർ: കുടിയൻമാരും പാപികളും, ചൂതാട്ടക്കാരും തട്ടിപ്പറിക്കാരും, ധൂർത്തരും പെൺപിടിയന്മാരും – ആകെ കൂടി, രസികൻ സഹയാത്രികർ. തങ്ങളെവിടേക്കാണ് പോകുന്നതെന്നും അവർക്കറിയാമായിരുന്നു. പക്ഷെ, അവരതിനെ തെല്ലും വകവെച്ചില്ല. എല്ലാ ജനലുകളും വലിച്ചടച്ചിരുന്നെങ്കിലും ഉള്ളിൽ വെളിച്ചമുണ്ടായിരുന്നു. അവരെല്ലാം ആ യാത്ര ശരിക്കും ആസ്വദിക്കുക തന്നെയായിരുന്നു – പാട്ടുപാടിയും മദ്യം പകർന്നും പൊട്ടിച്ചിരിച്ചട്ടഹസിച്ചും ചൂതുകളിച്ചും വളിപ്പൻ തമാശകൾ പൊട്ടിച്ചും, അവരുടെ സ്വന്തം പൊങ്ങച്ചങ്ങൾ വിളമ്പിയും – ആ പഴയ പാട്ടിൽ തന്റെ അച്ഛൻ അവരെക്കുറിച്ച് പറയാറുള്ളതുപോലെ തന്നെ.

“നല്ല സഹയാത്രികർ.” മാർട്ടിൻ പറഞ്ഞു. “എന്തിനു പറയുന്നു. ഞാനിതേവരെ ഇത്ര നല്ല ഒരുകൂട്ടം ആളുകളെ കണ്ടിട്ടില്ല. അവർ ശരിക്കും ആസ്വദിക്കുന്നുണ്ടെന്നാണ് തോന്നുന്നത്.”

കണ്ടക്ടർ തോൾ വെട്ടിച്ചു.

“പാതാളത്തീവണ്ടിയാപ്പീസിൽ ശകടമടുക്കുമ്പോൾ ഇവരൊന്നും ഇത്രയും ഉന്മത്തരായിരിക്കില്ലല്ലോ എന്നാണെന്റെ ഭയം.”

മൂന്നാം വട്ടവും അയാൾ കൈനീട്ടി.

“ഇനി, ഇരിക്കുന്നതിനു മുൻപ് ആ വാച്ചിങ്ങ് താ. ഒരു ഇടപാട് എന്നു വെച്ചാൽ ഒരു ഇടപാടുതന്നെയാണ്...”

മാർട്ടിൻ പുഞ്ചിരിച്ചു. “അതെ ഒരു ഇടപാട് ഒരു ഇടപാടുതന്നെ,” അയാൾ ഏറ്റുപറഞ്ഞു. “ശരിയായ സന്തോഷത്തിന്റെ ഒരുനിമിഷം കണ്ടെത്തി, സമയം നിർത്തിയാൽ ഈ വണ്ടിയിൽ യാത്ര ചെയ്തുകൊള്ളാമെന്നായിരുന്നല്ലോ കരാറ്? എനിക്കേറ്റവും സന്തോഷം തോന്നുന്നത് ഇപ്പോഴാണ്, ഇവിടെ.”

വളരെ സാവധാനം, മാർട്ടിൻ വാച്ചിന്റെ മൊട്ട് പിടിച്ചു.

"അരുത്," കണ്ടക്ടർ മോങ്ങി "അരുത്!"

പക്ഷെ, ആ വെള്ളിമൊട്ട് തിരിഞ്ഞു കഴിഞ്ഞിരുന്നു.

"നിങ്ങളെന്താണ് ചെയ്തതെന്നറിയാമോ?" കണ്ടക്ടർ ആക്രോശിച്ചു. "ഇനി നാം ഒരിക്കലും പാതാളത്തീവണ്ടിയാപ്പീസിൽ എത്തില്ല. നാം എന്നെന്നും ഇങ്ങനെ യാത്ര ചെയ്തുകൊണ്ടേയിരിക്കും, നാമെല്ലാവരും... എന്നെന്നും!"

മാർട്ടിൻ ഒരു സൂത്രച്ചിരി ചിരിച്ചു. "എനിക്കറിയാം," അയാൾ പറഞ്ഞു. പക്ഷെ, ഈ യാത്രയിലാണ്, അതിന്റെ ലക്ഷ്യത്തിലല്ല, രസമിരിക്കുന്നത്. നിങ്ങളാണതെന്നെ പഠിപ്പിച്ചത്. ഒരുഗ്രൻ യാത്ര ഞാൻ മുന്നിൽ കാണുന്നു. നോക്കൂ, ഞാൻ വേണമെങ്കിൽ സഹായിക്കാം. നിങ്ങളിട്ടിരിക്കുന്നതുപോലെയുള്ള ഒരു തൊപ്പി സംഘടിപ്പിച്ചു തന്നാൽ, ഈ വാച്ചും കയ്യിൽ പിടിച്ച്..."

അങ്ങനെ തന്നെയാണ് അവസാനം നടന്നത്. തൊപ്പിയുമിട്ട് ആ പഴഞ്ചൻ വാച്ചും പിടിച്ച് നടക്കുന്ന മാർട്ടിനേക്കാൾ സന്തോഷവാനായി ഇഹലോകത്തോ പരലോകത്തോ – ഇപ്പോഴെന്നല്ല, എപ്പോഴും മറ്റൊരു മനുഷ്യനില്ല. നരകത്തിലേക്കുള്ള ആ തീവണ്ടിയിലെ പുതിയ കണ്ടക്ടർ, മാർട്ടിൻ.

പാപികൾ

ഡോക്ടർ രവിക്ക് ഒന്ന് പാടണമെന്നുതോന്നി. മനസ്സ് നിറഞ്ഞു നിൽക്കുന്ന ആഹ്ലാദം എങ്ങനെ പുറത്തുവിടണമെന്നറിയാതെ അദ്ദേഹം ഇരുന്നു. വർഷങ്ങളായി തുടർന്നുവന്ന തന്റെ തപസ്യക്ക് ഇതാ, ഒടുവിൽ ഫലം കിട്ടിയിരിക്കുന്നു.

ആളുകൾ തന്നെ 'ഭ്രാന്തൻ രവി' എന്നു വിളിച്ചു. ഇവിടെ ജോലിയിൽ പ്രവേശിച്ച കാലത്തുതന്നെ താനൊരു നോട്ടപ്പുള്ളിയായിരുന്നു. പ്രൈവറ്റ് പ്രാക്ടീസ് ചെയ്യാത്ത ഡോക്ടർ, എന്തോ പന്തികേടുണ്ട്. ആദ്യമൊക്ക തന്റെ പ്രൊഫസർ തന്നെ ഉപദേശിക്കുമായിരുന്നു. താൻ വീറോടെ തിരിച്ചും വാദിക്കും. പലരും തന്നെ കമ്യൂണിസ്റ്റ് എന്നും നക്സലൈറ്റ് എന്നും ഒക്കെ മുദ്രകുത്തി. എന്തോ? അതൊന്നും തനിക്കറിഞ്ഞുകൂടാ. പണമുണ്ടാക്കാതിരിക്കുന്നത് അത്ര വലിയ തെറ്റാണോ? സാമൂഹ്യ ദ്രോഹമാണോ? തനിക്കും ലക്ഷ്മിക്കും ദാരിദ്ര്യം കൂടാതെ ജീവിക്കാനുള്ള ശമ്പളമെല്ലാം കിട്ടുന്നുണ്ടല്ലോ. തങ്ങളുടേത് ഒരു പ്രേമ വിവാഹമൊന്നുമായിരുന്നില്ലെങ്കിലും രവിക്ക് ലക്ഷ്മിയെ ഇഷ്ടപ്പെട്ടു. എന്നാൽ കാലം ചെല്ലുന്തോറും വരവും ചെലവും തമ്മിൽ പൊരുത്തപ്പെടാൻ കൂടുതൽ കൂടുതൽ വിഷമമമായിത്തുടങ്ങി. വീട്ടാവശ്യങ്ങൾ അത്ര സുഗമമായി നടക്കുന്നില്ലെന്നുവന്നു. താനീ പുതിയ ഗവേഷണം ആരംഭിച്ചതിനുശേഷം പ്രത്യേകിച്ചും. നഗരത്തിലെയെന്നല്ല, സംസ്ഥാനത്തിലെതന്നെ പുകൾപെറ്റ മെഡിക്കൽ കോളെജിലാണ് താൻ പണിയെടുക്കുന്നത്. പക്ഷെ 'ഗവേഷണ'മെന്ന പദം അവരുടെ നിഘണ്ടുവിൽ ഇല്ല. വളരെ ബുദ്ധിമുട്ടിയാണ് കുറച്ചു പണം അനുവദിച്ചു കിട്ടിയത്.

അതുതന്നെ ആവശ്യസമയത്ത് കിട്ടില്ല. ഓഫീസിൽ കൂടെ ഒരു സാധനം മേടിക്കണമെങ്കിലത്തെ ബുദ്ധിമുട്ട്! പലപ്പോഴും സഹികെട്ട് സ്വന്തം പണം ചെലവാക്കാറുണ്ട്. അതിന്റെ ദുരിതമനുഭവിക്കുന്നത് ലക്ഷ്മിയാണ്. ആദ്യമാദ്യമൊന്നും അവൾക്കത്ര മനസിലായിരുന്നില്ല. പിന്നെപ്പിന്നെ അവളും പരാതി പറയാൻ തുടങ്ങി. സ്വന്തം ജീവിതം കൂടുതൽ കൂടുതൽ കഷ്ടപ്പാടിലേക്കു നീങ്ങുന്നു. തന്റെ ഭർത്താവിന്റെ കൂടെ ജോലിയിൽ പ്രവേശിച്ച ഡോക്ടർമാരെല്ലാം ഇന്ന് സ്വന്തമായി വീടുണ്ടാക്കിയിരിക്കുന്നു. അവർക്ക് കാറുണ്ട്, കുട്ടികളെ നോക്കാൻ ആയമാരുണ്ട്. തന്റെ അമ്മുവിനെ നോക്കാൻ വേറെ ആളെ ഏൽപ്പിക്കില്ല. താനായാലെ പറ്റൂ. എന്നാലും അവൾക്ക് നല്ല ഉടുപ്പുവേണ്ടേ? കളിപ്പാട്ടം വേണ്ടേ? പെൺകുട്ടിയല്ലേ, അത്യാവശ്യം ആഭരണം വേണ്ടെ. തന്റെ ഭർത്താവിന് ഒന്നിനും ശ്രദ്ധയില്ല. എങ്ങനെയാണ് രണ്ടുനേരം വെച്ചു വിളമ്പുന്നതെന്ന് തനിക്കു മാത്രമേ അറിയൂ. ഇതിന്റെയൊന്നും ആവശ്യമില്ല. മൂപ്പരുടെ വാശിയല്ലേ കാരണം. ദുർവാശി തന്നെ. ഹോസ്പിറ്റലിൽനിന്ന് വന്നശേഷം വീട്ടിൽ വരുന്ന രോഗികളിൽനിന്ന് എന്തെങ്കിലും വാങ്ങുന്നതിൽ എന്താ തെറ്റ്? അതിന് മൂപ്പര് ഹോസ്പിറ്റലിൽനിന്ന് വന്നിട്ടുവേണ്ടെ. അവിടെത്തന്നെയാണ് താമസമെന്നു തോന്നും. രാത്രി പത്തും പതിനൊന്നും മണി കഴിയും വീട്ടിലെത്തുമ്പോൾ. കുഞ്ഞുമോളെ ഉറക്കിക്കിടത്തി, ഉറക്കമൊഴിഞ്ഞ് താൻ കാത്തിരിക്കണം. താൻ കാത്തിരുന്നില്ലെങ്കിൽ മൂപ്പർ ചിലപ്പോൾ ഉണ്ണാൻ മറക്കും. എന്നാലും ഇങ്ങനെയുണ്ടോ ഒരു ഭ്രാന്ത്!

തന്നെ 'ഭ്രാന്തൻ' എന്ന് ആദ്യം വിളിച്ചത് തന്റെ ഭാര്യ തന്നെയായിരുന്നു. പക്ഷെ, ആ പേര് അതിവേഗം പരന്നു. താൻ 'ഭ്രാന്തൻ രവി' ആയി. അമ്മുവിനെ ഓർക്കുമ്പോൾ, മനസിനുള്ളിൽ എവിടെയോ ഒരു കൊളുത്ത് വലിക്കുന്നപോലെ. അമ്മുവിനെ രവിക്ക് ഇഷ്ടമാണ്. ഇഷ്ടം കാണിക്കാൻ അറിഞ്ഞുകൂടെങ്കിലും. അവൾക്ക് വേണ്ടത് കൊടുക്കാൻ പറ്റില്ലെന്ന കുറ്റബോധം ഇടക്കിടയ്ക്ക് അലട്ടാറുണ്ടെങ്കിലും. ഇന്നാ വിമ്മിട്ടമെല്ലാം പമ്പ കടന്നു.

ലോകമാകെ ഒരു പുത്തൻ പ്രകാശത്തിൽ മുങ്ങിനിൽക്കുന്നതു പോലെ തോന്നി രവിക്ക്. തന്റെ അമ്മുവിന് പുത്തൻ ഉടുപ്പു വാങ്ങിക്കാൻ കഴിഞ്ഞില്ലെങ്കിലെന്താ? ഇതാ തന്റെ മുന്നിൽ കട്ടിലിൽ കിടന്ന് സ്വസ്ഥമായി ഉറങ്ങുന്ന കുട്ടി, അവൾക്ക് ജീവൻ നൽകാൻ തനിക്ക് കഴിഞ്ഞിരിക്കുന്നു. മരണത്തിനുള്ള ചീട്ടുമായാണ് സുഹ്റ ആസ്പത്രിയിൽ വന്നത്. ആറുവയസുമാത്രം പ്രായമുള്ള സുഹ്റ. രക്താർബുദമെന്ന മാറാരോഗത്തിന് ഇരയായവൾ. തന്റെ ഡിപ്പാർട്മെന്റിൽ അഡ്മിറ്റ് ചെയ്തതിൽ അദ്ഭുതമില്ല. ഇതിലും മുമ്പെ എത്രയോ പേരെ അഡ്മിറ്റ് ചെയ്തിട്ടുണ്ട്. പലരെയും മരണം വന്ന് വിളിച്ചുകൊണ്ടുപോയി. ചിലർ ആസ്പത്രിയിൽ വെച്ചു മരിക്കുന്നതിനേക്കാൾ സുഖം വീട്ടിൽവെച്ച് മരിക്കുന്നതാണെന്ന് പറഞ്ഞ് മരിക്കാൻ വീട്ടിൽ പോയി. ആരെയും ജീവിത

ത്തിലേക്ക് തിരിച്ചുകൊണ്ടുവരാൻ കഴിഞ്ഞിട്ടില്ല. രക്തദാനം–അതൊന്നു മാത്രമായിരുന്നു ചികിത്സ. പല വിലപിടിച്ച മരുന്നുകളുമുണ്ട്. പണമുള്ള രോഗികൾ അതൊക്കെ വാങ്ങി കുത്തിവെക്കുന്നുമുണ്ട്. പക്ഷെ, രോഗത്തിന്റെ ഗതിയെ തടയാനോ വഴിമാറ്റാനോ ആ മരുന്നുകൾ ഉപകരിച്ചിട്ടില്ല. അവ നിർമിക്കുന്ന കമ്പനികൾക്ക് പെരുത്ത ലാഭമുണ്ടായെന്നത് ശരിതന്നെ. തന്റെ പ്രൊഫസറും പല സഹപ്രവർത്തകരും രോഗികളെക്കൊണ്ട് ഈ വിലപിടിച്ച മരുന്നുകൾ വാങ്ങിപ്പിക്കാറുണ്ട്; നിഷ്ഫലമാണെന്നറിഞ്ഞിട്ടുപോലും. അവർക്കതുകൊണ്ട് ഫലമുണ്ടായിട്ടുണ്ടെന്ന് ലക്ഷ്മി പറയുന്നു. എന്തോ, താനത് ചെയ്യാറില്ല.

സുഹ്റയുടെ അച്ഛൻ പാവപ്പെട്ട ഒരു സ്കൂൾ അധ്യാപകനാണ്. നാസർ. ആസ്പത്രിയിൽ എത്തിയപ്പോൾ തന്നെ രോഗം ഏതാണ്ട് മൂർഛിച്ച അവസ്ഥയിലായിരുന്നു. ഓമനത്വമുള്ള ആ മുഖം വിളർത്ത് വികൃതമായിരുന്നു... തന്റെ അമ്മുവല്ലെ ഇത്... രവിയുടെ മസ്തിഷ്കത്തിലൂടെ ഒരുനിമിഷത്തേക്ക് ഒരു മിന്നൽപ്പിണർ പാഞ്ഞു. അമ്മുവിനും ആറുവയസായതേ ഉള്ളൂ!

ഒമ്പത് കൊല്ലമായി താനീ തപസ്യ ആരംഭിച്ചിട്ട്. എത്രയെത്ര മരുന്നുകൾ പരീക്ഷിച്ചുനോക്കി. ഒന്നും ഫലിക്കുന്നില്ല. ശ്വേതരക്താണുക്കളുടെ നിയന്ത്രണം വിട്ട ആ വർധനവുണ്ടല്ലോ, അതിന് ഫുൾസ്റ്റോപ്പിടാൻ പറ്റിയിട്ടില്ല. താൽക്കാലിക ശാന്തി ഉണ്ടാക്കാൻ ചില മരുന്നുകൾക്ക് കഴിഞ്ഞിട്ടുണ്ട്. പക്ഷെ, ഏതാനും ദിവസം കഴിയുമ്പോൾ വീണ്ടും പഴയപടി തന്നെ. ആ രംഗം രവിക്ക് ഒരിക്കലും മറക്കാൻ പറ്റില്ല. റാണി തന്റെ എത്രയും പ്രിയപ്പെട്ട പെങ്ങളുടെ ഏകപുത്രി. തന്നെ താനല്ലാതാക്കുന്ന റാണി. തനിക്കെത്രയും പ്രിയപ്പെട്ട റാണി. അവളുടെ അന്ത്യം കുറിച്ച രംഗം. രക്താർബുദത്തിന്റെ ഏറ്റവും ബീഭത്സമായ മുഖമാണ് താനന്നു കണ്ടത്. പൂർണമായ നിഃസഹായതയിൽ നിന്നുളവായ വ്യർഥതാബോധവും. അന്നാണ് താൻ തീരുമാനമെടുത്തത്. രക്താർബുദം – അതാണ് തന്റെ പ്രതിയോഗി.

വലിയ ആത്മവിശ്വാസത്തോടെയൊന്നുമല്ല, പുതിയ മരുന്ന് – X-21 (അതിനൊരു പേരു കൊടുക്കാൻ പോലും ഇപ്പോൾ വിഷമമാണ്) പരീക്ഷിച്ചു നോക്കിയത്. അതുകൊണ്ട് സുഹ്റയ്ക്ക് പ്രത്യേകിച്ചൊന്നും നഷ്ടപ്പെടാനില്ലായിരുന്നു. തുടർച്ചയായി ഇഞ്ചക്ഷൻ നൽകേണ്ട മരുന്നുകൾ ഉപയോഗപ്രദങ്ങളല്ല എന്ന് രവിക്കറിയാമായിരുന്നു. അവ രോഗലക്ഷണങ്ങൾക്ക് ശാന്തി വരുത്തുമെന്നല്ലാതെ രോഗകാരണത്തെ പിഴുതെറിയില്ല. ഒറ്റ ഡോസുകൊണ്ട് മൂലകാരണത്തെ നശിപ്പിക്കുന്ന ഒരു മരുന്നാണ് വേണ്ടത്.

സുഹ്റയ്ക്ക് ഇഞ്ചക്ഷൻ കൊടുത്തിട്ട് ഇത് പത്താമത്തെ ദിവസമാണ്. മുമ്മൂന്നു മണിക്കൂർ ഇടവിട്ട് രക്തസാമ്പിളെടുത്ത് പരിശോധിക്കുന്നുണ്ട്. സാധാരണ ഗതിയിൽ പിറ്റെ ദിവസം തന്നെ കൗണ്ട്സ് വീണ്ടും കൂടേണ്ടതാണ്. കൂടിയില്ലെന്നു മാത്രമല്ല, കുറഞ്ഞുകൊണ്ടേയിരുന്നു.

മൂന്നാംപക്കമായപ്പോഴേക്കും തികച്ചും നോർമൽ ആയിരിക്കുന്നു. ഒരൊറ്റ ഇഞ്ചക്ഷൻ മാത്രം! എങ്കിലും ഉടനെ എന്തെങ്കിലും പറയുന്നത് ശരിയായിരിക്കില്ല. കുറെക്കൂടി ഒബ്സർവേഷൻ നടത്തേണ്ടതുണ്ട്. ഇന്നേക്കു പത്തു ദിവസമായി. പിന്നെ കൗണ്ട് കൂടിയിട്ടില്ല. സുഹ്റയുടെ മുഖത്തെ രക്തപ്രസാദം വീണ്ടും വന്നിരിക്കുന്നു. തന്റെ പരീക്ഷണം വിജയിച്ചു എന്ന് ഏതാണ്ട് ബോധ്യമായി രവിക്ക്. അതിന്റെ പ്രാധാന്യം എത്ര വലുതാണെന്ന് അയാൾ ഓർത്തുപോയി. പക്ഷെ, ഒരു വിജയം കൊണ്ടുമാത്രം ഉറപ്പിക്കാൻ പറ്റുമോ? എന്നാലും മനസ്സ് മന്ത്രിച്ചു: രവീ, നിന്റെ തപസ്യക്ക് ഫലം കിട്ടിയിരിക്കുന്നു. നീ മഹാദ്ഭുതം സൃഷ്ടിച്ചിരിക്കുന്നു.

സുഹ്റയും റാണിയും രണ്ടു കൊച്ചു മാലാഖമാരെപ്പോലെ തന്റെ മുന്നിൽ നൃത്തം വയ്ക്കുന്നതായി അയാൾക്ക് തോന്നി. അയാൾ സുഹ്റയെ നോക്കി. കാണുന്നത് റാണിയെയാണ്. രവിയുടെ കണ്ണുകൾ നിറഞ്ഞു. മിശ്രങ്ങളായ വികാരങ്ങൾ അയാളെ വീർപ്പുമുട്ടിച്ചു.

നഗരത്തിലെ തെരുവിലൂടെ യുറീക്കാ എന്നു വിളിച്ചുകൊണ്ട് നഗ്നനായി ഓടിയ ആർക്കിമിദീസിന്റെ കഥ രവി ഓർത്തു. സ്വയം മറക്കുന്ന സന്ദർഭങ്ങൾ... നേരം മണി പതിനൊന്നായിരിക്കുന്നു. ഇത്രനേരവും താൻ സുഹ്റയെ നോക്കിയിരിക്കയായിരുന്നോ. രവി ക്വാർട്ടേഴ്സിലേക്ക് തിരിച്ചു. കാമ്പസ് നിർജീവമാണ്. ആസ്പത്രിയിൽനിന്ന് ഏതാണ്ട് മുക്കാൽ കിലോമീറ്റർ അകലെയാണ് വീട്. സാധാരണ നടക്കുകയാണ് പതിവ്. ഇന്ന് നടത്തം വേഗത്തിലായിരുന്നു. താൻ ഓടുകയായിരുന്നോ? ആരോടെങ്കിലും ഇതൊന്നും പറയേണ്ടേ? പരസ്യപ്പെടുത്താറായിട്ടില്ല. ഒരൊറ്റ വിജയം മാത്രം പോരാ അതിന്. എങ്കിലും മനസിലെ വികാരങ്ങൾ പങ്കിടുക തന്നെ വേണം.

“ലക്ഷ്മീ, ലക്ഷ്മീ...” അയാൾ വാതിൽ മുട്ടിക്കൊണ്ട് ഉറക്കെ വിളിച്ചു. ഇതെന്താണിന്ന് – ലക്ഷ്മി പരിഭ്രമിച്ചു. ഒരിക്കലും രവി ഇങ്ങനെ വിളിക്കാറില്ല. ബെല്ലടിക്കും. എന്തോ ആലോചിച്ചുകൊണ്ടായിരിക്കും അപ്പോഴും നിൽപ്പ്. വാതിൽ തുറന്നാൽ ഒന്നും ഉരിയാടാതെ അകത്തു പോകും. ലക്ഷ്മിക്ക് അതൊക്കെ ഒരു പതിവായിരുന്നു. പരിഭവിച്ചിട്ടു കാര്യമില്ലെന്നറിയാമായിരുന്നു. ഇന്നെന്താണ് ആകെ വല്ലാത്ത ഒരവസ്ഥ. ലക്ഷ്മി വാതിൽ തുറന്നു. തന്റെ ഭർത്താവിന്റെ മുഖത്ത് നോക്കിയപ്പോൾ അവൾ സ്തംഭിച്ചു നിന്നുപോയി. രവിയുടെ മുഖം ഈ രീതിയിൽ അവൾ കണ്ടിട്ടില്ല. എന്താണ് ആ മുഖത്ത്! കണ്ണുകൾക്ക് ഇത്ര തിളക്കമോ? അത് വല്ലാതെ നനഞ്ഞിരിക്കുന്നുവല്ലോ? രവിയുടെ കണ്ണുകൾ ഇത്ര ആകർഷകങ്ങളാണ് എന്ന് ലക്ഷ്മി ഒരിക്കലും കണ്ടിരുന്നില്ല. എന്നാലും എന്തോ പന്തികേടുണ്ട്. അവൾ സാധാരണപോലെ രവി അകത്തു കടന്നപ്പോൾ വാതിൽ അടച്ച് അകത്തേക്കുപോയി. സാധാരണയിൽ നിന്ന് വ്യത്യസ്തമായി ചെരുപ്പഴിച്ചു വയ്ക്കാനും കൂടി നിൽക്കാതെ രവി അവളെ പിന്തുടർന്നു.

“ലക്ഷ്മി, നിന്നോട് പറയാം. മറ്റാരോടും പറയാനുമായിട്ടില്ല. ഇനി കൊച്ചുറാണിമാർ മരിക്കേണ്ടിവരില്ല. രക്താർബുദംകൊണ്ട് ആരും മരിക്കേണ്ടിവരില്ല.”

ലക്ഷ്മിക്ക് കാര്യം മുഴുവൻ മനസിലായില്ല. രവി സുഹ്റയുടെ കഥ വിവരിച്ചു. പക്ഷെ, ഒരു സുഹ്റ രക്ഷപ്പെട്ടതുകൊണ്ടു മാത്രം നൂറു ശതമാനം വിജയിച്ചു എന്നു പറയാൻ പറ്റില്ല. “ഇനിയും കുറേ പേർക്കു കൂടി കൊടുത്തു നോക്കണം. എന്നിട്ടേ പുറത്തു വിടാൻ പറ്റൂ.” അയാൾ പറഞ്ഞു. അതിനിടയിൽ ലക്ഷ്മി മനസിൽ ആകാശക്കോട്ടകൾ കെട്ടാൻ തുടങ്ങിയിരുന്നു. തന്റെ ഭർത്താവ് പറയുന്നത് ശരിയാണെങ്കിൽ വൻ സാധ്യതകൾ ഉണ്ട്... ഈ മരുന്നെന്താണ് ചെയ്യാൻ പോകുന്നത്? ലക്ഷ്മി ചോദിച്ചു. തന്റെ കയ്യിൽ മൂന്നു ഡോസ് മരുന്നു കൂടിയേ ഉള്ളൂ. ഏതാണ്ടു രണ്ടു കൊല്ലത്തോളം നീണ്ടുനിന്ന രാസപ്രക്രിയയിലൂടെയാണത് കിട്ടിയത്. കൂടുതൽ സൗകര്യങ്ങളുള്ള ഒരു ലാബറട്ടറിയിൽ രണ്ടു മൂന്നാഴ്ചകൾ കൊണ്ടുണ്ടാക്കാമായിരുന്നു. ഇവിടെ ഒന്നുമില്ല. ഒന്നു രണ്ട് ഉപകരണങ്ങൾ – ആകെ അഞ്ചാറുലക്ഷം രൂപ വിലവരും അത്ര മാത്രം – ഉണ്ടായിരുന്നെങ്കിൽ എന്ത് സൗകര്യമായിരുന്നു. പക്ഷെ, ആരുണ്ട് കേൾക്കാൻ. ഇവിടെ രോഗികൾക്ക് എന്തു മരുന്നു കൊടുക്കണം എന്ന് നിശ്ചയിക്കുന്നത് ഡോക്ടർമാരല്ലല്ലോ! മെഡിക്കൽ റെപ്രസന്റേറ്റീവുമാരല്ലെ... ഏതായാലും ഈ മൂന്ന് ഡോസുകൂടി പരീക്ഷിക്കണം. എന്നിട്ടേ ഫലം പ്രഖ്യാപിക്കാനാകൂ. അല്ലെങ്കിൽ വേണ്ട. രണ്ടുപേർക്കു കൂടി കൊടുക്കാം. ഒരു ഡോസ് കയ്യിലിരിക്കട്ടെ... എന്നിട്ട് പ്രബന്ധം തയ്യാറാക്കാം. വിശദമായിത്തന്നെ. മരുന്നുണ്ടാക്കാൻ ഐ ഡി പി എല്ലിനെ ഏൽപ്പിക്കാം. ഈ രംഗത്തെ ഏക പൊതുമേഖലാ സ്ഥാപനമാണല്ലോ. ലക്ഷ്മിക്ക് അതിനോട് യോജിപ്പുണ്ടായിരുന്നില്ല. ഐ ഡി പി എല്ലിന് കൊടുത്താൽ എന്തു കിട്ടാനാ? ഇത് ലോകമെമ്പാടും വിൽപ്പന സാധ്യതയുള്ള മരുന്നല്ലെ. ഏതെങ്കിലും ഒരു വലിയ വിദേശ കമ്പനിക്ക് കൊടുക്കണം. അവർ വലിയ പ്രതിഫലം നൽകും... ലക്ഷ്മി അതൊന്നും പറഞ്ഞില്ല.

സുഹ്റയെ ഒരാഴ്ചകൂടി നിരീക്ഷിച്ചശേഷം വീട്ടിലേക്കയച്ചു. ക്യാൻസർ വാർഡിൽനിന്ന് മുമ്പും ധാരാളംപേരെ വീട്ടിലേക്ക് അയച്ചിട്ടുണ്ട്. രോഗം മാറിയതുകൊണ്ടൊന്നുമല്ല. അതിനാൽ സുഹ്റ തിരിച്ചു പോയത് ആരും ശ്രദ്ധിച്ചില്ല. സുഹ്റ പോയി രണ്ടു ദിവസം കഴിഞ്ഞാണ് കോരനെ കൊണ്ടുവന്നത്. കർഷകത്തൊഴിലാളിയാണ് കോരൻ. ജില്ലാ ആസ്പത്രിയിൽനിന്ന് റഫർ ചെയ്ത് അയച്ചതാണ്–രോഗമെന്താണെന്ന് കോരനോ അയാളെ കൊണ്ടുവന്ന അറുപത് കഴിഞ്ഞ അയാളുടെ അച്ഛനോ അറിയാമായിരുന്നില്ല... രവി സ്വൽപ്പം ആശങ്കയോടെയാണ് മരുന്നുകുത്തിവച്ചത്. താൻ കെട്ടിയ മനക്കോട്ടകളെല്ലാം തകരുമോ? സുഹ്റയുടേത് ഒരു യാദൃച്ഛിക സംഭവം മാത്രമായിരുന്നോ? അല്ലെന്ന് രണ്ടു ദിവസംകൊണ്ട് തെളിഞ്ഞു. കോരന്റെ ചോരയിലെ വൈറ്റ്

കൗണ്ട്സ് ഗണ്യമായി കുറയാൻ തുടങ്ങി. മൂന്നാം പക്കമായപ്പോഴേക്കും നോർമൽ ആയി. പിന്നെ കൂടുകയുണ്ടായില്ല. രണ്ടാഴ്ച കഴിഞ്ഞ് കോരൻ പൂർണ ആരോഗ്യവാനായി ആസ്പത്രി വിട്ടു.

ഇതിനിടയ്ക്ക് ക്യാൻസർ വാർഡിലെ ഭാവത്തിൽ വന്ന മാറ്റങ്ങൾ കുറേശ്ശെ ശ്രദ്ധിക്കപ്പെടാൻ തുടങ്ങി. രവി ആരോടും ഒന്നും പറഞ്ഞില്ലെങ്കിലും നഴ്സുമാരും അറ്റന്റർമാരും ലാബറട്ടറി ടെക്നീഷ്യൻമാരും, എന്തോ ചിലത് നടക്കുന്നതായി ഊഹിക്കാൻ തുടങ്ങി. സുഹ്റയും കോരനും തിരിച്ചുപോയത് അതിനുമുമ്പുള്ള രോഗികൾ പോയപോലെ ആയിരുന്നില്ല. ബ്ലഡ്കൗണ്ട് വിവരങ്ങൾ രവി ആർക്കും കൊടുത്തിരുന്നില്ലെങ്കിലും രോഗികളുടെ മുഖം സത്യം വിളിച്ചു പറഞ്ഞു. മാത്രമല്ല, രവി അയക്കുന്ന സാമ്പിളുകളുടെ കൗണ്ട് നല്ലപോലെ അറിയാമായിരുന്ന ലാബറട്ടറി സ്റ്റാഫും ശ്രദ്ധിക്കാൻ തുടങ്ങി. മാത്യുവിന്റെ കെയ്സ് കൂടി കഴിഞ്ഞപ്പോൾ എല്ലാവർക്കും ബോധ്യമായി ഇവിടെ എന്തോ ചിലത് നടക്കുന്നുണ്ട്. ഒരുദിവസം അവർ രവിയുടെ ചുറ്റും കൂടി. ഇവരോട് പറയാതിരിക്കുന്നത് എങ്ങനെ? രവി തന്റെ ഗവേഷണഫലങ്ങളുടെ സാരാംശം അവരോട് പറഞ്ഞു. ആദ്യമാദ്യം അവർക്ക് ഡോ. രവിയെ സംശയമായിരുന്നു. പ്രൈവറ്റ് പ്രാക്ടീസ് ചെയ്യാത്ത ഡോക്ടറെ സംശയിക്കണം. പിന്നെപ്പിന്നെ പുച്ഛമായി. അവസാനം അനുകമ്പയും. രവി നടത്തിക്കൊണ്ടിരുന്ന ഗവേഷണത്തിന്റെ ലോകവ്യാപകമായ പ്രാധാന്യം ഇപ്പോഴാണ് അവർക്ക് മനസിലാകുന്നത്. രവി തന്റെ ഗവേഷണഫലങ്ങൾ ഒരു പ്രബന്ധരൂപത്തിൽ തയ്യാറാക്കിയിരുന്നു, പിറ്റേദിവസം നടക്കാനിരുന്ന ഒരു സിമ്പോസിയത്തിൽ അവതരിപ്പിക്കാൻ.

അതൊരു സംഭവം തന്നെയായിരുന്നു. ടെക്നിക്കൽ സിമ്പോസിയമായിരുന്നെങ്കിലും പത്രറിപ്പോർട്ടർമാരെക്കൊണ്ട് നിറഞ്ഞു ഹാൾ. എല്ലാ പത്രങ്ങളിലും മലയാളത്തിലും ഇംഗ്ലീഷിലും ഹിന്ദിയിലും തമിഴിലും ഒക്കെയുള്ള എല്ലാ പത്രങ്ങളിലും എട്ടുകോളം ഹെഡ്ഡിങ്ങിൽ വാർത്ത വന്നു. "രക്താർബുദത്തിന് സിദ്ധൗഷധം – കേരളീയനായ രവിയുടെ കണ്ടുപിടുത്തം..." ഭ്രാന്തൻ രവി ഒരുദിവസത്തിനുള്ളിൽ ലോകപ്രശസ്തനായിത്തീർന്നു. അന്വേഷണങ്ങൾ, അനുമോദനങ്ങൾ, അഭിമുഖങ്ങൾ.... രവിയുടെ ക്വാർട്ടേഴ്സിലും ആപ്പീസിലും തിരക്കോടുതിരക്കു തന്നെ. മരുന്നെന്ന് മാർക്കറ്റിലെത്തും? പലരും അന്വേഷിച്ചു. അതിന് രവിക്ക് ഉത്തരമുണ്ടായിരുന്നില്ല. തന്റെ കയ്യിൽ ഒരു ഡോസ് മരുന്നു കൂടിയേ ഉള്ളൂ, ഒരാളുടെ ജീവൻ കൂടി രക്ഷിക്കാം. തന്റെ കയ്യിലുള്ള ഉപകരണങ്ങൾ വച്ചുണ്ടാക്കുകയാണെങ്കിൽ ഇനിയും ഒന്നു-രണ്ടു കൊല്ലം പിടിക്കും അടുത്ത ബാച്ച് മരുന്നുണ്ടാക്കാൻ. കെ എസ് ഡി പി ഉണ്ടായിരുന്നെങ്കിൽ അവിടെ ഒരു പ്രത്യേക യൂണിറ്റ് തുടങ്ങാമായിരുന്നു. പക്ഷെ, ആ കാലൻമാർ അത് അടച്ചു പൂട്ടിച്ചു. അവരുണ്ടാക്കുന്ന മരുന്നുകൾ വാങ്ങില്ലെന്ന വാശി. പ്രൈവറ്റ് കമ്പനിയിൽ നിന്നേ വാങ്ങൂ. ആരൊക്കെയാണ് അതിന്റെ പിന്നിലുണ്ടായിരുന്നതെന്ന് അറിഞ്ഞു

കൂടാ. ഏതായാലും അത് പൂട്ടി. ഇനി ഇപ്പോൾ ഐ ഡി പി എൽ ബാക്കിയുണ്ട്. അതും അവൻമാരു പൂട്ടിക്കുമോ എന്തോ? മരുന്ന് കണ്ടുപിടിച്ചതുകൊണ്ട് മാത്രമായില്ലല്ലോ അതുണ്ടാക്കുകയും ആളുകൾക്ക് ലഭ്യമാക്കുകയും വേണമല്ലോ.

താനുണ്ടാക്കിയ മരുന്നിന് പേറ്റന്റ് എടുക്കുന്ന കാര്യമേ രവി ആലോചിച്ചില്ല. അത്തരത്തിൽ ചിന്തിക്കാൻ തന്നെ അയാൾക്ക് കഴിഞ്ഞിരുന്നില്ല. പക്ഷെ ലക്ഷ്മിക്ക് മറ്റൊരഭിപ്രായമാണുണ്ടായിരുന്നത്. "പേറ്റന്റിന് അപേക്ഷിക്കണം. എന്നിട്ട് ഏതെങ്കിലും കമ്പനികൾക്ക് നിർമാണാവകാശം നൽകണം... എത്ര കാലമായി ഇങ്ങനെ നരകിക്കാൻ തുടങ്ങിയിട്ട്..."

പക്ഷെ, തന്റെ മരുന്ന് ഏതെങ്കിലും സ്വകാര്യ കമ്പനിക്ക് ലാഭമുണ്ടാക്കാനുള്ള ഒന്നല്ലെന്നാണ് രവിയുടെ വാദം. അവർ മരുന്നിന്റെ വില വളരെ കൂട്ടിയിടും. ദരിദ്രർക്കെന്നല്ല, സാധാരണക്കാർക്കു കൂടി വാങ്ങാൻ പറ്റാത്ത വിലയായിരിക്കും. ഇല്ല, പറ്റുമെങ്കിൽ ഐ ഡി പി എല്ലിനെക്കൊണ്ടു തന്നെ ഇതുണ്ടാക്കിക്കണം. എന്നാൽ ഐ ഡി പി എൽ എന്തുണ്ടാക്കണം, എന്തുണ്ടാക്കരുത്, എത്ര ഉണ്ടാക്കണം എന്നൊക്കെ നിശ്ചയിക്കുന്നത് ആരാണെന്ന് രവിക്കറിയില്ല. അതിന്റെ മാനേജിംഗ് ഡയറക്ടർ മുമ്പ് എവിടെ ആയിരുന്നു എന്ന് രവിക്കറിയില്ല. അയാൾക്ക് ഇപ്പോഴും സീ–കമ്പനിക്കാർ ശമ്പളം കൊടുക്കുന്നുണ്ടെന്നതും രവിക്കറിഞ്ഞുകൂടാ. എന്തായാലും രവി തന്റെ നിർദ്ദേശങ്ങൾ അവർക്ക് എഴുതി. മറുപടിയും കാത്തിരുന്നു. ഇത്ര പ്രധാനപ്പെട്ട ഒരു കാര്യത്തിൽ അതിവേഗം അവർ പ്രതികരിക്കും എന്നാണ് രവി കരുതിയത്. പക്ഷെ, തെറ്റിപ്പോയി...

ഒന്നൊന്നര ആഴ്ച കഴിഞ്ഞു. ആദ്യത്തെ തിരക്കും ബഹളവുമെല്ലാം ഒന്നു ശമിച്ചു. ഒരുദിവസം രാത്രി, മണി ഏതാണ്ട് ഒമ്പത് കഴിഞ്ഞിരിക്കും. അന്ന് രവി നേരത്തെ വീട്ടിൽ എത്തിയിരുന്നു. ആരോ കാളിങ് ബെൽ അമർത്തി. വാതിൽ തുറന്നപ്പോൾ തികച്ചും അപരിചിതരായ രണ്ടു മൂന്നു പേർ. എല്ലാവരും യൂറോപ്യൻ വസ്ത്രമാണ് ധരിച്ചിട്ടുള്ളത്, പക്ഷെ, ഇന്ത്യക്കാരാണ്.

"ഡോക്ടർ രവി?" ഒരാൾ അന്വേഷിച്ചു.

"അതെ" രവി മറുപടി പറഞ്ഞു.

"അതിപ്രധാനമായ ഒരു കാര്യം സംസാരിക്കാനാണ് ഞങ്ങൾ വന്നിരിക്കുന്നത്. എന്റെ പേർ സുധീർ ചക്രവർത്തി, ഞാൻ സീ–കമ്പനിയുടെ റിസർച്ച് ഡയറക്ടറാണ്. ഇവർ എന്റെ സഹപ്രവർത്തകരും."

"അകത്തു വരൂ," രവി അവരെ അകത്തേക്ക് ക്ഷണിച്ചു. അകത്തു കടന്നിരുന്ന ഉടനെ അധികം മുഖവുരയൊന്നും കൂടാതെ അവർ കാര്യത്തിലേക്കു പ്രവേശിച്ചു.

"ഡോക്ടർ, ഞങ്ങൾ നിങ്ങളുടെ പുതിയ മരുന്നിനെക്കുറിച്ച് വായിച്ചു. അടിയന്തരമായ സഹായം അപേക്ഷിക്കാനാണ് വന്നത്.

ഞങ്ങളുടെ ചെയർമാൻ സിഗ്ഫ്രീദിന്റെ മകന് രക്താർബുദമാണ്. താങ്കൾ അവനെ രക്ഷിക്കണം."

ലോകമെമ്പാടും വ്യാപിച്ചുകിടക്കുന്ന വലിയൊരു വ്യവസായ രാക്ഷസനാണ് സീ– രവിക്കറിയാം. അവർ ഉണ്ടാക്കി വിൽക്കുന്ന നാലു മരുന്നുകളാണ് രക്താർബുദ ചികിത്സക്ക് ഇതേവരെ മാർക്കറ്റിലുണ്ടായിരുന്നത്. വലിയ വില. താൽക്കാലികമായ ലാക്ഷണിക ആശ്വാസം നൽകാനല്ലാതെ ഉപകരിക്കുകയുമില്ല. ആ മരുന്നുകളുടെ ഉപയോഗശൂന്യതയെക്കുറിച്ച് അവർക്ക് നന്നായി അറിയാം. എങ്കിലും രവി ചോദിച്ചു. "നിങ്ങൾ രക്താർബുദത്തിനുള്ള സിദ്ധൗഷധം എന്നു പറഞ്ഞ് കുറെ മരുന്നുകൾ പുറത്തിറക്കുന്നുണ്ടല്ലോ. പിന്നെന്തിന് ഈ മരുന്ന്?"

"ഡോക്ടർ, ഡോക്ടർക്കറിയാമല്ലോ ഞങ്ങളുടെ മരുന്നിന്റെ ഗുണവും ദോഷവും. മറ്റൊന്നുമില്ലാത്തതിനാൽ ഇതു വിൽക്കുന്നു. എന്തെങ്കിലും മരുന്നു കഴിച്ചു എന്ന ആശ്വാസമെങ്കിലും അവർക്ക് കിട്ടിക്കോട്ടെ. അത്രമാത്രം. സിഗ്ഫ്രീദിന് മോനെന്നു വച്ചാൽ ജീവനാ. ഞങ്ങൾ കമ്പനിവക വിമാനത്തിലാണ് വന്നത്. ഡോക്ടർ ഞങ്ങളുടെ കൂടെ ഇപ്പോൾ തന്നെ വരണം."

"എന്റെ കയ്യിൽ ഇനി ഒരു ഡോസ് മരുന്നേ ഉള്ളു."

"ഒരു ഡോസ് മതിയെന്നാണല്ലോ ഡോക്ടറുടെ റിപ്പോർട്ടിൽ പറയുന്നത്."

"അതെ. പക്ഷെ ഇത് തീർന്നാൽ പിന്നെ അത്യാവശ്യമായി ആർക്കെങ്കിലും വേണ്ടി വന്നാലോ?"

"അത്യാവശ്യമായതുകൊണ്ടല്ലേ ഞങ്ങൾ വന്നു വിളിക്കുന്നത്. ഒരു കുട്ടിയുടെ ജീവൻ രക്ഷിക്കാനല്ലേ?" കുട്ടിയുടെ കാര്യം പറഞ്ഞപ്പോൾ രവിക്ക് റാണിയുടെയും സുഹ്റയുടെയും സ്വന്തം അമ്മുവിന്റെയും ചിത്രങ്ങൾ മനസിൽ മാറി മാറി വന്നു. അയാൾ പിന്നെ ഏറെ തർക്കിച്ചില്ല. ഏതാണ്ട് രണ്ടു മണിക്കൂർ നേരത്തെ ഫ്ളൈറ്റ് യാത്ര. നഗരം നിദ്രയിലാണ്ടു കഴിഞ്ഞെങ്കിലും തെരുവു വിളക്കുകൾ കൊണ്ടും അലങ്കാര ദീപങ്ങൾ കൊണ്ടും ആകെ ഒരു പ്രഭാപൂരം തന്നെ. എയർപോർട്ടിൽ കമ്പനിവക എയർകണ്ടീഷൻ കാറ് വന്നിരുന്നു. നേരെ ഗസ്റ്റ് ഹൗസിലേക്കാണ് പോയത്. അത്യാധുനിക സൗകര്യങ്ങളോടു കൂടിയ ഒരു സ്യൂട്ട്.

പിറ്റെ ദിവസം കാലത്തെഴുന്നേറ്റപ്പോഴാണ് പരിസരത്തിന്റെ ഭംഗി മുഴുവൻ കാണാൻ സാധിച്ചത്. വലിയൊരു കൃത്രിമ തടാകത്തിലേക്ക് തള്ളി നിൽക്കുന്ന ഒരു അർധ ദ്വീപിലാണ് ഗസ്റ്റ് ഹൗസ്. പക്ഷെ, അതൊക്കെ ആസ്വദിച്ചു നിൽക്കാൻ ഏറെ സമയമില്ല. കൃത്യം ഏഴരമണിക്ക് ഡോ. ചക്രവർത്തി വരും.

ഉദ്ദേശം അമ്പത് വയസ്സ് കഴിഞ്ഞ, സ്വതവേ അങ്ങേഅറ്റത്തെ ആത്മവിശ്വാസമുള്ളവനെങ്കിലും മകന്റെ സന്ദിഗ്ധാവസ്ഥ കാരണം അൽപ്പം അടി പതറിയ സിഗ്ഫ്രീദ് ആകാംക്ഷയോടെ അവരെ കാത്തിരിക്കുകയായിരുന്നു. ഡോ. രവി കുഞ്ഞിനെ പരിശോധിച്ചു. സുഹ്റ

തന്റെ അടുത്തുവന്നപ്പോൾ എന്തായിരുന്നുവോ അവസ്ഥ അതിനേക്കാൾ കുറച്ച് മോശമാണ് ഈ കുട്ടിയുടെ നില. ഈ നില തുടർന്ന് 24 മണിക്കൂർ കൂടി കഴിയില്ല! രവി തന്റെ കയ്യിലുള്ള അവസാനത്തെ ഡോസ് മരുന്ന് മാസ്റ്റർ സിഗ്ഫ്രീദിന്റെ കയ്യിൻമേൽ കുത്തിവച്ചു... മരുന്ന് അതിന്റെ പ്രവൃത്തി തെറ്റാതെ നടത്തി. ശ്വേതാണുക്കൾ പെരുകുന്നത് നിന്നു. മുമ്മൂന്നു മണിക്കൂർ കൂടുമ്പോൾ എടുക്കുന്ന ബ്ലഡ് കൗണ്ട്സ്, പഴയ ചിത്രം തന്നെ കാഴ്ചവച്ചു. മൂന്നാംപക്കം നോർമലായി, സിഗ്ഫ്രീദിന്റെ അദ്ഭുതത്തിനും സന്തോഷത്തിനും അതിരുണ്ടായിരുന്നില്ല. അയാളുടെ കണ്ണുകളിലെ തീക്ഷ്ണത തിരിച്ചുവന്നു. ഡോ. ചക്രവർത്തിയും രോഗത്തിന്റെ ഗതി സസൂക്ഷ്മം ശ്രദ്ധിക്കുന്നുണ്ടായിരുന്നു. ഒരാഴ്ചക്കുള്ളിൽ തികച്ചും സാധാരണ നിലയിലായി. ഡോ. രവിയുടെ റിപ്പോർട്ട്, അപ്പോൾ, കള്ളമല്ല, ചമച്ചതല്ല. വാസ്തവം തന്നെയാണ്... അപ്പോൾ സംഗതി ഗൗരവമാണ്. ഐ ഡി പി എൽ അതിന്റെ ഉൽപ്പാദനം ഏറ്റെടുത്താൽ... സംഗതി ഗുരുതരമായിരിക്കും. എന്തെങ്കിലും അടിയന്തരമായി ചെയ്തേ പറ്റൂ. പക്ഷെ, തൽക്കാലം ഒന്നും പറഞ്ഞില്ല. ഒരാഴ്ച കഴിഞ്ഞപ്പോൾ രവി മടങ്ങി. അമ്മുവിന് ഒട്ടേറെ സമ്മാനങ്ങളുമായി. മാസ്റ്റർ സിഗ്ഫ്രീദ് നിർബന്ധിച്ചപ്പോൾ വേണ്ടെന്ന് പറയാൻ കഴിഞ്ഞില്ല. കുഞ്ഞുങ്ങൾ എന്നും രവിയുടെ ദൗർബല്യമാണ്.

പുതിയ ഉടുപ്പുകളും കളിപ്പാട്ടങ്ങളും കിട്ടിയപ്പോൾ അമ്മുവിന്റെ സന്തോഷം ചെറുതൊന്നുമല്ലായിരുന്നു. ലക്ഷ്മിക്കും ആകെ പുതിയൊരു ഉണർവ് വന്നു. പക്ഷെ, ഒപ്പം തന്നെ ഒരാശങ്കയും. തന്റെ ഭർത്താവ് ഈ സന്ദർഭം നഷ്ടപ്പെടുത്തിയാലോ? എന്തെങ്കിലും വിഡ്ഢിത്തം ചെയ്താലോ? ദിവസങ്ങൾ ചെല്ലവെ, രവിയുടെയും മനസ്സ് അസ്വസ്ഥമാകാൻ തുടങ്ങി. ഐ ഡി പി എല്ലിന്റെ മറുപടി വരുന്നില്ല. തന്റെ മരുന്ന് എത്രയും വേഗം ഉൽപ്പാദിപ്പിച്ചാൽ കൂടുതൽ ആളുകളെ രക്ഷിക്കാമായിരുന്നു. എന്നാൽ ഐ ഡി പി എല്ലിന്റെ മറുപടി വരില്ല എന്ന് രവി എങ്ങനെ അറിയാനാ!

ഒരുദിവസം, അതിരാവിലെ അപ്രതീക്ഷിതമായി രണ്ട് അതിഥികൾ വന്നുകയറി, ഒരാൾ നേരത്തേ പരിചയപ്പെട്ടിരുന്ന സീ-കമ്പനിയുടെ റിസർച്ച് ഡയറക്ടർ ചക്രവർത്തി തന്നെയാണ്. മറ്റേയാൾ, "സീ-കമ്പനിയുടെ സീനിയർ ഡയറക്ടർ മി. പെരേര" – ചക്രവർത്തി പരിചയപ്പെടുത്തി.

ആദ്യത്തെ കുശലപ്രശ്നങ്ങൾക്കു ശേഷം പെരേര ബിസിനസിലേക്ക് കടന്നു.

"ഞങ്ങൾ ഒരു പ്രൊപ്പോസലുമായാണ് വന്നിരിക്കുന്നത്. താങ്കൾ കണ്ടുപിടിച്ച മരുന്ന് – X-21 അതിന് പറ്റിയ ആകർഷകമായ ഒരു പേര് പിന്നെ കൊടുക്കാം – ഉൽപ്പാദിപ്പിക്കാനുള്ള പൂർണാവകാശം വിലയ്ക്കു വാങ്ങാൻ ഞങ്ങൾ തയ്യാറാണ്. അതിന്റെ വില ഞങ്ങൾക്കറിയാം. അത് തരികയും ചെയ്യാം."

"ഇല്ല, ഞാൻ ഈ മരുന്ന് ഒരു സ്വകാര്യ കമ്പനിക്ക് ലാഭമുണ്ടാക്കാനായി കൊടുക്കില്ല." രവി തറപ്പിച്ചു പറഞ്ഞു.

"നിങ്ങളുടെ ഇഷ്ടം. പക്ഷെ സംഗതി മുഴുവൻ മനസിലാക്കിയ ശേഷം തീരുമാനിക്കണമെന്ന് അപേക്ഷയുണ്ട്. ഏത് സർക്കാർ സ്ഥാപനമാണ് ആവശ്യത്തിനും വേണ്ട സമയത്തും മരുന്നുണ്ടാക്കുന്നത്? അവയുടെ ഗുണനിലവാരം മോശമാണെന്ന് വിഖ്യാതമല്ലേ? ഐ ഡി പി എൽ എത്ര കൊല്ലംകൊണ്ടായിരിക്കും ഈ മരുന്ന് പുറത്തിറക്കുക. അതിനൊക്കെ പുറമെ, ഇത്രയും അധ്വാനിച്ചിട്ട് നിങ്ങൾക്കെന്താണ് കിട്ടുന്നത്? സ്വന്തം ഭാര്യയോടും കുഞ്ഞിനോടും നിങ്ങൾക്ക് ഒരു കടമയുമില്ലേ? നിങ്ങൾക്കുവേണ്ടി എത്ര കാലം അവർ ബുദ്ധിമുട്ടി? നിർമാണാവകാശത്തിനുള്ള പ്രതിഫലമായി ഞങ്ങൾ 25 ലക്ഷം രൂപ തരാം. മാത്രമല്ല, നിങ്ങൾക്ക് സ്വന്തമായി ഒരു പ്രൈവറ്റ് ലാബറട്ടറിയും ഉണ്ടാക്കിത്തരാം. നിങ്ങൾ തുടർന്നും ഗവേഷണം നടത്തണമെന്ന് ഞങ്ങൾക്ക് ആഗ്രഹമുണ്ട്."

ലക്ഷ്മി ഇതെല്ലാം കേട്ടു നിൽക്കുകയായിരുന്നു. രവി എന്തെങ്കിലും മറുപടി പറയും മുമ്പ് അവൾ ഇടയ്ക്കു കയറി പറഞ്ഞു: "എന്റെയും കുട്ടിയുടെയും കാര്യം അല്ലെങ്കിലും നിങ്ങൾക്ക് പ്രശ്നമല്ല. വേണ്ട. നിങ്ങളുടെ ഗവേഷണത്തിന് പണം വേണ്ടേ. ഗവൺമെന്റിനോട് കെഞ്ചിയും ശമ്പളത്തിൽ നിന്നെടുത്തും എത്രനാൾ കഴിയും? പണമുണ്ടായാൽ പിന്നെ അവധിയെടുത്തും വേണമെങ്കിൽ, ഗവേഷണം നടത്താൻ കഴിയുമല്ലോ. കണക്ക് പരിശോധിക്കാൻ ഒരു ക്ലാർക്കും വരില്ല. ഓഡിറ്റ് ഒബ്ജക്ഷൻ എന്ന പേടിസ്വപ്നം കാണണ്ട... നിങ്ങൾക്ക് വേണ്ടിയാണ് ഞാൻ പറയുന്നത് – അവർ പറയുന്നത് കേൾക്കൂ."

ലക്ഷ്മിയുടെ വാദത്തിൽ ഒരു പഴുതുമില്ലായിരുന്നു. അവസാനം രവി സമ്മതിച്ചു. അന്നയാൾ ഹോസ്പിറ്റലിൽ പോയില്ല, ഉച്ചക്ക് അവർ കരാർ ഒപ്പിട്ട് രേഖകൾ കൈമാറി. അവർ 25 ലക്ഷം രൂപ ലക്ഷ്മിയുടെ പേരിൽ ഡെപ്പോസിറ്റ് ചെയ്തു. കരാറനുസരിച്ച് x-21 എന്ന മരുന്നുണ്ടാക്കാനുള്ള സകല അവകാശവും വരുന്ന നൂറുകൊല്ലത്തേക്ക് സീ–കമ്പനിക്കാണ്.

ദിവസങ്ങൾ കടന്നുപോയി. ഡോക്ടർ രവി ഇന്ന്, ക്വാർട്ടേഴ്സിലല്ല താമസം. ആസ്പത്രിയിൽനിന്ന് സ്വൽപ്പം ദൂരെയായി ഒരേക്കർ സ്ഥലത്ത് നല്ലൊരു ബംഗ്ലാവ്. പൂച്ചെടികൾ. പുൽത്തകിടി. ഒരു കൊച്ച് ലാബറട്ടറി. രവി തന്റെ ഗവേഷണം രണ്ടിടത്തുമായി തുടർന്നു. ലക്ഷ്മിക്ക് പണ്ടേപ്പോലെ അതോ ഇതോ വേണ്ടത് എന്ന് തീരുമാനിക്കേണ്ട പ്രശ്നമില്ല. രണ്ടിനും വേണ്ട പണമുണ്ട്. തന്റെ സ്ഥിതിക്ക് യോജിച്ച സാരികളും ആഭരണങ്ങളുമുണ്ട്. അവൾ ദിനംപ്രതി കൂടുതൽ സുന്ദരിയായി വരുന്നപോലെ രവിക്കുതോന്നി. അമ്മുവിനും കൂടുതൽ ഉത്സാഹം. താനിതുവരെ അനുഭവിക്കാത്ത, സാധ്യമെന്ന് സ്വപ്നം കാണുക പോലും ചെയ്യാത്ത, ഒരു തൃപ്തി... തൃപ്തി എന്ന് പറയാമോ ഇതിനെ?

മനസിന്റെ ഉള്ളിന്റെ ഉള്ളിൽ എന്തോ ഒരു ശൂന്യത ഇടക്കിടയ്ക്ക് അനുഭവപ്പെട്ടിരുന്നു. സീ–കമ്പനിക്കാരുമായി കരാർ ഒപ്പിട്ടിട്ട് ആറു മാസത്തിലധികമായി. അവർ വിചാരിക്കുകയാണെങ്കിൽ മൂന്നു മാസത്തിനുള്ളിൽ ഉൽപ്പാദനം ആരംഭിക്കാമായിരുന്നു. എന്താണിത്ര വൈകുന്നത്? രവി അവർക്കെഴുതി – ചില ചില്ലറ സാങ്കേതികത്തകരാറുകൾ, താമസിയാതെ ഉൽപ്പാദനം ആരംഭിക്കും – അവർ മറുപടി അയച്ചു. അതിനിടയ്ക്കാണ് അറ്റന്റർ സുകുമാരന്റെ മോൾക്ക് അസുഖം വന്നത്. രവി ചികിത്സിച്ചു ഭേദമാക്കും എന്ന് അയാൾക്ക് വിശ്വാസമായിരുന്നു. എന്നാൽ രവിയുടെ കയ്യിലുണ്ടോ മരുന്ന്? അവസാനത്തെ ഡോസ് മാസ്റ്റർ സിഗ്ഫ്രീദിന് കൊടുത്തല്ലോ. രവി കമ്പനിക്കാർക്ക് ടെലഗ്രാം അയച്ചു. അവർ മറുപടി ടെലഗ്രാം അയച്ചു. അപ്രതീക്ഷിതമായി ചില തകരാറുകൾ കാരണം ഉൽപ്പാദന ഷെഡ്യൂൾ തെറ്റി. എത്ര കിണഞ്ഞാലും 2–3 മാസമെങ്കിലും പിടിക്കും. രോഗമുണ്ടോ മരുന്നിനായി കാത്തുനിൽക്കുന്നു. വല്ലാത്തൊരു ആഘാതമായിരുന്നു.

എന്നാൽ അതിലേറെ തിക്തമായ മറ്റൊരനുഭവം ഉണ്ടായി. രാജേശിന് മുപ്പത്തഞ്ച് വയസേ ആയിട്ടുള്ളു. ഉത്സാഹിയായിരുന്ന ഒരു ചെറുപ്പക്കാരൻ. അധ്യാപകനാണ്. എല്ലാവർക്കും അയാളെ ഇഷ്ടമാണ്. ആസ്പത്രിയിൽ അയാളെ കാണാൻ വന്നിരുന്ന സുഹൃത്തുക്കളുടെ എണ്ണം അത് വെളിവാക്കുന്നു. സഹായത്തിന് ഒപ്പം ഭാര്യ നന്ദിനിയുമുണ്ട്. അവരും സ്കൂൾ അധ്യാപികയാണ്. രാജേശിനെ രക്ഷപ്പെടുത്താൻ ഒരു വിഷമവുമില്ല. ഒരു ഡോസ് മരുന്നു കിട്ടിയാൽ മതി. പക്ഷെ, തന്റെ കയ്യിൽ മരുന്ന് വേണ്ടേ? എന്നാൽ തന്റെ കയ്യിൽ മരുന്നില്ലെന്ന് വിശ്വസിക്കാൻ നന്ദിനിയോ രാജേശിന്റെ കൂട്ടുകാരോ തയ്യാറായില്ല. തന്റെ പുതിയ ജീവിതരീതി വിശ്വാസം ജനിപ്പിക്കുന്ന കൂട്ടത്തിലായിരുന്നില്ല. പണം കിട്ടാത്തതുകൊണ്ടാണ് താൻ മരുന്നു കൊടുക്കാത്തതെന്ന് അവർ വിശ്വസിച്ചു, തന്നെയും ആ പിശാചുക്കളുടെ കൂട്ടത്തിൽ അവർ പെടുത്തി. അല്ലെന്ന് എങ്ങനെ തെളിയിക്കാൻ! രാജേശും മരിച്ചു. അന്ന് ദുഃഖം സഹിക്കവയ്യാനാകാതെ നന്ദിനി തന്റെ മുറിയിൽ വന്ന് വിളിച്ചു പറഞ്ഞ വാക്കുകൾ... ഹൗ ആലോചിക്കാൻ വയ്യ... ഇങ്ങനെ ജീവിച്ചിട്ടെന്തുകാര്യം... പിന്നെ പിന്നെ രവിയുടെ ഉത്സാഹമെല്ലാം കുറഞ്ഞു. അയാൾ ആരോടും സംസാരിക്കാതായി. എന്തിനിത്ര വേവലാതിപ്പെടാൻ. നിങ്ങൾ ഒരു തെറ്റും ചെയ്തിട്ടില്ല. പരമാവധി പണിയെടുത്തു: ലക്ഷ്മി അയാളോടു പറഞ്ഞു. എന്നാൽ അയാളുടെ മനസ്സ് തണുപ്പിക്കാൻ ആ ന്യായത്തിനൊന്നും പറ്റിയില്ല.

സീ–കമ്പനിക്കാരുമായി കരാർ ഒപ്പിട്ടിട്ട് ഒരുകൊല്ലവും മൂന്നു മാസവും കഴിഞ്ഞിരിക്കുന്നു. ഇനിയും മരുന്നിന്റെ ലക്ഷണമൊന്നുമില്ല... അങ്ങനെയിരിക്കെയാണ് അത് സംഭവിച്ചത്... അമ്മുവിന് ഇടക്കിടയ്ക്ക് പനി... സാധാരണ മരുന്നുകളൊന്നും ഫലിക്കുന്നില്ല. മുഖത്തിന്റെ വിവർണതയും പനിയുടെ സ്വഭാവവും കണ്ടപ്പോൾ... പെട്ടെന്ന് രവി

യുടെ മനസൊന്ന് കാളി... അല്ല, അതല്ല... അയാൾ സ്വയം മന്ത്രിച്ചു. എന്നാൽ അല്ലെന്ന് പറഞ്ഞതുകൊണ്ട് അല്ലാതാകില്ലല്ലോ. രണ്ടാഴ്ച കഴിഞ്ഞപ്പോഴേക്കും രവിക്കു സംശയമില്ലാതായി. ലക്ഷ്മിയോട് പറയാതെ നിവൃത്തിയില്ലെന്നായി. എങ്ങനെ പറയും?... രവി വിവരങ്ങൾ കാണിച്ചുകൊണ്ട് സീ–കമ്പനിക്ക് നീണ്ട ഒരു ടെലഗ്രാം അയച്ചു. മറുപടിയായി അവർ മൂന്നുപേരെയും നഗരത്തിലേക്ക് ക്ഷണിച്ചുകൊണ്ട് ഒരു കത്തും പ്ളെയിൻ ടിക്കറ്റുമാണ് കിട്ടിയത്. അപ്പോഴെ രവി കാര്യങ്ങൾ ലക്ഷ്മിയോടു പറഞ്ഞുള്ളൂ. തലയ്ക്കടികിട്ടിയപോലെ അവൾ തറയിൽ വീണു. സ്വബോധം തിരിച്ചു കിട്ടാൻ ഏറെ താമസം പിടിച്ചു. പിന്നെ താമസമുണ്ടായില്ല, അവർ വീടുപൂട്ടി വിമാനത്താവളത്തിലേക്ക് തിരിച്ചു... അമ്മു തീരെ കിടപ്പിലായിട്ടില്ലെങ്കിലും ഏറെ ക്ഷീണിതയായിരുന്നു.

നഗരത്തിലെ വിമാനത്താവളത്തിൽ ഡോ. ചക്രവർത്തി കാത്തുനിൽപ്പുണ്ടായിരുന്നു. അദ്ദേഹം അവരെ ആ പഴയ ഗസ്റ്റ്ഹൗസിൽ തന്നെ കൂട്ടിക്കൊണ്ടുപോയി. മരുന്നുൽപ്പാദനത്തെക്കുറിച്ച് രവി ചോദിച്ച ചോദ്യങ്ങൾക്ക് ഒഴുക്കൻ ചില ഉത്തരങ്ങൾ കൊടുത്ത് അയാൾ ഒഴിഞ്ഞു... നാളെ കാലത്ത് മി. സിഗ്ഫ്രീദ് ഇവിടെ വരും. അപ്പോൾ എല്ലാം വിശദമായി സംസാരിക്കാമെന്നു പറഞ്ഞ് എല്ലാ സൗകര്യങ്ങളും ഏർപ്പാടാക്കി ചക്രവർത്തി പിരിഞ്ഞു.

പിറ്റേന്ന് കൃത്യം എട്ടുമണിക്ക് മി. സിഗ്ഫ്രീദ് എത്തി.

"താങ്കളെയും കുടുംബത്തെയും സ്വാഗതം ചെയ്യുന്നതിൽ അതിയായ സന്തോഷമുണ്ട്. താങ്കളുടെ മകളുടെ കാര്യത്തിൽ ഞങ്ങൾ അത്യധികം ദുഃഖിക്കുന്നു."

"മരുന്ന്, എന്റെ മരുന്ന് – എപ്പോൾ കിട്ടും മി. സിഗ്ഫ്രീദ്" – രവി ആകാംക്ഷയോടെ തിരക്കി. പിന്നിലെ ബെഡ്റൂമിൽ അമ്മു തളർന്നുറങ്ങുകയാണ്. ലക്ഷ്മി ഡ്രോയിങ് റൂമിലേക്ക് വരണമോ വേണ്ടയോ എന്നു സംശയിച്ചുകൊണ്ട് വാതിൽക്കൽ നിൽക്കുകയായിരുന്നു.

"ക്ഷമിക്കണം, ഡോക്ടർ" സിഗ്ഫ്രീദ് പറഞ്ഞു.

"നിങ്ങൾക്ക് വിഷമമുണ്ടാകും എന്നു ഞങ്ങൾക്കറിയാം. പക്ഷെ എന്തു ചെയ്യാം..."

"മി. സിഗ്ഫ്രീദ് നിങ്ങൾ എന്താണ് പറയുന്നത് എന്ന് എനിക്കു മനസിലാകുന്നില്ല." രവി ആക്രോശിച്ചു.

"ഡോ. രവി, ഞങ്ങൾ കരാറുപ്രകാരമുള്ള പണമെല്ലാം തന്നില്ലേ. അങ്ങയെ ഞങ്ങളുടെ ഗവേഷണവിഭാഗത്തിന്റെ അഡീഷണൽ ഡയറക്ടറാക്കാനും സന്തോഷമേയുള്ളൂ. മരുന്നുണ്ടാക്കുന്ന കാര്യം: ഉണ്ടാക്കിയില്ലെങ്കിൽ നഷ്ടം ഞങ്ങൾക്കല്ലെ. പക്ഷെ, ഉണ്ടാക്കിയാൽ അതിൽ കൂടുതൽ നഷ്ടം വരും. ഇപ്പോഴത്തെ മരുന്ന് വിറ്റ് ഞങ്ങൾക്ക് പ്രതിവർഷം 10 കോടി രൂപ കിട്ടുന്നുണ്ട്. നിങ്ങളുടെ മരുന്ന് ഒരു ഡോസേ വേണ്ടൂ. മൊത്തം ഏതാണ്ട് 10–12 ലക്ഷം രൂപയുടെ മരുന്ന്. അത് മാർക്കറ്റിൽ

വന്നാൽ മറ്റു മരുന്നുകൾ വിൽക്കാതാകും. ഞങ്ങൾക്ക് പ്രതിവർഷം 10 കോടിരൂപ നഷ്ടം വരും. അത് ഒഴിവാക്കാനാണ്, മരുന്നുൽപ്പാദനം തടയാനാണ് അല്ലാതെ മരുന്നുണ്ടാക്കാനല്ല ഞങ്ങൾ അവകാശം തീറുവാങ്ങിയത്. നൂറുകൊല്ലത്തേക്ക് ആ മരുന്ന് ഞങ്ങൾ ഉണ്ടാക്കില്ല. നിങ്ങളുടെ മകളുടെ കാര്യത്തിൽ ഞങ്ങൾക്ക് അതിയായ ദുഃഖമുണ്ട്. എന്തു ചെയ്യാം. ദൈവം തുണയ്ക്കട്ടെ."

രവിക്ക് ചുറ്റും ഇരുൾ പരക്കുന്നതുപോലെ തോന്നി. തന്റെ മുന്നിൽ എല്ലാം കറങ്ങുന്നു. ഒരുകെട്ടു നോട്ടിനുവേണ്ടി, രാജേശിനെ കൊന്നു. സുകുമാരന്റെ മോളെ കൊന്നു. ഇതാ ഇപ്പോൾ തന്റെ അമ്മുവിനെയും കൊല്ലുകയാണ്. തന്നെപ്പോലെ ഒരു മഹാപാപി ലോകത്തിൽ വേറാരുണ്ട്? താൻ വിചാരിച്ചാൽ ഇനിയും രണ്ടു കൊല്ലം കൊണ്ടേ മരുന്നുണ്ടാക്കാൻ കഴിയൂ. അതിനുമുമ്പവൾ മരിച്ചു കഴിയും. രവി തിരിഞ്ഞ് ലക്ഷ്മിയെ നോക്കി. താൻ കേട്ടതിന്റെ മുഴുവൻ പൊരുൾ മനസിലാക്കാൻ ഏതാനും സെക്കന്റുകൾ വേണ്ടിവന്നു. പിന്നീടൊരലർച്ചയായിരുന്നു. "എന്റെ മോളേ" എന്നു വിളിച്ചുകൊണ്ട് അവൾ അമ്മുവിന്റെ അടുത്തേക്ക് പാഞ്ഞു.

പറയേണ്ടത് പറഞ്ഞു കഴിഞ്ഞു, ഇനി ഇവിടെ നിൽക്കേണ്ട ആവശ്യമില്ല എന്നുകണ്ട് സിഗ്ഫ്രീദും ചക്രവർത്തിയും മെല്ലെ സ്ഥലം വിട്ടു. അകത്തുനിന്ന് ഒരു തേങ്ങൽ കേൾക്കാമായിരുന്നു. "എന്റെ മോളേ ഈ മഹാപാപിക്കു മാപ്പു തരൂ, ഈ മഹാപാപിക്കു മാപ്പു തരൂ."

"ദേവലോകം തന്നെ, ദേവലോകം." ഹോസ്പിറ്റലിനെക്കുറിച്ചുള്ള ശ്യാമിന്റെ വിലയിരുത്തലാണ്. അകത്തുകയറിക്കിട്ടിയാൽ, പിന്നെ സുഖക്കേട് പൊറുക്കണമെന്നില്ല, വീട്ടിൽ പോകണമെന്നുമില്ല!" ശ്യാം ഒന്നുനിറുത്തി. ചുറ്റുമുള്ളവർ അദ്ഭുതത്തോടെ ശ്രദ്ധിക്കുന്നുണ്ടെന്ന് മനസിലായപ്പോൾ വീണ്ടും തുടർന്നു. "വിനായകൻ സാക്ഷിയായി ഞാൻ പറയുകയാണ്. ഞാൻ എന്റെ കെട്ടിയോളുടെ കാര്യം പോലും അവിടെ കിടന്നപ്പോൾ മറന്നുപോയി." നാട്ടുകാർ പൊട്ടിച്ചിരിച്ചപ്പോൾ ശ്യാമും ഒപ്പം ചിരിച്ചു. "അങ്ങേരൊരു ദേവദൂതൻ തന്നെയാ. കടലിനക്കരെ നിന്ന് കറുത്തവരെ രക്ഷിക്കാൻ എത്തിയ ദേവദൂതൻ തന്നെയാ ആ സൂപ്രണ്ട്." ശ്യാം പോകും മുമ്പ് അത്രയും കൂടി പറഞ്ഞു.

സീ–കമ്പനിക്കാരുടെ വക ഹോസ്പിറ്റലിനെപ്പറ്റിയാണ് ശ്യാം പറഞ്ഞത്. രണ്ടുകൊല്ലമേ ആയുള്ളു ഹോസ്പിറ്റൽ പ്രവർത്തനം ആരംഭിച്ചിട്ട്. ഹോസ്പിറ്റൽ സൂപ്രണ്ട് ഡോ. മാൻസ്ഫീൽഡ് ആണ് ശ്യാമിന്റെ ഹീറോ–ദേവദൂതൻ. അത് ഹോസ്പിറ്റൽ എന്നതിനേക്കാളേറെ ഒരു ഗവേഷണ കേന്ദ്രമാണ്. സീ–കമ്പനിക്കാർ ഉണ്ടാക്കുന്ന പുതിയ മരുന്നുകൾ പരീക്ഷിച്ച് നോക്കാനുള്ള ഗവേഷണകേന്ദ്രം. ഏറ്റവും പുതിയ ഉപകരണങ്ങളും സൗകര്യങ്ങളുമുള്ള ഒന്നാണത്.

ശ്യാം പറഞ്ഞതിൽ അതിശയോക്തിയില്ല. നാട്ടുകാർ അത് വിശ്വസിച്ചതിൽ അദ്ഭുതവുമില്ല. ആറുമാസം മുമ്പ് ഒരു മനുഷ്യന്

എന്തെല്ലാം സുഖക്കേടുകളുണ്ടാകുമോ അതെല്ലാം പിടിപെട്ട്–എന്ന് പറയണം–മരണവുമായി മല്ലിട്ട് കിടന്നിരുന്നവനായിരുന്നു ശ്യാം. ഉണങ്ങി ദ്രവിച്ച ഒരു മരം! നാട്ടുകാർ കാശ് പിരിച്ചാണ് അവനെ നഗരത്തിലെത്തിച്ചത്. ആ ശ്യാമാണ് നെഞ്ചുവിരിച്ച് ഫയൽവാനെപ്പോലെ നടന്നുപോകുന്നത്. അവന്റെ അസുഖം മാറിയെന്നു മാത്രമല്ല, ആശുപത്രിയിൽ അവന് വാച്ചറുദ്യോഗവും കിട്ടിയിരിക്കുന്നു. കെട്ട്യോളെ കൊണ്ടുപോകാൻ വന്നിരിക്കയാണ്. ഇനി കെട്ട്യോളും ശ്യാമും കൂടി ഒരുകൊല്ലം കഴിഞ്ഞുവരുമ്പോൾ ഒരു തടിയൻ കൊച്ചും കൂടെ കാണും എന്നും പറഞ്ഞ് അവരിലൊരാൾ ചിരിച്ചു.

ശ്യാമിന്റെ വാർത്ത കാട്ടുതീപോലെ ഗ്രാമത്തിൽ പരന്നു. യഥാർഥത്തിൽ സുഖക്കേടുള്ളവർ, നല്ല ആഹാരം മോഹിക്കുന്നവർ, ദേവലോകത്തിനകമൊന്നു കാണാൻ ആശയുള്ളവർ... എല്ലാം വണ്ടിക്കൂലിയുണ്ടാക്കി ആശുപത്രിയിലെത്തി. എല്ലാവർക്കും ദേവദൂതൻ സൂപ്രണ്ടിന്റെ പ്രത്യേക വാർഡിൽ കിടക്കാൻ ഭാഗ്യം ലഭിച്ചില്ല. അവിടെ കിടക്കാൻ കഴിഞ്ഞവർ ശ്യാമിന്റെ അഭിപ്രായം തലകുലുക്കി സമ്മതിച്ചു. പ്രവേശനം ലഭിക്കാത്തവർ അസൂയയോടെ മടങ്ങി.

സ്വന്തം കുടിലുകളിലെ ഇരുട്ടിൽ പാതിപട്ടിണിയിലും ദാരിദ്ര്യത്തിലും ജീവിതം കഴിച്ചവർ, വെള്ളപ്പൊക്കവും തണുപ്പും വരുമ്പോൾ വിറച്ച് കൂഞ്ഞിക്കൂടി കഴിഞ്ഞവർ, നല്ല ഭക്ഷണം ഒരിക്കലും കഴിച്ചിട്ടില്ലാത്തവർ, അക്ഷരം അഭ്യസിക്കാൻ ഭാഗ്യമില്ലാതെ പോയവർ... അവർക്ക് ജീവിതത്തിലെ ആഹ്ലാദകരമായ അനുഭവമായി മാറി ആ വാർഡിലെ ജീവിതം. അസുഖം മാറാൻ പറ്റിയ മരുന്നു കഴിച്ചതുകൊണ്ടു മാത്രമല്ല, അതിലും പ്രധാനമായി, സമൃദ്ധമായ ആ ഭക്ഷണം. ആപ്പിളും ഗ്രേപ്സും മുട്ടയും പാലും ഇറച്ചിയും – എല്ലാം പലരും ആദ്യമായി കഴിക്കുകയായിരുന്നു. “മോനേ, ശ്യാം. ഇതൊരു ഭാഗ്യം തന്നെയാടാ. മുജ്ജന്മസുകൃതം! ഈ നിലത്ത് ചവിട്ടാൻ പോലും തോന്നുന്നില്ല. കണ്ണാടിപോലെ മിന്നുന്ന ഇതെന്തൊരു കിടക്കയാണപ്പാ. കൊട്ടാരത്തിലെ പള്ളിമെത്തയല്ലിയോ... പിന്നെ എന്തൊക്കെയാടാ അവർ നമുക്ക് തിന്നാൻ തരുന്നത്...” കിഴവനായ ധനിറാം ഇതുപറയുമ്പോൾ വാർധക്യം ബാധിച്ച മുഖം ആഹ്ലാദംകൊണ്ട് വികസിച്ചിരുന്നു.

മറ്റൊരിടത്ത്, ആസ്പത്രിയിലെ സ്വകാര്യ കോൺഫറൻസ് റൂമിൽ നാലുപേരിരുന്ന് പരീക്ഷണങ്ങളുടെ അതേവരെയുള്ള ജയാപജയങ്ങൾ വിലയിരുത്തുകയായിരുന്നു. കമ്പനി ചെയർമാർ സിഗ്ഫ്രീദ്, റിസർച്ച് ഡയറക്ടർ ഡോ. ചക്രവർത്തി, ഡോക്ടർ മാൻസ്ഫീൽഡ്, അയാളുടെ ചെറുപ്പക്കാരനായ അസിസ്റ്റന്റ് തോമസ് എന്നിവരായിരുന്നു അവിടെ. തോമസ് അതിസമർഥനായ ഒരു സർജനാണ്. അയാൾ ഓപ്പറേറ്റ് ചെയ്യുന്നത് ഒരു കല തന്നെയാണ്. “പരീക്ഷണം ഒരു നിർണായക ഘട്ടത്തിലെത്തിനിൽക്കയാണ്.” മാൻസ്ഫീൽഡ് റിപ്പോർട്ട് ചെയ്തു. “ഡോ. ചക്രവർത്തി, നിങ്ങളുടെ മരുന്ന് ശരിക്കും ഒരദ്ഭുതം തന്നെയാണ്.

എന്താണ് അതിന്റെ തുടക്കസാധനം – X - 21 ഉണ്ടാക്കിയ ആളുടെ പേര് – ഓ ഡോ. രവി... പാവം അയാളുടെ മകളെ രക്ഷിക്കാൻ നമുക്കു കഴിഞ്ഞില്ല. ഒരു നിലയ്ക്ക് അയാൾ ആത്മഹത്യ ചെയ്തത് നന്നായി, ഇല്ലെങ്കിൽ വീണ്ടും ആ മരുന്നയാൾ ഉണ്ടാക്കുമായിരുന്നു. ഇപ്പോൾ മറ്റൊരാൾക്കും അതിന്റെ അടുത്തുപോലും എത്താൻ പറ്റില്ല. അതെ, അത് വളരെ ഡീപ്പ് ആക്റ്റിങ് മരുന്നുതന്നെയായിരുന്നു. ഡി എൻ എ ലവലിലായിരുന്നു അതിന്റെ ആക്ഷൻ. വൈദ്യശാസ്ത്രത്തിൽ ആദ്യമായാണ് നൂറുശതമാനം പ്രവചിക്കാവുന്ന മ്യൂട്ടേഷൻ ഉണ്ടാക്കുന്ന ഒരു രാസപദാർഥം ലഭിച്ചത്. നിങ്ങളുടെ ഐഡിയ–തികച്ചും ബ്രില്യന്റ്. അതിനെ ബേസാക്കിക്കൊണ്ട്... ഹ! ഹ!... ഈ പരീക്ഷണം വിജയിച്ചാൽ ശരിക്കും 'സർവരോഗസംഹാരി' തന്നെയാണ് നമ്മുടെ കയ്യിൽ ഉണ്ടായിരിക്കുക!!"

"അതെ" ഡോ. ചക്രവർത്തി യോജിച്ചു. "പക്ഷെ അതിന്റെ സൈഡ് ഇഫക്ടുകൾ... അതിന്റെ കാരണം കണ്ടുപിടിച്ചേ ഒക്കൂ. ചിലർക്കുമാത്രമേ ഉള്ളൂ. എന്താണതിനു കാരണം? പരീക്ഷണം തുടരുകയല്ലാതെ നിവൃത്തിയില്ല!"

ഡോ. തോമസ് ആലോചിച്ചു. എത്ര ആളുകൾകൂടി ഇനിയും മരിക്കേണ്ടിവരും. ഇവർ പറയുന്ന മരുന്ന് എന്താണെന്ന് തനിക്കറിയില്ല. പക്ഷെ, അതിന്റെ ഫലം ഉഗ്രമാണ്. ധാരാളം കണ്ടനുഭവിച്ചിട്ടുണ്ട്. ഗുണമായാലും ദോഷമായാലും തന്റെ ജോലി അസാധാരണം തന്നെ. ജീവിക്കുന്നവരെ ഓപ്പറേറ്റ് ചെയ്യേണ്ട. മരിച്ചു വീണവരെ അഞ്ചു മിനിറ്റിനുള്ളിൽ ഓപ്പറേറ്റ് ചെയ്ത് ഡോ. മാൻസ്ഫീൽഡ് ആവശ്യപ്പെടുന്ന ഭാഗങ്ങൾ എടുത്തു കൊടുക്കണം. സമയമാണ് പ്രധാനം. അഞ്ചു മിനിറ്റ് നാലു മിനിറ്റായാലും വിരോധമില്ല. ആറ് മിനിറ്റാകരുത്. തന്റെ കൈവേഗമാണവർക്കു വേണ്ടത്. പക്ഷെ, ഇതിലൊക്കെ എന്തോ ശരിയില്ലായ്മയില്ലേ? തോമസിന്റെ മനഃസാക്ഷി ഇടയ്ക്കിടക്ക് മന്ത്രിച്ചുകൊണ്ടിരുന്നു.

ശ്യാം പുതിയ തൊഴിലിൽ അതീവ സന്തുഷ്ടനാണ്. സാമാന്യം വൃത്തിയുള്ള ക്വാർട്ടേഴ്സ്. നല്ല ശമ്പളം. ഹോസ്പിറ്റലിൽ ഓപ്പറേഷൻ തീയേറ്ററിന് മുമ്പിൽ തന്നെ ഡ്യൂട്ടി. മറ്റ് പല വാച്ചർമാരെയും സ്ഥലം മാറ്റാറുണ്ട്. തന്നെ മാറ്റുന്നേയില്ല... എത്രയെത്ര രോഗികൾ. അവരെയെല്ലാവരെയും ഓർക്കാൻ തന്നെ വിഷമം. മിക്കവരും അസുഖം മാറിപ്പോകുന്നു. എന്നാൽ ചിലർ... അവരെപ്പറ്റി ആലോചിക്കുമ്പോൾ ഞെട്ടലുണ്ടാകുന്നു. ഏറ്റവും വേഗം ആരോഗ്യം തിരിച്ചു കിട്ടി കുട്ടിയാനപോലെ നടന്നിരുന്ന രാംകുമാർ... ഒരുദിവസം ദാ കിടക്കണ് – ഇടിവെട്ടേറ്റ് വീണപോലെ. എന്തു പറ്റി? ആർക്കും അറിയില്ല. ഉടനെതന്നെ അയാളെ ഓപ്പറേഷൻ തീയേറ്ററിൽ കൊണ്ടുപോയി. അവർ ആവുന്നതെല്ലാം ശ്രമിച്ചു. പക്ഷെ, ആയുസില്ലെങ്കിൽ എന്തു ചെയ്യാനാ, തലയിലെഴുത്ത്! രാംകുമാറിന് മാത്രമല്ല, പിന്നെയും എത്രയോ പേർ. അബ്ദുൾ റഹീം, വിവേക്, ബസാക്... എല്ലാവരും ഒരേപോലെ തന്നെ... ഒരു വീഴ്ച. കഴി

ഞ്ഞു. ഡോക്ടർ യജമാനനും തോമസും ഉടനെ എത്തും, പരമാവധി അവരെ രക്ഷിക്കാൻ ശ്രമിക്കും. പക്ഷെ, വീണവരെ എഴുന്നേൽപ്പിക്കാൻ മാത്രം അവർക്ക് കഴിഞ്ഞില്ല.

ശ്യാം ഉച്ചഭക്ഷണം കഴിച്ച് ഒരു മൂളിപ്പാട്ടുമായി ഡ്യൂട്ടിക്ക് പോവുകയാണ്. കുറച്ചു ദിവസമായി ശ്യാമിന് അസാധാരണമായ ഒരുണർവ്. എന്താന്ന് നിശ്ചയമില്ല. എന്തോ ഒരു വലിയ സന്തോഷം വരാൻ പോകുന്നപോലെ. ശരീരത്തിനകത്ത് എന്തോ ഒന്ന് പതഞ്ഞു പൊങ്ങുന്നപോലെ. മറ്റവൻ അടിച്ചാൽ ഇങ്ങനെയിരിക്കും എന്ന് പറഞ്ഞു കേട്ടിട്ടുണ്ട്. എന്നാൽ ശ്യാം ഇതേവരെ പരീക്ഷിച്ചു നോക്കിയിട്ടില്ല. നടന്നു നടന്നു – അതോ താൻ പറക്കുകയാണോ? – ശ്യാമിന് തോന്നി താൻ പറക്കുകയാണ് – അതെ, അങ്ങുയരങ്ങളിലേക്ക് – ശരീരത്തിന് ഒരു ഭാരവുമില്ല... അങ്ങ് സ്വർഗത്തിലേക്ക് പോവുകയാണോ? എല്ലാം മങ്ങിമങ്ങി വരുന്നല്ലോ... ഹൗ എന്തൊരു തീക്ഷ്ണമായ പ്രകാശം. ഭഗവാൻ വിഷ്ണുവിന്റെ ചക്രത്തിന്റെ തിളക്കമാണോ...

"തീയേറ്ററിന്റെ വാതിലടച്ചിട്ടുണ്ടല്ലോ"

"ഉവ്വ്"

"സിസ്റ്റേഴ്സ് ആരും അകത്തില്ലല്ലോ"

"ഇല്ല"

"ശരി എങ്കിൽ തുടങ്ങാം മി. തോമസ്. ഇത്രയും കുറഞ്ഞ സമയത്തിനുള്ളിൽ കിട്ടുക മഹാഭാഗ്യം തന്നെ. ഓപ്പറേഷൻ തീയേറ്റർ ഡ്യൂട്ടി കൊടുത്തത് എത്ര നന്നായി. മരിച്ചിട്ട് രണ്ട് മിനിറ്റല്ലേ ആയിക്കാണൂ. ഇപ്പോൾ തന്നെ പരിശോധിച്ചാൽ നമുക്ക് വേണ്ട വിവരങ്ങൾ ലഭിക്കാതിരിക്കില്ല." ഡോ. മാൻസ്ഫീൽഡ് പറഞ്ഞു.

കൈകഴുകി ഗ്ലൗവ്സ് ധരിച്ച് കത്തിയും പിടിച്ച് മേശപ്പുറത്തു കിടക്കുന്ന ശരീരത്തെ സമീപിച്ചപ്പോൾ തോമസ് ഒന്നു ഞെട്ടി. വെറും രണ്ട് മിനിറ്റ് മുമ്പെ സന്തോഷത്തിന്റെ മൂർത്തിമദ്ഭാവമായി നടന്നിരുന്ന ശ്യാം. ഇതാ ചേതനയറ്റ് കിടക്കുന്നു. എത്ര പെട്ടെന്ന്... ഈ മരുന്നിന്റെ പ്രവർത്തനരീതി ഭയങ്കരം തന്നെ. കാർഡിയാക് അറസ്റ്റ്. പക്ഷെ എന്തുകൊണ്ട്? ഇത്ര കൃത്യമായി? എല്ലാവർക്കും ഒരുപോലെ?

"എന്താ ഡോ. തോമസ് ആലോചിച്ചു നിൽക്കുന്നത്. വേഗം തുടങ്ങൂ. ഇത്രയും നല്ല ഒരവസരം ഇനി നമുക്ക് ലഭിച്ചെന്നുവരില്ല... അവന്റെ രക്തം കണ്ടോ, തികച്ചും സാധാരണം. ഒരവയവത്തിനും കേടുപറ്റിയിട്ടില്ല. എന്താണ് കാർഡിയാക് അറസ്റ്റിലേക്ക് നയിക്കുന്ന ഘടകം? ബ്രെയിനിൽ തന്നെ നോക്കേണ്ടിയിരിക്കുന്നു കാരണം. ആ ഭാഗം നീക്കുക. വിശദമായ പരിശോധന വേണം."

ഡോ. തോമസിന്റെ കത്രികയും കത്തിയും ഫോഴ്സെപ്സും മാജിക് വേഗത്തിൽ ചലിച്ചു. മൂന്നുമിനിറ്റിനുള്ളിൽ വേണ്ട ഭാഗങ്ങളെല്ലാം വേർപെടുത്തിയെടുത്തു. കീറിമുറിച്ച് പല തുണ്ടുകളാക്കിയ ഭാഗങ്ങൾ കൂട്ടിത്തുന്നി. തുണികൊണ്ട് മൂടിക്കെട്ടി. മുഖം മാത്രം

പുറത്ത് കാണാവുന്ന വിധത്തിൽ.ട്രോളിയിൽ പുറത്തേക്കെടുത്തപ്പോഴേക്കും കാൽമണിക്കൂർ കഴിഞ്ഞിരുന്നു. വാതിൽക്കൽ ശ്യാമിന്റെ ഭാര്യ കമല, വാവിട്ട് കരയുന്നുണ്ടായിരുന്നു. മറ്റുള്ളവർ അവളെ സമാധാനിപ്പിച്ചു. വലിയ ഡോക്ടറെജമാനനും കൂടെയാണ് അകത്ത് പോയിരിക്കുന്നത്. മനുഷ്യനാൽ സാധിക്കുന്നതാണെങ്കിൽ അവർ ശ്യാമിനെ രക്ഷിക്കും... പക്ഷെ മനുഷ്യനാൽ സാധിക്കുന്നതായിരുന്നില്ല കാര്യം.

അവർ മൃതദേഹം വൈദ്യുതച്ചൂളയിൽ ദഹിപ്പിച്ചു. കമലയ്ക്ക് അഞ്ഞൂറ് രൂപ 'സഹായം' കൊടുത്ത് അവളെ നാട്ടിലേക്കയച്ചു.

ഡോ. തോമസ് തന്റെ ലാബറട്ടറിയിൽ ഇരിക്കുകയാണ്. ആകെ വല്ലാതെ വിമ്മിട്ടപ്പെടുന്നുണ്ട്. എത്രാമത്തേതാണ് ഇത്? ഇനി എത്ര? താൻ ചെയ്യുന്നത് മഹാപാപമല്ലേ? ഇവരുടെ ലാഭക്കൊതിക്ക് കൂട്ടുനിൽക്കുകയല്ലേ?

ഡോ. മാൻസ്ഫീൽഡ് അടുത്തുവന്ന് തോളിൽ പിടിച്ചു കുലുക്കിയപ്പോൾ തോമസ് ഞെട്ടി. "ഓ ഡോക്ടർ തോമസ്, നിങ്ങൾ വീണ്ടും സെന്റിമെന്റലാവുകയാണോ?"

"അല്ല ഡോക്ടർ, ഞാൻ..."

"ആവശ്യമില്ലാത്ത കാര്യങ്ങൾ ചിന്തിക്കുകയായിരുന്നു അല്ലേ? ഒരു ഡോക്ടർക്ക് പറ്റിയ സ്വഭാവമല്ല അതെന്ന് ഞാൻ എത്ര പ്രാവശ്യം പറഞ്ഞു കഴിഞ്ഞു."

"എങ്കിലും..."

"ഹ... ഹ... ഹ" ഡോ. മാൻസ്ഫീൽഡ് പൊട്ടിച്ചിരിച്ചു. "ഇതെത്ര ക്രൂരമാണെന്ന്, അല്ലേ? എല്ലാ മഹത്തായ കണ്ടുപിടുത്തങ്ങളുടെയും പിന്നിൽ ഇത്തരം എത്രയെത്ര രക്തസാക്ഷികളെ കാണുമെന്ന് തോമസിനറിയാമോ?... നാം വിജയിച്ചാൽ... തോമസ് ഒന്നാലോചിച്ചു നോക്കൂ... നമ്മുടെ കയ്യിലുള്ള തെളിവുകൾ വച്ചുകൊണ്ടുതന്നെ ഈ മരുന്ന് ഒരദ്ഭുതമല്ലേ. ശരീരത്തിലെ, ഇതിന്റെ പ്രവർത്തനം പഠിച്ചുകഴിഞ്ഞാൽ, സൈഡ് ഇഫക്റ്റിന്റെ കാരണം മനസിലാക്കിക്കഴിഞ്ഞാൽ ലോകത്തിന് ഒരദ്ഭുതമരുന്ന് ലഭിക്കുമെന്ന് തീർച്ച. പഴയ ശ്യാമിനെ ഓർമയുണ്ടല്ലോ. അവനില്ലാത്ത വല്ല രോഗവുമുണ്ടായിരുന്നോ! മരുന്ന് ചെന്നപ്പോൾ അവൻ ഒരു ദേവകുമാരനെപ്പോലെ മാറിയത് ഓർക്കുക."

"പക്ഷേ..."

"ആ 'പക്ഷെ' ഒന്നു മാറിക്കിട്ടാനല്ലേ നമ്മുടെ ഗവേഷണം. ഇത്ര ആരോഗ്യവും ഉണർവും ആഹ്ലാദവും പകരുന്ന ഈ മരുന്ന് എന്തുകൊണ്ട് കാർഡിയാക് അറസ്റ്റിലേക്ക് നയിക്കുന്നു. അതും ചിലരിൽ മാത്രം. അവരുടെ സവിശേഷ ദേഹപ്രകൃതി എന്ത്? അപകടം കൂടാതെ അവർക്ക് മരുന്ന് നൽകാൻ എങ്ങനെ കഴിയും?... ഇതെല്ലാം ഒന്നു രണ്ട് വർഷത്തിനകം നമുക്ക് പഠിക്കാൻ കഴിയും. ഈ മരുന്ന് മാർക്കറ്റിലെത്തിയാലത്തെ അവസ്ഥ ആലോചിക്കുക. അക്ഷരാർഥത്തിൽ സർവരോഗസംഹാരി... പിന്നെ മറ്റ് മരുന്നുകമ്പനിക്കാർ കട പൂട്ടിയതുതന്നെ. വെറുതെയാണോ

നമ്മുടെ കമ്പനി ഇത്രയും തുക മുടക്കി ഈ ഹോസ്പിറ്റൽ പണിതത്..."

"അതിന് ഇനി എത്ര പേർ കൂടി മരിക്കേണ്ടിവരും?"

"ഡോ. തോമസ്, നിങ്ങൾ എന്താണ് ഇങ്ങനെ ഒരുവശം മാത്രം ചിന്തിക്കുന്നത്? ഞാൻ വിദേശത്തുനിന്ന് ഇവിടെ വന്ന് നിങ്ങളുടെ നാട്ടുകാരെ കൊല്ലുകയാണെന്നാണോ ചിന്ത? ഞങ്ങളുടെ നാട് കൂടുതൽ സമ്പന്നമായിപ്പോയി. അവിടെ ഇത്തരം പരീക്ഷണങ്ങൾ നടത്താൻ സാധ്യമല്ല. എന്നാൽ ദരിദ്രരാജ്യം ഇതുമാത്രമല്ലെന്ന് ഓർക്കണം. ഇവിടെയല്ലെങ്കിൽ മറ്റൊരു രാജ്യത്ത് കമ്പനി എന്നെ വിടുമായിരുന്നു. അവിടെയും മരിക്കാൻ തയ്യാറായി കുറെപേർ മുന്നോട്ടുവരും... ശ്യാമിന്റെ കാര്യം തന്നെ എടുക്കുക. കഴിഞ്ഞ ഏതാനും മാസം അവൻ അനുഭവിച്ച സുഖസമൃദ്ധ ജീവിതത്തിന് അവൻ വില നൽകി എന്ന് കരുതിയാൽ പോരെ?"

കശാപ്പുകാരന്റെ തത്വശാസ്ത്രം! ഡോ. തോമസ് മനസിൽ പറഞ്ഞു. നല്ല തീറ്റ കൊടുത്ത് തടിപ്പിച്ച് കൊല്ലുക... പക്ഷെ, തനിക്കത് തുറന്ന് പറയാൻ ധൈര്യമില്ലെന്നതാണ് ലജ്ജാകരം. ഇന്നല്ലെങ്കിൽ നാളെ ഡോ. മാൻസ്ഫീൽഡ് തിരിച്ച് പോകും. അന്നു മുതൽ താനായിരിക്കും ഈ ഹോസ്പിറ്റലിന്റെ മേധാവി. സുഖസമൃദ്ധമായ ഒരു ജീവിതം തനിക്ക് മുന്നിൽ തെളിഞ്ഞുനിൽക്കുന്നു... താൻ ഇത് എതിർത്താലോ? ഒരുപക്ഷെ ആശുപത്രിതന്നെ അടച്ചു പൂട്ടിയേക്കാം. പക്ഷെ, മറ്റെവിടെയെങ്കിലും ഈ പരീക്ഷണം തുടരില്ലേ?...

"വരൂ തോമസ്... നിങ്ങൾക്ക് കുറച്ച് ഉത്സാഹം വേണം... വരൂ" മാൻസ്ഫീൽഡ് അയാളെ അകത്തെ സ്വകാര്യമുറിയിലേക്ക് വിളിച്ചു. അനുസരണയുള്ള ഒരു കുട്ടിയെപ്പോലെ പുറകെ നടക്കുന്നതിനിടയിൽ തോമസ് പിറുപിറുത്തു:

"ശ്യാം ഈ മഹാപാപിക്ക് മാപ്പു തരൂ."

പ്രിയ ആൾജിർനോൺ നിനക്കുവേണ്ടി...

പുരോകതി റിപ്പോർട്ട് – മാർച്ച് 5, 1965

ഇസ്തറാസ് ടാക്കിട്ടര് പറഞ്ഞിരിച്ച്ണ് ഇപ്പൊ മുതൽ എനിച്ച് തോന്നണതും ഞാൻ ചെയ്യണതും ഒക്കെ എയ്തിവച്ചാൻ. എന്തിനാന്ന് എനിച്ചറീല്യ. പച്ചെ എന്നെ എന്തിനോന്നിന് ഉപയോകിച്ചാൽ പത്വോന്ന് നോക്കണങ്കി അങ്ങനെ എയ്തി വച്ചണംന്ന്. അവര് എന്നെ ഉപയോകിച്ചാ മത്യാർന്നു. മിസ് കിന്നിയൺ പറേണത് ചിലപ്പൊ ന്നെ മിടുക്കനാക്കാൻ അവർക്ക് കയീംന്നാ. എനിച്ച് മിടുക്കനാവണം. ന്റെ പേര് ചാർലി കോർട്ടൻ. എനിച്ച് വയസ് മുപ്പത്തിയേയ്. ഇനിന്ന് പ്പോ എനിച്ച് എയ്താൻ ഒന്നൂല്യ. അതോണ്ട് നിർത്വാ.

പുരോകതി റിപ്പോർട്ട്– 2 – മാർച്ച് 6

ഇന്ന് എനിച്ചൊരു പരീച്ചണ്ടാർന്നു. ശരിച്ചും തോത്ത് തൊപ്പീട്ടുന്നാ തോന്നണ്. ഇനിപ്പോ അവര് എന്നെ ഉപയോകിച്ചും ന്ന് തോന്ന്ണില്യ. മുറീല് ഒരു നല്ല ചെറുപ്പക്കാരൻണ്ടാർന്നു. അയാള് മുമ്പിലുള്ള കുറെ വെള്ളക്കടലാസില് മുഴ്വോൻ മഷിപരത്തീട്ട് എന്നോട് ചോദിച്ചാ – ചാർലി, നിയ്യെന്താ കാണണ്ന്ന്. എന്റെ മൊയലുട്ട്യോള് പോക്കത്തിത്തന്നെണ്ടായിട്ടും എനിച്ച് വല്ലാതെ പേട്യായി. ചെറ്യേ കുട്ട്യായിരുന്നപ്പോ ഞാൻ എപ്പയും പരീച്ചേല് തോൽക്കേം മഷി തൂവ്വേം ചെയ്യാറുണ്ട്.

ഞാൻ പറഞ്ഞു, ഞാൻ കാണണത് ഒരു വലിയ മശിപ്പൊട്ടാണ്ന്ന്. അത് ശര്യാന്നായി അയാള്. എനിച്ച് സന്തോശായി. ഒക്കെ കയിഞ്ഞൂന്ന് നിരീച്ച് എനീച്ചാൻ പൊറപ്പെട്ടപ്പോ അയാള് പര്യാണ് ചാർലീ, കയിഞ്ഞില്യാന്ന്. പിന്നെന്താ ണ്ടായെന്ന് എനിച്ച് ശരിച്ച് ഓർമ്മെല്യ. പച്ചെ മഷിപ്പൊട്ടിലെന്താ കാണണ്ന്ന് പറയാൻ പറഞ്ഞൂന്നാ തോന്നണ്. എനിച്ചൊന്നും കാണാൻ പത്തീല്യ. പച്ചെ അയാള് പറഞ്ഞു കൊറെ പടങ്ങള് ണ്ട് ന്നും പലരും പടങ്ങള് കാണാറ്ണ്ട്ന്നും. ഞാൻ ശരിച്ചും നോക്കിട്ടോ. പച്ചെ എനിച്ചൊന്നും കാണാൻ പത്തില്ല. ഞാൻ കടലാസ് കണ്ണിന്റടുത്ത് പിടിച്ചു നോക്കി. എന്നിട്ട് ഞാൻ പറഞ്ഞു, എന്റെ കണ്ണാടണ്ടാർന്നെങ്കി എനിച്ച് നല്ലോണം കാണാർനൂന്ന്. ഞാൻ സിനിമച്ച് പോമ്പളും ടി വി കാണുമ്പളും കണ്ണാട വച്ചാർണ്ട്. അത്പ്പൊ എന്റെ മുറീല് മേശച്ചുള്ളില്ണ്ട്, ന്നൊക്കെ. ന്ന്ട്ട് ഞാൻ അത്ട്ത്തൊണ്ടേന്നു. ന്ന്ട്ട് പിന്നീ ഞാനാ കടലാസ് ശരിച്ചും നോക്കി, ന്ന്ട്ട് പറഞ്ഞു; ഞ്ഞിപ്പൊ കാണും.

കണ്ണാട വെച്ചിട്ട് ഞാൻ കൊറെ സൂച്ചിച്ച് നോക്കി. പച്ചെ എനിച്ചൊന്നും കാണാൻ കയിഞ്ഞില്യ, മഷി മാത്രം കണ്ടു. ഞാൻ പറഞ്ഞു, ചെലപ്പ കണ്ണാട പയേതായതോണ്ടാരിക്കും, പുത്യേത് വാങ്ങണംന്ന്. അയാളപ്പൊ വേറൊരു കഷണം കടലാസില് വേറെന്താക്യാ എയ്തിത്തൊടങ്ങി. എനിച്ച് പേട്യായി. ഇനീം പരീച്ചേല് തോത്താലോന്ന്. ഞാൻ പറഞ്ഞു, അത് നല്ലൊരു ചെര്യേ മഷിപ്പൊട്ടാണ്, ന്നും അതിന്റെ ചുത്തും നല്ല പംങീള്ള കുത്തോ്വാള്ണ്ട്,ന്നും. അപ്പൊ അയാൾക്ക് വല്ലാതെ സങ്കടം തോന്ന്യേമാതിരി തോന്നി. അതോണ്ട് ഞാൻ പറഞ്ഞത് ശരില്യാന്ന് എനിച്ച് മനസിലായി. ഞാൻ പറഞ്ഞു, ഞാൻ ഒന്നൂടെ നോക്കട്ടേന്ന്. ചെലപ്പൊ എനിച്ചത്ര വേഗത്തില് കാണാൻ കയ്യാർല്യാന്നും കൊറച്ച് നേരം നോക്ക്യാ മനസിലാകേരിച്ചുംന്നും ഞാൻ പറഞ്ഞു. മന്ദപുത്തികൾക്ക് വേണ്ടി മിസ് കിന്നിയൻ നടത്തണ കളാസിലും ഞാൻ വളരെ മെല്ലെനയാ വായിച്ചുന്നത്. ന്തായാലും ഞാൻ നല്ലോണം പുത്തിമുട്ട്ണ്ണ്ട് ശരിച്ചും വായിച്ചാൻ.

അപ്പോൾ അയാൾ എനിച്ച് പിന്നീം ഒരു വട്ടം കൂടി കാർട്ട് തന്നു. ഇപ്പൊ തന്നത് നീലേം ചോപ്പും മഷി തൂവ്യ ഒരു കാർട്ടാണ്. മിസ് കിന്നിയനെപ്പോലെതന്നെ വളരെ പതുക്കെയാ അയാളും സംസാരിച്ചത്. അതൊരു *റോഷാ* പരീച്ച്യാന്ന് അയാള് പറഞ്ഞുതന്നു. മഷീല് ആള്വോള് പലതും കാണാറ്ണ്ട് ന്ന് അയാള് പറഞ്ഞു. എവട്യാ കാണാന്നായ് ഞാൻ – നല്ലോണം ആലോചിച്ച് നോക്ക്, അത് നോക്കുമ്പോ നിനക്ക് എന്തെങ്കിലും തോന്ന്ണ്ണ്ടോ. ഞാം കുറച്ചുനേരം കണ്ണടച്ചു. ന്ന്ട്ട് പറഞ്ഞു, ഞാനൊരു പേന കാണ്ണ്, അത് മഷി ഒലിക്കുണുണ്ട്, മേശവിരീലൊക്കെ മഷി.

ഞാൻ *റോഷാ* പരീച്ചേ തോത്തൂന്നാ തോന്നണ്.

പുരോകതി റിപ്പോർട്ട് – 3 – മാർച്ച് 7

ഇസ്റാസ് ടാക്കിട്ടരും നെമൂരു ടാക്കിട്ടരും പറേണത് മഷിപ്പൊട്ടൊന്നും സാരല്യാന്നാ. ഇനീം ചെലപ്പന്നെ ഉപയോകിച്ചാൻ പത്തുംന്നാ ഓല് പറേണത്. ഞാൻ പറഞ്ഞു മിസ് കിന്നിയൺ എനിച്ച് ഇങ്ങനത്തെ പരീച്ച തന്നിട്ടേല്യാന്ന്. അവരെപ്പയും കേട്ടെയുത്തും വായനേം മാത്തറെ പറയാറുള്ളു. അവര് പറയാണ്, മിസ് കിന്നിയൺ പറഞ്ഞേക്ക്ണ് ഞാനാണ് രാത്തിരി ഇസ്കൂളിലെ ഏത്തം നന്നായി പഠിച്ചണ ആള്ന്ന്. ന്താച്ചാ ഞാൻ നല്ലോണം പുത്തിമുട്ടുംന്ന്. അവര് ചോയിച്ചു: ഞാനെങ്ങന്യാ തന്നാലെ രാത്തിരി സ്കൂളിൽ പോകാൻ തുടങ്ങ്യേന്ന് – ഞാമ്പറഞ്ഞു, ഞാൻ കൊറെ ആള്ളോളോട് ചോയിച്ചപ്പൊ ആരോ പറഞ്ഞുതന്നു, അവിടെപ്പോയാ എയ്താനും വായിച്ചാനും പടിച്ചാന്ന്. എന്തിനാ ചാർലീ എയ്താനും വായിച്ചാനും പടിച്ചണ്, ന്നായി അവർ. എനിച്ചും മിടുക്കനാകണം, ങ്ങനെ എന്നും മന്തപുത്തിയായി കയിഞ്ഞാപ്പോരാ, അതോണ്ടാന്ന്. പച്ചെ മിടുക്കനാവാൻ വല്യേ പുത്തിമുട്ടാ. കൊറച്ച് തിവസത്തേക്കേ മിടുക്കുണ്ടായീന്ന് വരൂള്ളു, നിനക്കറിയോന്നായി അവര് – അറിയാം, മിസ് കിന്നിയൺ പറഞ്ഞൂന്ന് ഞാൻ. എന്ത് വേതനണ്ടായാലും വേണ്ടില്ല, കൊറച്ചൂസം മിടുക്കനായാ മതി.

പിന്നെ നിച്ച് കുറേക്കൂടി കുലുമാല് പിടിച്ച പരീച്ചകള്ണ്ടായി. അതിന്റെ പേര് ആ പരീച്ച നടത്ത്യേ നല്ല പെണ്ണുംപിള്ള പറഞ്ഞു. ഞാമ്പറഞ്ഞു, അതൊന്നൂടി പറേണംന്ന്, നിച്ച് റിപ്പോട്ടിലെയിതാലോന്ന്: **തീമാറ്റിക് അപ്പർസപ്ഷൻ ടെസ്റ്റ്**. ആദ്യത്തെ രണ്ട് വാക്ക് എന്താണാവോ. ടെസ്റ്റ് അറിയാം. ഇത് കൊറച്ചൂടി എളുപ്പാന്ന് തോന്നി അതില് ചിത്തറങ്ങള് കാണാൻ പത്തീ. പച്ചേങ്കിലും, ചിത്തറെന്താന്നല്ല പറേണ്ടെന്നായി അവർ. ഞാങ്കൊയഞ്ഞു. ആ ചിത്തറങ്ങളില് കാണണ ആള്ളോളെപ്പത്തി കതേണ്ടാക്കണംന്ന്. അതെങ്ങന്യാ, ഇതേവരെ കാണാത്ത ആള്ളോളെപ്പത്തി കതേണ്ടാക്കണ്ന്നായി ഞാൻ. എന്തിനാ വെറുതെ ഇല്ലാത്തതൊക്കെണ്ടാക്കിപ്പറേണത്. ഞാമ്പറഞ്ഞു, ഞാൻ നൊണ പറയാറില്ല, പറഞ്ഞാ അപ്പൊത്തന്നെ കേക്കണോർക്ക് മനസിലാകും നൊണ്യാന്ന്.

ഓള് പറഞ്ഞു ഈ പരീച്ചേം മുമ്പേത്തെ **റോഷാ** പരീച്ചയും ഒക്കെ എന്റെ **വെക്കിത്തം** കണ്ടുപിടിക്കാനാന്ന്. ഞാൻ ഒറക്കെ ചിരിച്ചു. എങ്ങന്യാ കൊറെ മഷിപ്പൊട്ടീന്നും ചിത്തിറത്തീന്നും ഒക്കെ എന്റെ വെക്കിത്തം കിട്ട്വാ? ഓളക്ക് തേഷ്യേം വന്നൂന്നാ തോന്നണ്. ഓളാ ചിത്തിറോക്കെ എടുത്തൂച്ചു. ആയിക്കോട്ടെ. ഇത് തനിച്ച മടത്തരം തന്നെ. ഞാൻ ആ പരീച്ചേം തോത്തൂന്നാ തോന്നണ്.

പിന്നെ വെള്ളക്കോട്ടിട്ട കൊറെ ആള്ളോള് എന്നെ ആസ്പത്തിരീടെ വേറൊരു പാകത്തേക്ക് കൊണ്ടോയി. ന്ന്ട്ട്ന്നോട് ഒരു കളി കളിച്ചാൻ പറഞ്ഞു. ഒരു വെള്ളല്യോടുള്ള പന്തയക്കളി. അവരാ എലീ

നെ ആൾചിർനോൺന്നാ വിളിച്ചണ്. അതിനെ ഒരു കൂട്ടിലിട്ടിരിച്ച്യാണ്. കുട്ട്യോള് കളിച്ചണ സാധനം പോലെ ഒരു കൂട്. നിറേ വളവും തിരിവുമുള്ള ചാലുകള്. അവരെനിച്ചൊരു കടലാസും പെൻസിലും തന്നു. കടലാസില് കുറെവരോള്. കണ്ടാ ആ കൂട്ടിലെപ്പോലെന്നെ. ഒരു പാകത്ത് **തുടക്കം** ന്നും ഒരു പാകത്ത് **അവസാനം** ന്നും എയ്തീട്ട്ണ്ട്. അവരെനിച്ച് കൊറെ പെട്ടീം തന്നു. അവര് പറഞ്ഞ്, ത് ഒരു *ഏടാകൂടാണ്*ന്ന്. എനിച്ചും എലിച്ചും ഒരേ *ഏടാകൂടാണെ*ന്ന്. എന്തു കൂടാണാവോ. ആൾചിർനോണ് ഒരു പെട്ടീണ്ട് നിച്ച് ഒരു കടലാസും. എങ്ങന്യാ രണ്ടും ഒരേ ഏടാകൂടാവുന്നത്? എന്തോ? ആലോചിച്ചാൻ സമയണ്ടാർന്നില്ല. പന്തയം തൊടങ്ങി.

അതിലൊരാളടെ കയ്യീ ഒരു വാച്ച്ണ്ടാർന്നു. പച്ചേങ്കില് അയാളത് മറച്ച് പിടിച്ചു. ഞാന്നോക്യാലോന്ന് വച്ചായിരിച്ചണം. എനിച്ചാകെ വെശമായി. ഏത് ഏടാകൂട്ടിലായാലും ആൾചിർനോണാ ജയിച്ചാ, ഞാം തോൽക്കേം. എലികൾക്കിത്തറ മിടുക്കോ? ഞാം വിചാരിച്ചില്ല. ആൾചിർനോൺ വെള്ളെലി ആയതോണ്ടാകാം, വെള്ളെല്യോൾക്ക് കൂടുതൽ മിടുക്കുണ്ടായിരിച്ചാം ന്തോ നിച്ചാകെ വല്ലാതായി.

പുരോകതി റിപ്പോർട് – 4 – മാർച്ച് 8

അവരെന്നെ ഉപയോകിച്ചാൻ പോണു. സന്തോശം കൊണ്ട് എനിച്ച് എയ്താൻ കയീണില്ല. ഇസ്തിറാസ് ടാക്കിട്ടരും നെമൂരു ടാക്കിട്ടരും സമ്മതിച്ചു. ഇസ്തിറാസ് ടാക്കിട്ടര് എന്നെ കൊണ്ടോന്നപ്പോ നെമൂരു ടാക്കിട്ടര് ആപ്പീസില്ണ്ടാർന്നു. നെമൂരു ടാക്കിട്ടർക്ക് എന്നെ ഉപയോകിച്ചണീല് വിശ്വാസല്യാർനൂത്തരെ. അയാക്ക് എന്നെ ഇസ്തല്ല. പച്ചെ ഇസ്തിറാസ് ടാക്കിട്ടര് പറഞ്ഞു, ന്നെത്തന്നെ എടുത്താമതീന്ന് മിസ് കിന്നിയൺ പറഞ്ഞിട്ട്ണ്ടത്തറെ. അവരുടെ കളാസില് ഞാനാത്രെ ഏത്തോം നല്ലത്. എനിച്ച് മിസ് കിന്നിയനെ ഇസ്താ. അവര് മിടുക്കിയാ. അവരു പറഞ്ഞു, ചാർലീ നിനക്ക് ഒരു തവണേം കൂട് അവസരം തരാൻ പോകാ. നിയ്യ് ഈ പരീച്ചണത്തിന് സമ്മതിച്ചാ ചെലപ്പൊ മിടുമിടുക്കനാവും. അത് എന്നേച്ചും നിക്കോന്നറീല്ല. ചെലപ്പ നിന്നൂന്നും വരാം. അതോണ്ടാ, ഒരു ഓപ്പറേഷം വേണ്ടീരുംന്ന് അവര് പറഞ്ഞപ്പോ നിച്ച് പേട്യായീച്ചാലും ഞാൻ അതിന് സമ്മതിച്ചേ. മിസ് കിന്നിയൻ പറഞ്ഞു, ചാർലീ നീ പേടിച്ചണ്ട എല്ലാം ശര്യാവുംന്ന്. അതോണ്ടാ ഇസ്തിറാസ് ടാക്കിട്ടരും നെമൂരു ടാക്കിട്ടരും അതനെപ്പത്തി തർക്കിച്ചപ്പൊ നിച്ച് പേട്യായത്. ഇസ്തിറാസ് ടാക്കിട്ടറു പറഞ്ഞു, എനിച്ചെന്തോ ഉണ്ട്ന്ന്, അത് നല്ലതാണ്. നിച്ച് നല്ല **മോത്തിവേഷം** ണ്ട്ന്ന്. അതെന്താണാവോ? എനിച്ചത് ണ്ട്ന്ന് അറീല്ലാർന്നു. **ഐച്ചു** 68 മാത്തിറള്ളോർക്ക് അത്ണ്ടാവാർല്യാത്തറെ. ഈ **ഐച്ചു** എന്തോന്നാ? ന്തായാലും ഞാൻ കേമനാ. എവട്ന്ന് നിച്ചത് കിട്ട്യേത്? ആവോ. അവര് പറേണു, ആൾചിർനോണും

അതുണ്ടെന്ന്. ആൾചിർനോന്റെ **മോത്തിവേഷം,** കൂടിന്റെ അറ്റത്തുള്ള പാൽക്കട്ട്യാത്രെ. ന്റെത് അതല്ല. ഞാൻ ഈയാഴ്ച പാൽക്കട്ടി തിന്നിട്ടേല്യ.

പിന്നെ അയാള് നെമൂരി ടാക്കിട്ടരോട് നിച്ചറിയാത്തതെന്തൊക്ക്യോ പറഞ്ഞു. നിച്ച് മനസിലായില്ല. അതോണ്ട് അവര് പറേമ്പോലെ എയ്തി വച്ചു.

അയാളു പറഞ്ഞു. ടാക്കിട്ടർ നെമൂരെ, എനിച്ചറിയാം നിങ്ങൾ മനസിൽ വിചാരിച്ച പോലത്തെ പുതിയ പുത്തിജി... (ആ വാക്ക് എനിച്ച് പിടികിട്ടിയില്ല) അല്ല ചാർലീന്ന്. പച്ചെ ഇയ്യാളെപ്പോലുള്ള മന്തപുത്തികളൊക്കെ എതിർക്കുന്നവരും സഹ..ത്തോരും ആയിരിച്ചും. അവരൊട്ടും പഠിച്ചില്ല, അവരെ പഠിപ്പിച്ചാൻ പത്തില്ല. ഇയ്യാള് പച്ചപ്പാവാ. ഞാംപറേമ്പോലെ കേക്കും. പഠിച്ചണംന്ന് മോഹോണ്ട്. നെമൂരു ടാക്കിട്ടരു പറഞ്ഞു: ഒന്നോർക്കണം. ഓപ്പറേഷം വഴി പുത്തിശകിതി മൂന്നിരട്ടിയാമ്പോണ ആദ്യത്തെ ആളാണിത്. ഇസ്തിറാസ് ടാക്കിട്ടര് പറഞ്ഞു. അതാ ഞാമ്പറഞ്ഞേ അയാള് ഇപ്പത്തന്നെ എയ്താനും വായിച്ചാനും പടിച്ചത് നോക്ക്യോ അയാളെപ്പോലൊരു മന്തപുത്തിക്ക് പത്താത്തതാ ഇത്. ഐെസ്റ്റന്റെ ആപേ. നമുക്കാർക്കെങ്കിലും ആരുടെ സഹായോം കൂടാതെ പഠിച്ചാൻ പത്വോ. ഇയാക്ക് നല്ല മോത്തിവേഷം ഉണ്ട്. സംശല്യ. ചെറ്യേ നേട്ടൊന്നല്ല ചാർലീടെ. നമുക്കവനെ ഉപയോകിച്ചാം.

അവര് പറേണത് മുഴുവൻ നിച്ച് മനസിലായില്ല, പച്ചേങ്കില് ടാക്കിട്ടർ ഇസ്തിരിയാസ് എന്റെ പച്ചത്താണ്ന്നും മറ്റേയാള് എതിരാണെന്നും തോന്നി.

അവസാനം നെമൂരു ടാക്കിട്ടർ തല കുലുക്കി ഒരു വേള നിങ്ങള് പറഞ്ഞത് ശരിയായിരിച്ചാം. ചാർല്യേതന്നെ ഉപയോഗിച്ചാം. അയാള് അത് പറഞ്ഞപ്പോ ഞാന്തുള്ളിച്ചാടി. പോയി അയാളുടെ കയ്യ് പിടിച്ചു കുലുക്കി. ഞാമ്പറഞ്ഞു ടോക്കിട്ടറിനു നന്തി, ഞാൻ നന്നായി പടിച്ചോളാം. ഞാൻ വെറുതെ പറഞ്ഞതല്ല. ഞാൻ പടിച്ചും. ഓപ്പറേഷം കയട്ടെ ഞാമ്മിടുക്കനാവും എന്തു വന്നാലും വേണ്ടില്ല.

പുരോകതി റിപ്പോർട് – 5 – മാർച്ച് 10

നിച്ച് വല്ലാതെ പേട്യാവുണു. കൊറെ നയ്സ്മാരും പിന്നെ നിച്ച് പരീച്ചോള് തന്നോർനോരും ഒക്കെ നിച്ച് മിട്ടായി കൊണ്ടെത്തന്നു. നിച്ച് പാക്യം വരട്ടേന്ന് പറഞ്ഞു. ന്റെ മൊയലുട്യ്യോളും പാക്യത്തുട്ടും പോക്കത്തിലുള്ളപ്പോ പിന്നെ പാക്യണ്ടാവാണ്ടിരിചോ. ഒരൊത്ത കൊയപ്പം. ആസ്പത്തിരീലിച്ച് പോകമ്പം മുമ്പിൽ ഒരു കറുത്ത പൂച്ച ചാടി, ഇസ്തിരാസ് ടാക്കിട്ടര് പറഞ്ഞു ചാർലീ അങ്ങനത്തെ അന്തവിശാസൊന്നും പാടില്യാന്ന്. ഇത്ശാത്തിരാന്ന്. ന്തായാലും ഞാനെന്റെ മൊയലുട്യ്യോളെന്റെ കൂടത്തന്നെ വച്ചാൻ പോകാ.

ഞാൻ ചോയ്ച്ചു, ഓപ്പറേഷം കഴിഞ്ഞ് ഇച്ച് ആൾചിർനോണിനെ

തോപ്പിക്കാൻ പത്വോന്ന്. ഇസ്തിരാസ് പറഞ്ഞു. ചെലപ്പൊ പത്വേരിച്ചും ന്ന്. ഓപ്പറേഷം ശര്യാവട്ടെ ആ എല്ല്യേ ഞാങ്കാനിച്ചൊടുക്കാം നിച്ച് അതിനേക്കാൾ മിടുക്കനൊവാൻ പത്തുംന്ന്. അത് കയ്ഞ്ഞാപ്പിന്നെ കൊറേം കൂടി നന്നായി വായിച്ചാനും അച്ചരത്തെത്തില്ലാതെ എയ്താനും മത്തുള്ളേരെപ്പോലെ എമ്പാടും കാരിയങ്ങള് അറിയാനും പത്തും. നിച്ച് മറ്റുള്ളോരെപ്പോലെ മിടുക്കനാവണം. ഇതൊന്നു ശരിയായിക്കിട്യാ പിന്നെ അവര് ലോകത്തുള്ള എല്ലാരേം മിടുക്കൻമാരാക്കും.

അവര് ഇന്ന് രാവിലെ നിച്ചൊന്നും തിന്നാന്തന്നില്യ. തീത്തേം ഓപ്പറേഷവും തമ്മിലെന്താ പന്തള്ളത്ന്ന് നിച്ചറീല്യ. പച്ചെ നെമൂര് ടാക്കിട്ടര്ന്റെ മിട്ടായിപ്പൊതി എടുത്തോണ്ട് പോയി. വല്ലാത്തൊരു ആള്തന്നെ. ഇസ്തിറാസ് ടാക്കിട്ടര് പറഞ്ഞു. ഓപ്പറേഷം കയ്ഞ്ഞാ അത് തിരിച്ച് തരൂന്ന്. ഓപ്പറേഷത്തിന് മുമ്പ് ഒന്നും തിന്നാമ്പാടില്യാത്തറെ.

പുരോകതി റിപ്പോർട് – 6 – മാർച്ച് 10

ഓപ്പറേഷം കയ്ഞ്ഞു. വേതന്യൊന്നുംണ്ടായില്ല. ഞാനൊറങ്ങുമ്പഴാ അയാളത് ചീതത്. ഇന്ന് അവര്ന്റെ തലേല്ള്ള കെട്ടയിച്ചു. ഇനി നിച്ച് ഒരു പുരോകതി റിപ്പോട്ട് എയ്താലോ. നെമൂരു ടാക്കിട്ടര് ന്റെ പയേ റിപ്പോട്ടോള് വായിച്ചിട്ട് പറയ്വാണ് ഞാൻ പുരോകതി എന്ന് തെത്തീട്ടാണത്തറെ എയ്തണത്. *പുരോഗതി* എന്ന് എയ്തണത്തറെ. ഇനി ഞാൻ മറക്കാതെ ശരിച്ചെയുതും.

നിച്ചൊന്നും ശരിച്ച് എയ്താൻ അച്ചരം ഓർമ കിട്ടണില്യ. അത് സാരല്യാന്ന് ഇസ്തിറാസ് ടാക്കിട്ടര് പറഞ്ഞു. നിച്ച് എന്താണ്ടാവണ്ച്ചാ അത് പറഞ്ഞാ മതീത്തറെ. ഞാനെന്താ വിചാരിച്ചണ്, നിച്ചെന്തോ തോന്നണ്ന്നൊക്കെ പറയ്യാ വേണ്ടത്ന്നും ഇസ്തിരാസ് ടാക്കിട്ടര് പറഞ്ഞു. നിച്ചൊന്നും തോന്നണില്യാന്നും എങ്ങന്യാ ആലോചിച്ചാന്ന് നിച്ചറിഞ്ഞുകൂടാന്നും പറഞ്ഞപ്പം, ശറമിച്ചുനോക്കാൻ പറഞ്ഞു. എന്റെ കണ്ണ് കെട്ടീരിച്ചായിരുന്നു. ഞാൻ ഓരോന്ന് വിചാരിച്ചാൻ നോക്കി. ഒന്നും വര്ണില്യ. എന്തിനെപ്പത്യാ വിചാരിച്ചേണ്ടത്? നിച്ച് നിച്ചല്യ. എനിപ്പോ ഞാൻ മിടുക്കനാകാമ്പോവല്ലെ അതോണ്ട് എന്താ വിചാരിച്ചേണ്ട്, എങ്ങന്യാ വിചാരിച്ചേണ്ട് ന്നൊക്കെ അവര് പറഞ്ഞ് തരേരിച്ചും. മിടുക്കൻമാര് എന്താണാവോ വിചാരിച്ചാറ്? പലതും വിചാരിച്ചാറുണ്ടാവും. ചെലതെങ്കിലും നിച്ച് ഇപ്പോത്തന്നെ തോന്ന്യാ എത്തറ നന്നാർന്നു...

പുരോകതി റിപ്പോർട്ട് – 7 – മാർച്ച് 19

ഒന്നൂണ്ടാവ്ണില്യ. നിച്ച് ആൾചിർനോന്റെ കൂടെ കൊറെ കളികള് കളിച്ചേണ്ടിവന്നു. കൊറെ പരീച്ച്യേണ്ടായി. നിച്ചാ എലിയെ ഇസ്തല്ല.

അതെപ്പഴും എന്നെ തോൽപ്പിച്ചും. ഇസ്തിറാസ് ടാക്കിട്ടര് പറേണത് ആ കളികളൊക്കെ ആവശ്യാന്നാ. ചെലപ്പ ആ പരീച്ചകൾക്ക് ഇനീം ഞാമ്പോണ്ടിവരും, അയാള് പറഞ്ഞു. ആ മഷിപ്പൊട്ടുകൾ ചുത്ത മടയത്തമാണ്, ആ ചിത്തിറങ്ങൾ തനിവങ്കത്തമാണ്. ഒരാണിന്റെയും പെണ്ണിന്റെയും ചിത്തിറം വരക്കണംന്ന് നിച്ച് തോന്ന്ണ്ണ്ട്. പച്ചെ ആള്വോളെപ്പത്തി നുണക്കതകൾ ഉണ്ടാക്കാൻ നിച്ച് പത്തില്ല.

വല്ലാണ്ടെ വിചാരിച്ചാൻ നോക്ക്യോണ്ടാന്നാ തോന്നണ് നിച്ച് വല്ലാത്ത തലവേതന. ഞാൻ വിചാരിച്ചു ഇസ്തിറാസ് ടാക്കിട്ടര് ന്റെ ചങ്ങാത്യാന്ന്. പച്ചെ അങ്ങേരിപ്പ ഒരു സഹായോം തര്ണില്ല. ഞാനെന്താ വിചാരിച്ചണ്ടേന്നാ ഞാനെപ്പയാ മിടുക്കനാവാന്നോ ഒന്നും അങ്ങേര് മിണ്ട്ണില്യ. മിസ് കിന്നിയനും വന്നില്ല. ഈ പുരോകതി റിപ്പോർട്ടെഴുതുന്നതും തനി മടത്തരമെന്നാനിച്ചിപ്പൊ തോന്നണ്.

പുരോകതി റിപ്പോർട്ട് – 8 – മാർച്ച് 23

ഞാൻ ഫാക്ടറീലച്ച് പണിടക്കാൻ തിരിച്ചുപുവാണ്. അത്ന്ന്യാനല്ലത്ന്ന് അവർ പറേണു. പച്ചെ ആ ഓപ്പറേഷം എന്തിനായിരുന്നൂന്ന് ആരോടും പറേണ്ടാത്തറെ. തിവസോം പണികയിഞ്ഞ് ഒരു മണിക്കൂർ ആസ്പത്തിറീൽ വര്യേംവേണം. മിടുക്കനാവാൻ പടിച്ചാനാത്തറെ. അതിന് നിച്ച് അവർ എല്ലാ മാസോം പണം തരൂന്നാ പറഞ്ഞത്.

പണിച്ച് പോകാൻ നിച്ച് ഇസ്താണ്. അവടെ എത്തറ കൂട്ടുകാര്ണ്ട്. നല്ല രസാ.

ഞാനെന്റെ എയ്ത്ത് തുടരണംന്നാ ഇസ്തറാസ് ടാക്കിട്ടര് പറേണത്. എല്ലാ തെവസോം എയ്തണംന്ന്ല്യ. ന്തെങ്കിലും വിശേഷായിട്ട്ണ്ടാകുമ്പോ മാത്തറം എയ്ത്യാമതി. പേടിച്ചാനൊന്നൂല്യ. എല്ലാം നേര്യാവും. പച്ചെ മെല്ലേ എല്ലാം നടക്കൂന്നാ അങ്ങേര് പറേണത്. ആൾചിർനോനും ഇപ്പോയത്തെപ്പോലെ മൂന്നിരട്ടി മിടുക്കനാവാൻ കുറെ താമസിച്ചുത്തറെ. ആൾചിർനോനും ഓപ്പറേഷം നടന്നിട്ടുണ്ട്. അതോണ്ടാ അതെന്നെ തോൽപ്പിച്ചണത്. അതൊക്കെ കേട്ടപ്പ എനിച്ച് കൊറെ സമാതാനായി. ആ അൽപുതൊക്കെ നിച്ച് ചെലപ്പൊ എലീനേക്കാൾ വേകത്തിൽ ചെയ്യാൻ പത്തും. എന്നെങ്കിലും ഒരൂസം ഞാനതിനെ പൊട്ടിച്ചും. അതൊരു വല്യ കാര്യായിരിച്ചും. ത് വരെള്ളത് കണ്ടാൽ ആൾചിർനോന്റെ മിടുക്കത്തരം പോവില്യാന്നാ തോന്നണ്.

മാർച്ച് 25 (ഇനി ഓരോ തവണ കൊടുക്കുമ്പയും മോളിൽ പുരോകതി റിപ്പോർട്ന്ന് എയ്തണ്ടാത്തറെ. തീയതി മാത്രം എയ്തി നെമുരു ടാക്കിട്ടറെ ഏൽപ്പിച്ചാ മതീത്തറെ. അത് നന്നായി. കൊറെ സമയം കൊറഞ്ഞ് കിട്ടും.)

ഇന്ന് ഫാക്ടറീല് നല്ല രസായിരുന്നു. ചോയ്കാർപ് പറഞ്ഞു: ഹേയ് നോക്കൂ, എവിട്യാ ചാർലീ ഓപ്പറേഷം നടത്തീത്. അവരെന്താ കൊറ തലച്ചോറ് നെറച്ചോ നെന്റെ തലേല്? ഞാൻ കാര്യം മുയ്യോൻ പറയാൻ തൊടങ്ങായിരുന്നു. അപ്പയാ ഇസ്തിറാസ് ടാക്കിട്ടര് പറഞ്ഞത് ഓർമവന്നത്. അപ്പോ ഫ്റാങ്ക് റെയ്ലി പറയാണ്, ചാർലീ നീയ്യെന്താ ചെയ്തേ നിന്റെ താക്കോല് മറന്നിട്ട് വാതില് തല്ലിത്തൊറന്നോടാ,ന്ന്. അത് കേട്ടപ്പ ഞാൻ ചിരിച്ചുപോയി. അവരൊക്കെ ശരിച്ചും എന്റെ ചങ്ങാതിമാര് തന്ന്യാണെ. അവർക്കൊക്കെ എന്നെ വല്യേ കാര്യോം ആണ്.

ചെലപ്പോ വല്ലോരും പറയും, കളിയാക്കാനായി, നോക്കൂ, ചോയീനെ, അല്ലെങ്കി ഫ്റാങ്കിനെ അല്ലെങ്കി ചോർചിനെ, അവൻ ചാർലി കോർട്ടനെപ്പോലെ ചെയ്യ്ണ്. എന്തിനാ അവരങ്ങനെ പറേണത്ന്ന് അറീല്യ. പച്ചെ അത് പറഞ്ഞാ എല്ലാരും ചിരിച്ചും. ഇന്ന് രാവിലെ അമോസ് പോർക് മേസ്തിരി എർണിയെ ഒരു പൊതി കളഞ്ഞേതിന് ചീത്ത പറ്യോണ്, നിയ്യെന്താ ചാർലി കോർട്ടനെപ്പോലാവാൻ നോക്വാണോന്ന്. എന്തിനാ മേസ്തിരി അങ്ങനെ പറഞ്ഞത്ന്ന് നിച്ചറീല്യ.

മാർച്ച് 28 ഞാനെന്തേ ആസ്പത്തിറീല് ചെല്ലാത്തത്ന്ന് ചോതിച്ച ഇസ്തിറാസ് ടാക്കിട്ടര് ഇന്ന് എന്റെ മുറീല് വന്നു. എനിച്ചാ എലീടെ കൂടെ കളിച്ചാൻ വയ്യാന്ന് ഞാമ്പറഞ്ഞു. ഇനി കൊറച്ച് തിവസത്തേച്ച് ആ കളി ഒന്നും വേണ്ടാന്നായി ടാക്കിട്ടർ. എന്നാലും ഞാൻ ചെന്നേ പറ്റൂ. എനിച്ചൊരു സമ്മാനം കൊണ്ടോന്നുതന്നു ടാക്കിട്ടര്. ഞാം വിചാരിച്ചു അതൊരു ചെറ്യ ടീവ്യാണ്ന്ന്. പച്ചെ അല്ലാത്തറെ. ഒറങ്ങാൻ കെടക്കുമ്പളാത്തറെ അത് ഓണാക്കിവച്ചണ്ടത്. ത് നല്ല തമാശ. ഇത്വരെ ഞാൻ അങ്ങന്യൊന്ന് കേട്ടിട്ടില്ലാന്ന് പറഞ്ഞു. അപ്പൊ അങ്ങേര് പറഞ്ഞു, ഞാൻ മിടുക്കനാകണെങ്കി അങ്ങേര് പറേമ്പോലെ ഒക്കെ ചെയ്യണംന്ന്. ഞാമ്പറഞ്ഞു, ഞാൻ മിടുക്കനാവുംന്ന്, എനിച്ച് നല്ല ഒറപ്പാന്ന് പറഞ്ഞു. അപ്പൊ അങ്ങേര് എന്റെ തോളത്ത് കയ്യിട്ട് പറഞ്ഞു, ചാർലീ തനിച്ചറീല്യ താനെത്ര മിടുക്കനായിട്ടുണ്ട്. കൊറച്ച് കാലത്തേച്ച് കൂടി തനിച്ച് അറ്യാൻ പത്തില്ല. എനിച്ച് വെഷമാവണ്ടാന്ന് വെച്ച് അങ്ങേര് എന്നെ സമാതാനിപ്പിച്ചതാന്നാ എനിച്ച് തോന്നീത്. എന്താച്ചാൽ ന്നെക്കണ്ടാൽ ഇപ്പയും മിടുക്കനാന്നൊന്നും തോന്ന്ല്ല.

ഒരു കാര്യം മറന്നുപോയി, ഞാമ്പറഞ്ഞു. മിസ് കിന്നിയന്റെ ക്ലാസിൽ ഇനി എന്നാ പുവ്വാൻ പത്വാ? അപ്പോ അങ്ങേര് പറഞ്ഞു, ഇനി ഞാൻ അങ്ങട്ട് പോണ്ടാ, മിസ് കിന്നിയൻ ആസ്പത്തിറീല് വന്ന് എന്നെ പെഷലായി പടിപ്പിച്ചുംന്ന്.

മാർച്ച് 29 ആ പിരാന്തൻ ടെലിവിഷൻ രാത്തിര് മുയ്യോൻ എന്തൊക്യോ പറഞ്ഞു. രാത്തിര് മുയ്യോൻ ഒരു സാതനം എന്റെ കാതിലേച്ച് ഇങ്ങനെ പിരാന്ത് വിളിച്ച് പറ്യാൻ തൊടങ്ങ്യാ ഞാനെങ്ങന്യാ ഒറ

ങ്ങാ. ഒണർന്നിരിക്കുമ്പത്തന്നെ അതെന്താ പറേണത്ന്ന് എനിച്ച് മനസിലാവ്ണില്ല. പിന്ന്യല്ലെ ഒറങ്ങുമ്പം.

അതൊക്കെ ശര്യാവുംന്നാ, ടാക്കിട്ടർ ഇസ്തിറാസ് പറേണത്. ഞാനൊറങ്ങുമ്പോ എന്റെ തലച്ചോറ് എല്ലാം പടിച്ചാണത്തറെ. അങ്ങനെ പടിച്ചണോണ്ട് മിസ് കിന്നിയൻ ആസ്പത്തിറീല് വന്ന് ക്ളാസെടുക്കാൻ തൊടങ്ങുമ്പോ എളുപ്പാവുംന്ന്. ഇതൊക്കെ തനി കിറുക്കാന്നാ എനിച്ച് തോന്നണത്. ഒറങ്ങുമ്പോ മിടുക്കനാവാന്ന്ച്ചാ പിന്നെന്തിനാ ആൾക്കാര് ഇസ്കൂളിൽ പോണത്. അതൊന്നും ശര്യാവുംന്ന് എനിച്ച് തോന്ന്ണില്ല. രാത്തിരി വളരെ വൈകണവരെ ഞാൻ ടെലിവിഷൻ കാണാര്ണ്ടായിരുന്നു. പച്ചെ അതോണ്ടൊന്നും ഞാൻ മിടുക്കനായില്ല. ചെലപ്പൊ അത് കാണുമ്പോ നമ്മളൊറങ്ങ്വായിരിക്കും.

പുരോകതി റിപ്പോർട്ട് – 9 – ഏപ്രിൽ 3

ആ ടെലിവിഷന്റെ ഒച്ച എങ്ങന്യാ കൊറച്ച് വച്ചെണന്ന് ടാക്കിട്ടർ ഇസ്തിറാസ് പറഞ്ഞുതന്നു. ഇപ്പൊ ഒറങ്ങുമ്പോ ഒന്നും കേക്ക്ണില്യ. ഇപ്പയും അതെന്താണ് പറയുന്നതെന്ന് എനിച്ച് മനസിലാക്ണില്ല്യ, പകല് ചെലപ്പൊക്കൊ ഞാനത് ഓണാക്കും. ഒറങ്ങുമ്പോ ഞാനെന്താ പടിച്ചത്ന്നറിയാൻ. മിസ് കിന്നിയൻ പറേണത് ചെലപ്പ് അത് വേറൊരു പാഷ്യായിരിച്ചുംന്നാണ്. പച്ചെ കേക്കുമ്പം അതികോം അമേരിച്ചൻ തന്ന്യാണ്. ആറാം ക്ലാസിൽ എന്നെ പടിപ്പിച്ച മിസ് കോൾട്ടിനേക്കാൾ വേകത്തിലാണ് അത് സംസാരിച്ചുന്നത്.

ഞാൻ ടാക്കിട്ടർ ഇസ്തിറാസിനോട് പറഞ്ഞു ഒറങ്ങുമ്പേ മിടുക്കനായിട്ട് എന്താ കാര്യംന്ന്. അങ്ങേര് പറഞ്ഞു, രണ്ടും ഒന്ന് തന്ന്യാന്ന് എനിക്ക് രണ്ട് മനസ്ണ്ട്ന്ന്. **ബോധം, ഉപബോധം** (അങ്ങന്നയാത്രെ അത് ഉച്ചരിച്ചേണ്ടത്) ഒന്ന് മറ്റേതിനോട് താനെന്താ കാട്ടുന്നത്ന്ന് പറീല്ല. അവർ തമ്മിൽ മിണ്ടാട്ടം പോലും ഇല്ലാത്തറെ. അതോണ്ടാത്തറെ ഞാൻ സൊപനം കാണണത്. എന്തൊരു മാതിരി പിരാന്തൻ സ്വപ്നങ്ങള്. ആ രാത്രി ടെലിവിഷൻ തൊടങ്ങ്യേശേഷം വൈകിവൈകിക്കാണണ ഓരോന്നേയ്.

എനിച്ച് മാത്തറേള്ളോ ഈ രണ്ട് മനസുകൾ, അതോ മത്തുള്ളോർക്കുംണ്ടോ, അങ്ങേരോട് ചോദിച്ചാൻ മറന്നു.

(ടാക്കിട്ടർ ഇസ്തിറാസ് എനിച്ചൊരു ഡിച്ചനറി തന്നിരുന്നു. ഞാനത് നോക്കി. ആ, അതാ ആ വാക്ക് ഉപബോധം – ബോധമനസിൽ ഇനിയും തെളിഞ്ഞിട്ടില്ലാത്ത മാനസിക പ്രവർത്തനങ്ങൾ, ഉദാ: ഉപബോധത്തിലെ ആഗ്രഹങ്ങൾ തമ്മിലുള്ള സംഘട്ടനം) പിന്ന്യേം എന്തൊക്ക്യോ എയ്തീട്ട്ണ്ട്. എനിച്ച് മനസിലാവ്ണില്ല്യ. എന്നേപ്പോലുള്ള മന്തൻമാർക്ക് പറ്റീതല്ല ഈ ഡിച്ചനറി.

വല്ലാത്ത തലവേദന. ആ പാർട്ടി കഴിഞ്ഞ വക്യാണ് ജോയീം ഫ്രാങ്കും എന്നെ ഒരു ബാറിലേക്ക് വിളിച്ചു.

എനിക്ക് കുടിക്കാൻ വല്യേ ഇഷ്ടം ഒന്നൂല്ല്യ. പച്ചെ അവര് പറഞ്ഞു നല്ല രസായിരിക്കുംന്ന്. ഏതായാലും നല്ല രസായിരുന്നു.

ഫാക്ടറീല് ഞാനെങ്ങന്യാ കക്കൂസ് കഴുകാറുള്ളത്ന്ന് ആ പെൺകുട്ട്യോളെ ഒന്ന് കാണിച്ച് കൊടുക്കണംന്നായി ജോയീം ഫ്രാങ്കും. അവര് നല്ലൊരു തേപ്പും സങ്കടിപ്പിച്ചു തന്നു. ഞാൻ കാണിച്ചു കൊടുത്തു. എല്ലാരും ആർത്ത് ചിരിച്ചു. എന്റെ മേസ്തിരി പറയാറ്ണ്ട് ഞാനാ ലോകത്തിലും വെച്ച് ഏറ്റവും നല്ല തോട്ടീന്ന്. എന്താച്ചാ എനിക്ക് ഞാൻ ചെയ്യണ പണി ഇഷ്ടാണ്. ഒറ്റ ദിവസോം വരാതിരുന്നിട്ടില്ല. ആ ഓപ്പറേഷൻ ദിവസല്ലാതെ.

ഞാൻ പറഞ്ഞു, മിസ് കിന്നിയൻ പറയാറുണ്ട് ചാർലീ നിയ്യെപ്പഴും ചെയ്യണ ജോലീല് അഭിമാനം ഉള്ളവനാ. എന്തൊന്ന്ച്ചാൽ നീയത് നന്നായി ചെയ്യ്ണ്ണ്ട്.

എല്ലാവരും പിന്നേം ചിരിച്ചു. അവര് എനിക്കൊരുപാട് കള്ള് തന്ന്. ജോയി പറഞ്ഞു, കള്ള് തലേക്കേറ്യാപിന്നെ ചാർലി നല്ല ചേലാന്ന്. എന്തിനാ അവരങ്ങനെ പറഞ്ഞേന്ന് എനിക്കറീല്യ. എന്നാലും എല്ലാർക്കും എന്നെ ഇഷ്ടാണ്. അതോണ്ട് നല്ല രസായിരുന്നു. ജോയീനേം ഫ്രാങ്കിനേം പോലെ എനിക്കും മിടുക്കനാവണം. വേഗം.

എങ്ങന്യാ ആ പാർട്ടി തീർന്നത്ന്ന് എനിക്കറീല്യ. ഞാൻ പൊറത്തേക്ക് ഒരു പത്രം വാങ്ങാൻ പോയി തിരിച്ചുവന്നപ്പോ അവടെ ആരും ഉണ്ടായിരുന്നില്ലാ എന്നാ എന്റെ ഓർമ്മ. കൊറെ നേരം ഞാനവരെ തെരഞ്ഞു. പിന്നെ എന്താ ഉണ്ടായത് എന്ന് എനിക്ക് വല്യ പിടീല്യ. പക്ഷെ, വല്ലാതെ ഉറക്കം വരേ, സുഖല്യാണ്ടാവേ മറ്റോ ആണ് ഉണ്ടായത്ന്ന് തോന്നുണു. ഒരു നല്ല പോലീസുകാരൻ എന്നെ വീട്ടിലെത്തിച്ചൂന്നാ എന്റെ വീട്ടുടമസ്ത മിസ്സി ഫ്ളിൻ പറയണത്.

പക്ഷെ, എനിക്ക് വല്ലാതെ തലവേദനവന്നു. തലേലൊരു വല്യ മൊഴയും. ചെലപ്പോ ഞാൻ വീണ്ട്ടണ്ടാവും, പക്ഷെ, ജോയി പറയണത് പോലീസുകാര് കള്ളുകുടിയൻമാരെ അടിക്കുംന്നാ. എന്തായാലും എനിക്ക് വല്ലാത്ത തലവേദനേണ്ട്. ആകെ സുഖല്യാ. ഇനി ഞാൻ കള്ളുകുടിക്കുംന്ന് തോന്ന്ണ്ല്യ.

ഏപ്രിൽ 6 ഞാൻ ആൾചിർനോണെ തോൽപ്പിച്ചു! പരീക്ഷകൻ ബർട്ട് പറഞ്ഞാണ് ഞാൻ അവനെ തോൽപ്പിച്ചതറിഞ്ഞത്. രണ്ടാം വട്ടം കളിച്ചപ്പോ ഞാൻ വല്ലാതെ വീർപ്പുമുട്ടിപ്പോയതുകൊണ്ട് കസേരയിൽനിന്ന് വീണുപോയി. കളിതോറ്റു. പക്ഷെ, പിന്നെ തുടർച്ചയായി എട്ടുകളികളിൽ ഞാനവനെ തോൽപ്പിച്ചു. ആൾചിർനോണെപ്പോലെ ഒരു മിടുക്കൻ എലിയെ തോൽപ്പിക്കണമെങ്കിൽ ഞാനും മിടുക്കനായിട്ടുണ്ടാവണം. പക്ഷെ മിടുക്കനായി എന്ന് എനിക്ക് തോന്നുന്നില്ല.

എനിക്ക് പിന്നേം ആൾചിർനോണിന്റെ കൂടെ മത്സരിക്കണം ന്ന്ണ്ടായിരുന്നു. പക്ഷെ ബർട്ട് സമ്മതിച്ചില്ല. ഇന്നത്തേക്ക് അത് മതിയെന്ന്. ഒരു മിനിറ്റ് അവനെ കൈയിൽ പിടിക്കാൻ അവർ സമ്മതിച്ചു. അവനത്ര ചീത്തയൊന്നുമല്ലട്ട്വോ. ഒരു പഞ്ഞിയുണ്ടപോലെ പതുപതുത്തതാണ് അവന്റെ ദേഹം. കണ്ണുതുറക്കുമ്പോൾ അവൻ മിഴിച്ചുനോക്കും. കറുപ്പും ചുവപ്പും കലർന്ന കടക്കണ്ണുകൾ.

ഞാൻ പറഞ്ഞു ഞാനതിനെ തീറ്റാം. എന്താന്നുവെച്ചാൽ അതിനെ തോൽപ്പിച്ചതിൽ എനിക്ക് വിഷമമുണ്ട്. അതുമായി കൂട്ടുകൂടാൻ മോഹവുമുണ്ട്. ബർട്ട് പറഞ്ഞു, വേണ്ട ആൾചിർനോൺ എന്നെപ്പോലെ ഓപ്പറേഷൻ കഴിച്ച ഒരു പ്രത്തേക എലിയാണ്. അവനാണ് ജന്തുക്കളിൽ ആദ്യമായി ഇത്രേം കാലം മിടുക്കനായി നിക്കണത് എന്ന്. ആൾചിർനോൺ അത്രേ മിടുക്കനായതുകൊണ്ട് എല്ലാ ദിവസവും തീറ്റ കിട്ടണമെങ്കിൽ അവൻ ഒരു പരീക്ഷ പാസായെ പറ്റു എന്ന് അയാൾ ഓർത്തു. വാതില്മ്മലുള്ള ഒരു പൂട്ടുപോലെയാണത്രെ അത്. ഓരോ ദിവസോം പുത്യേ പൂട്ട്. ഓരോ ദിവസോം തീറ്റ കിട്ടാൻ അകത്തേക്ക് പോവുമ്പോ അവൻ എന്തെങ്കിലും ഒന്ന് പുതുതായി പഠിക്കണംന്ന്. അവന് പഠിക്കാൻ പറ്റീല്ലെങ്കിൽ പട്ടിണികിടക്കേണ്ടി വരുമോ എന്നാലോചിച്ച് എനിക്ക് വല്യ വിഷമം തോന്നി.

തിന്നണംന്ന്ണ്ടെങ്കിൽ പരീക്ഷ പാസയേ പറ്റു എന്ന് വെയ്ക്കുന്നത് മഹാ തെറ്റാണ് എന്നാ എനിക്ക് തോന്നുന്നത്. ഡോക്ടർ നെമൂറിന് തിന്നണംന്ന് തോന്നുമ്പോഴൊക്കെ ഓരോ പരീക്ഷ പാസാവണംന്ന്ച്ചാൽ അയാൾക്കെന്താ തോന്നുക? എനിക്ക് ആൾചിർനോണുമായി ചങ്ങാത്തമുണ്ടാക്കണം.

ഏപ്രിൽ 9 ഇന്ന് ജോലി തീർന്ന് മിസ് കിന്നിയൺ പരീക്ഷണശാലയിലേക്ക് വന്നു. എന്നെ കണ്ടപ്പോൾ അവൾക്ക് സന്തോഷോം പേടീം തോന്ന്യപോലെ. ഞാൻ പറഞ്ഞു മിസ് കിന്നിയൺ ബേജാറാകണ്ടാ ഞാനിനിയും മിടുക്കനായിട്ടില്ല്യാന്ന്. അപ്പോ അവൾ ചിരിച്ചു. അവള് പറഞ്ഞു ചാർലീ, നീ നേര്യാവുംന്ന് എനിക്കുറപ്പുണ്ട്. എത്ര കഷ്ടപ്പെട്ടാ നീയ്യ് മറ്റുള്ളോരേക്കാൾ നന്നായി വായിക്കാനും എഴ്താനും പഠിച്ചത്. കുറച്ചു കാലത്തേക്കേ ഉണ്ടായില്ലു എന്നു വന്നേക്കാം. എന്നാലും നീയ്യീ ചെയ്യണതൊക്കെ ശാസ്ത്രത്തിന് വേണ്ടിയാണല്ലോ.

ഞങ്ങൾ വളരെ കട്ടിയായ ഒരു പുസ്തകം വായിക്ക്യാണ്. അതിന്റെ പേര് *റോബിൻസൺ ക്രൂസോ.* ഒരു മരുഭൂമിപോലൊള്ള ദ്വീപില് കപ്പൽച്ചേതം വന്ന് പെട്ടുപോകുന്ന ആളെപ്പറ്റ്യാണ്. അയാള് വളരെ മിടുക്കനായതോണ്ട് എങ്ങന്യ്യാക്ക്യോ വീടും തീറ്റീം ഒക്കെ ശര്യാക്കി. അയാള് നന്നായി നീന്തേം ചെയ്യും. എനിക്ക് ഒരു സങ്കടേള്ളു അയാളൊറ്റയ്ക്കാണല്ലോ, മിണ്ടാൻ ഒരു ചങ്ങാതീംകൂടി ഇല്ല്യല്ലോ. പക്ഷെ, വേഗം തന്നെ അയാൾക്ക് ഒരു ചങ്ങാതിയെ കിട്ടുംന്നാണ് തോന്നണത്. എന്താച്ചാൽ

അയാള് വല്ലാത്തൊരു ജാതി കൊടേം പിടിച്ച് അരട്യോ കാൽപ്പാടും നോക്കി നിക്കണ ഒരു ചിത്രംണ്ട്. അയാൾക്ക് വേഗം തന്നെ ഒരു ചങ്ങാതിയെ കിട്ടുംന്നും അങ്ങനെ അയാള് ഒറ്റക്കല്ല്യാണ്ടാവുംന്നും മോഹം.

ഏപ്രിൽ 10 കൂടുതൽ നന്നായി ഉച്ചരിക്കാനും എഴ്താനും എന്നെ പഠിപ്പിക്ക്യാണ് മിസ് കിന്നിയൺ. ഒരു വാക്ക് നോക്കി പിന്നെ കണ്ണടച്ച് അത് പിന്നീം പിന്നീം മനസില് പറഞ്ഞ് ഓർമിക്കാൻ നോക്കണംന്നാണ് അവര് പറഞ്ഞത്. *പ്രത്യേകം* ന്ന് പറയേണ്ടടത്ത് *പ്രത്തേകം* ന്നും *അപ്പോൾ, ഇപ്പോൾ* ന്ന് ള്ളോട്ത്ത് *അപ്പള്, ഇപ്പള്* ന്നും പറയാണ്ടിരിക്കാനാണ് വല്യപാട്. മിടുക്കനാവാൻ തൊടങ്ങണേന് മുമ്പ് ഞാനങ്ങന്യോക്ക്യാണ് എയ്തീർന്നത്. *എയ്തല്ല എഴുതുക*യാണത്രെ. ആകെ തിരിഞ്ഞൂലോ.

ഏപ്രിൽ 14 *റോബിൻസൺ ക്രൂസോ* വായിച്ചു കഴിഞ്ഞു. ഇനിയെന്താണ് അയാൾക്ക്ണ്ടാവണത് എന്നറിയാൻ മോഹംണ്ട്. പക്ഷെ മിസ് കിന്നിയൻ പറയണു ഇനി ഒന്നൂല്യ അത്രെന്നേള്ളു എന്ന്. അതെന്താ?

ഏപ്രിൽ 15 മിസ് കിന്നിയൻ പറയുന്നു ഞാൻ വളരെ വേഗം പഠിക്കണ്ണ്ട്ന്ന്. ഞാനെഴ്ത്യ ചെല പുരോഗതി റിപ്പോർട്ടുകൾ വായിച്ചിട്ട് എന്നെ ഒരു പ്രത്യേകമാതിരി നോക്കീട്ട് പറയാണ്, ചാർലീ, നീ വളരെ നല്ല മനുഷ്യനാ. ഞാനിത് എല്ലാവരേം കാട്ടിക്കൊടുക്കും എന്ന്. ഞാൻ ചോദിച്ചു എന്തിനാണെന്ന്. അവര് പറഞ്ഞു സാരല്യ. പക്ഷെ, ഞാൻ വിചാരിക്കണപോലെ എല്ലാരും നല്ലവരല്ല എന്നറിയുമ്പോൾ വിഷമിക്കരുത് എന്ന് അവര് പറഞ്ഞു. നിനക്ക് ഇത്രയും കുറച്ചേ ദൈവം തന്നുള്ളു. പക്ഷെ, നിയ്യ് ചെയ്തതിന്റെ പകുതിപോലും മറ്റുള്ളോര് അവർടെ ഒരിക്കലും ഉപയോഗിക്കാത്ത മൂളകൊണ്ട് സാധിച്ചിട്ടില്ല്യ എന്ന്. ഞാൻ പറഞ്ഞു എന്റെ എല്ലാ ചങ്ങാതിമാരും മിടുക്കന്മാരാണ്. പക്ഷേ അവര് നല്ലോരും ആണ് എന്ന്. പക്ഷെ അവർക്കെന്നെ ഇഷ്ടാണ്. അവര് എനിക്കിഷ്ടല്യാത്തതൊന്നും ഇതേവരെ ചെയ്തിട്ടൂല്യ എന്ന്, അപ്പോഴേക്കും അവർടെ കണ്ണിലെന്തോ വെള്ളം വന്നപോലെ. അവർക്ക് പെണ്ണുങ്ങളുടെ മുറീലേക്ക് പായേണ്ടി വന്നു.

ഏപ്രിൽ 16 ഇന്ന് ഞാൻ കോമ ഇടാൻ പഠിച്ചു, ഇതാണ് ഒരു കോമ (,) ഒരു വാലുള്ള നിർത്തല്, മിസ് കിന്നിയൺ പറയുന്നു, അത് പ്രധാനമാണ് എന്ന്, എന്താന്ന് വച്ചാൽ, അത് എഴുത്ത്, കൂടുതൽ നന്നാക്കും, എന്ന്, അവർ പറഞ്ഞു, ഒരു കോമ, ശരിയായ സ്ഥാനത്തില്ലെങ്കിൽ, ചിലപ്പൊ, കുറേയധികം, പണം നഷ്ടപ്പെട്ടേക്കും, എന്ന്, എനിക്ക്, പണം ഇല്ല, എനിക്കറീല്യ, എങ്ങിന്യാണ്, ഒരു കോമ, അത് നഷ്ടപ്പെടുന്നത്, തടയുക, എന്ന്.

ഏപ്രിൽ 17 ഞാൻ കോമ തെറ്റിച്ച് ഉപയോഗിച്ചു. അതൊരു അർധ വിരാമ ചിഹ്നമാണ് എന്ന് മിസ് കിന്നിയൺ പറഞ്ഞു. വല്യ വാക്കുകളൊക്കെ നിഘണ്ടു നോക്കി ഉച്ചാരണം പഠിക്കണം എന്ന്. ഞാൻ പറഞ്ഞു എങ്ങന്യായാലും വായിക്കാൻ പറ്റ്യാപ്പോരേ എന്ന്. അവര് പറഞ്ഞു അത് എന്റെ പഠിപ്പിന്റെ ഒരു ഭാഗാണ് എന്ന്. ഇനി ഏതായാലും വല്യ നിശ്ചല്യാത്ത വാക്കൊക്കെ ഞാൻ നിഘണ്ടു നോക്കും. അങ്ങനെ നോക്കി നോക്കി വായിക്കാനും എഴുതാനും വല്യ താമസാണ്. പക്ഷെ ഒറ്റത്തവണ നോക്കിയാൽ പിന്നെ എനിക്ക് കാര്യം ശരിക്കും പിടി കിട്ടുന്നുണ്ട്.

അതെല്ലാം കൂട്ടിച്ചേർത്ത് ഉപയോഗിക്കണം, അവർ കാണിച്ചു തന്നു? എങ്ങിനെയാണ്. കൂട്ടിച്ചേർക്കേണ്ടത്! എന്ന്, (എന്നിട്ടിപ്പോൾ; എനിക്ക്! എല്ലാത്തരം" ചിഹ്നങ്ങളും, കൂട്ടിച്ചേർക്കാൻ, പറ്റും! എന്റെ എഴുത്തിൽ! അതിൽ, കൊറേ! നിയമങ്ങളുണ്ട്? പഠിക്കാൻ; പക്ഷെ ഞാനത്, എന്റെ തലേക്കേറ്റുക തന്നെയാണ്.

പ്രിയപ്പെട്ട മിസ് കിന്നിയൻ (അങ്ങനെയാണല്ലോ ബിസിനസ് കത്തുകൾ തുടങ്ങേണ്ടത്, ഞാനെപ്പോഴെങ്കിലും ബിസിനസ്, തുടങ്ങുകയാണെങ്കിൽ) നിങ്ങളെപ്പറ്റി, എനിക്ക് വല്യ മതിപ്പാണ്' കാരണം ഞാൻ കാരണം'' ചോദിച്ചാൽ – നിങ്ങൾ, പറഞ്ഞു തരും. അവർ ഒരു, ബുദ്ധി'ജീവി തന്നെ! അവരെപ്പോലെ' 'മിടുക്കനാവാൻ' പറ്റിയിരുന്നെങ്കിൽ, എന്ന് ഞാൻ, മോഹിക്കുന്നു;

(ചിഹ്നങ്ങളിടുക, അതിരസകരം; തന്നെ!)

ഏപ്രിൽ 18 ഞാനെന്തൊരു മണ്ടനാണ്! അവർ എന്താണ് പറഞ്ഞതെന്ന് എനിക്ക് തീരെ മനസിലായില്ല. ഇന്നലെ രാത്രി ഞാൻ വ്യാകരണ പുസ്തകം വായിച്ചു. അതിൽ എല്ലാ കാര്യവും പറഞ്ഞിട്ടുണ്ട്. മിസ് കിന്നിയൺ എന്നോട് വിവരിച്ചുതരാറുള്ളപോലെ തന്നെ. പക്ഷെ, എനിക്ക് അപ്പോൾ മനസിലായില്ലല്ലോ.

മിസ് കിന്നിയൺ പറഞ്ഞു ഉറങ്ങുമ്പോൾ പ്രവർത്തിക്കുന്ന ആ ടി വി എനിക്ക് വളരെ ഗുണം ചെയ്യുന്നുണ്ട് എന്ന്. ഞാനും അവരും ഒരു പതനത്തിലെത്തി. അത് ഒരു പരന്ന കുന്നാണ്.

ഇപ്പോഴെനിക്കു മനസിലായി ചിഹ്നങ്ങൾ എങ്ങനെ പ്രവർത്തിക്കുന്നു എന്ന്. എന്നിട്ട് ഞാൻ മുമ്പ് എഴുതിയിരുന്ന പുരോഗതി റിപ്പോർട്ടുകൾ ഒരുവട്ടം കൂടി വായിച്ചുനോക്കി. ഹോ! എന്തെല്ലാം വിചിത്രമായ ചിഹ്നങ്ങളും ഉച്ചാരണങ്ങളുമായിരുന്നു എന്റേത്! ഞാൻ മിസ് കിന്നിയനോട് പറഞ്ഞു ആ പേജുകളൊക്കെ വീണ്ടും മറിച്ചു നോക്കി തിരുത്തണമെന്ന് തോന്നുന്നുവെന്ന്. പക്ഷെ അവർ പറഞ്ഞു, "വേണ്ട, ചാർലീ, അതങ്ങനെ തന്നെ വേണമെന്നാണ് ഡോക്ടർ നെമൂർ പറയുന്നത്. അതിന്റെയൊക്കെ പകർപ്പെടുത്തശേഷം നിന്റെ കൈയിൽ വെക്കാൻ തന്നത് അതിനാണ്, നീ നിന്റെ തന്നെ പുരോഗതി കണ്ടോട്ടെ

എന്നുവെച്ച്. നീ വളരെ വേഗം നേരെയാവുന്നുണ്ട്, ചാർലീ."

എനിക്ക് വലിയ ഉൽസാഹമായി. പാഠങ്ങൾക്കു ശേഷം ഞാൻ ആൾജിർനോണിന്റെ കൂടെ കളിക്കാൻ താഴത്തേക്ക് പോയി. ഞങ്ങൾ ഇപ്പോൾ മത്സരിക്കാറില്ല.

ഏപ്രിൽ 20 എന്തോ ഉള്ളിൽ വല്ലാത്ത അസുഖം. ഒരു ഡോക്ടറെ കാണാനുള്ള അസുഖമല്ല, പക്ഷെ എന്റെ നെഞ്ചിനകത്ത് ഒരു പൊള്ള പോലെ, ആരോ ഇടിക്കുമ്പോൾ ഉണ്ടാവുന്നപോലെ, വല്ലാത്ത പുകച്ചിലും. ഞാനതേപ്പറ്റി എഴുതണം എന്ന് വിചാരിച്ചതല്ല. പക്ഷെ, എഴുതിയേ പറ്റൂ. അതത്ര പ്രധാനമാണ്, എന്നെനിക്ക് പിന്നെ തോന്നി. ഇന്നാണ് ഞാനാദ്യമായി ജോലിക്ക് പോകാതെ വീട്ടിലിരിക്കുന്നത്.

ഇന്നലെ രാത്രി ജോയിയും ഫ്രാങ്കും എന്നെ ഒരു പാർട്ടിക്ക് ക്ഷണിച്ചു. അവിടെ ഒരുപാട് പെൺകുട്ടികളും ഫാക്ടറിയിൽ നിന്നുള്ള ഏതാനും ആണുങ്ങളും ഉണ്ടായിരുന്നു. കഴിഞ്ഞ തവണ മദ്യപിച്ചപ്പോൾ എന്തുമാത്രം ബുദ്ധിമുട്ടിയെന്നോർത്ത് ഞാൻ ജോയിയോട് പറഞ്ഞു എനിക്ക് കള്ള് വേണ്ട എന്ന്. അതുകൊണ്ട് അവൻ എനിക്ക് ഒരു സർവത്ത് വാങ്ങിത്തന്നു.

കുറച്ചുനേരം വലിയ രസമായിരുന്നു. ജോയി പറഞ്ഞു ഞാൻ എല്ലന്റെ കൂടെ നൃത്തം വെക്കണം, അവൾ എന്നെ ചുവടുകൾ പഠിപ്പിക്കും എന്ന്. രണ്ടു മൂന്നു തവണ ഞാൻ വീഴാൻ പോയി. ഞാനും എല്ലനും മാത്രമേ നൃത്തം വെച്ചിരുന്നുള്ളു. എന്നിട്ടും ആരുടെയൊക്കെയോ കാലുകൾ എന്റെ കാലുകൾക്കിടയിൽ പെടുന്നതുകൊണ്ട് ഞാനിടക്കിടെ വീണുകൊണ്ടിരുന്നു.

ഞാനെണീറ്റു ജോയിയുടെ മുഖത്തേക്ക് നോക്കിയപ്പോൾ അവിടെ കണ്ട ഭാവം എന്നെ വല്ലാതെ വിഷമിപ്പിച്ചു. "അവനാള് മഹാരസികൻ തന്നെ," പെൺകുട്ടികളിലൊരാൾ പറഞ്ഞു. എല്ലാവരും ചിരിക്കുകയായിരുന്നു.

"അവനെ നോക്കൂ. അവനതാ ചുവന്നു തുടുക്കുന്നു. ചാർലി നാണിക്കുന്നു."

"ഹേയ്, എല്ലൻ, നീയെന്താണ് ചാർലിയെ ചെയ്തത്? ഞാനിതേവരെ അവനെ ഇങ്ങനെ കണ്ടിട്ടില്ല."

എന്താണ് ചെയ്യേണ്ടത് എന്നോ എങ്ങോട്ടാണ് തിരിയേണ്ടത് എന്നോ എനിക്കറിയില്ലായിരുന്നു. എല്ലാവരും എന്നെ നോക്കി ചിരിക്കുന്നുണ്ടായിരുന്നു. എനിക്ക് ഞാൻ നഗ്നനാണെന്ന് തോന്നിപ്പോയി. എവിടെയെങ്കിലും ഒളിക്കണം എന്ന് തോന്നി. ഞാൻ പുറത്തേക്കോടി, ഛർദിച്ചു. പിന്നെ ഞാൻ വീട്ടിലേക്ക് നടന്നു. ജോയിക്കും ഫ്രാങ്കിനും മറ്റുള്ളവർക്കും എന്നെ എപ്പോഴും കൂടെ വേണം എന്നുണ്ടായിരുന്നത് എന്നെ കളിയാക്കാനാണെന്ന് ഇതുവരെ എനിക്ക് മനസിലായില്ല എന്നത് തമാശ തന്നെ.

"ചാർലി ഗോർഡനെപ്പോലെ" ആവുക എന്നുവച്ചാൽ എന്താണ് എന്ന് ഇപ്പോഴെനിക്ക് മനസിലായി.

ഞാൻ ലജ്ജിക്കുന്നു.

പുരോഗതി റിപ്പോർട്ട് 11

ഏപ്രിൽ 21 ഇനിയും ഫാക്ടറിയിലേക്ക് പോയിട്ടില്ല. എന്റെ വീട്ടുടമസ്ഥ ശ്രീമതി ഫ്ളിന്നിനോട് ഞാൻ പറഞ്ഞു, എന്റെ ഫാക്ടറിയിലേക്ക് വിളിച്ച് എനിക്ക് സുഖം ഇല്ല എന്ന് പറയാൻ. ഇപ്പോഴിപ്പോഴായി ശ്രീമതി ഫ്ളിൻ എന്നെ ഒരുമാതിരി പേടിച്ച നോട്ടമാണ് നോക്കുന്നത്.

എല്ലാവരും എന്നെ നോക്കി ചിരിക്കുന്നത് എങ്ങനെയെന്ന് അറിയുന്നത് നല്ല കാര്യം തന്നെ. ഞാനതേപ്പറ്റി ഒരുപാട് ആലോചിച്ചു. ഞാൻ വല്ല മണ്ടത്തരവും കാട്ടുന്നുണ്ടോ എന്നുപോലും അറിയാൻ കഴിയാത്ത വിധം മണ്ടനായിപ്പോയത് കൊണ്ടാണത്. ഒരു മണ്ടന് തങ്ങളെപ്പോലെ കാര്യങ്ങൾ ചെയ്യാൻ പറ്റാത്തത് വലിയ തമാശയാണെന്നാണ് മറ്റുള്ളവർ വിചാരിക്കുന്നത്.

ഏതായാലും ഇപ്പോഴെനിക്കറിയാം ഞാൻ ദിവസം ചെല്ലുംതോറും മിടുക്കനായി വരികയാണ് എന്ന്. എനിക്ക് ചിഹ്നങ്ങളറിയാം, ശരിക്ക് ഉച്ചരിക്കാനും കഴിയും. നിഘണ്ടു നോക്കി വിഷമം പിടിച്ച വാക്കുകൾ ഓർമിച്ചുവെക്കാനും എനിക്കിഷ്ടമാണ്. ഞാൻ ഇപ്പോൾ ഒരുപാട് വായിക്കുന്നുണ്ട്. മിസ് കിന്നിയൺ പറയുന്നു, ഞാൻ വളരെ വേഗം വായിക്കുന്നുണ്ട് എന്ന്. ചിലപ്പോൾ ഞാൻ വായിക്കുന്നത് എനിക്ക് മനസിലാവുക കൂടി ചെയ്യുന്നുണ്ട്. അവ എന്റെ മനസിൽ തങ്ങി നിൽക്കുന്നുമുണ്ട്. ചിലപ്പോൾ കണ്ണടച്ച് ഒരു പേജ് ആലോചിച്ചാൽ അതിലെ വാക്കുകൾ മുഴുവൻ ഒരു ചിത്രത്തിലെന്നോണം തെളിഞ്ഞു വരുന്നുണ്ട്.

ചരിത്രം, ഭൂമിശാസ്ത്രം, കണക്ക് എന്നിവക്ക് പുറമെ ഞാൻ വിദേശീയ ഭാഷകളും പഠിക്കാൻ തുടങ്ങണം എന്ന് മിസ് കിന്നിയൺ പറഞ്ഞു. ഉറങ്ങുമ്പോൾ പ്രവർത്തിക്കാനായി കുറേ ടേപ്പുകൾ കൂടി ഡോക്ടർ സ്ട്രോസ് എനിക്ക് തന്നു. ബോധ-ഉപബോധ മനസുകൾ എങ്ങനെ പ്രവർത്തിക്കുന്നു എന്ന് എനിക്കിപ്പോഴും അറിയില്ല. പക്ഷെ, ഡോക്ടർ സ്ട്രോസ് പറഞ്ഞു ഇപ്പോൾ അതേക്കുറിച്ച് വേവലാതിപ്പെടേണ്ട എന്ന്. അടുത്ത ആഴ്ച കോളേജ് വിഷയങ്ങൾ പഠിക്കാൻ തുടങ്ങുമ്പോൾ മനഃശാസ്ത്ര പുസ്തകങ്ങളൊന്നും വായിക്കില്ല – അതായത്, അദ്ദേഹം അനുവാദം തരുന്നതു വരെ – എന്ന് സത്യം ചെയ്യാൻ അദ്ദേഹം എന്നോടാവശ്യപ്പെട്ടു.

ഇന്നെനിക്ക് കുറച്ച് സുഖം തോന്നുന്നുണ്ട്. പക്ഷെ, ഇതുവരെ ഞാൻ മിടുക്കനല്ലാതിരുന്നതുകൊണ്ട് ഈ കണ്ട ആളുകളൊക്കെ എന്നെ നോക്കി ചിരിക്കുകയായിരുന്നു എന്നോർക്കുമ്പോൾ എനിക്കിപ്പം

ദേഷ്യം വരുന്നു. ഡോക്ടർ സ്ട്രേസ് പറയുമ്പോലെ ഇപ്പോഴെനിക്കുള്ളതിനേക്കാൾ മൂന്നിരട്ടി ഐക്യു (ഇപ്പോഴത് 68) ആയാൽ ഞാനും മറ്റുള്ളവരെപ്പോലെ ആവുമായിരിക്കും.

എന്താണ് ഈ ഐക്യു എന്ന് എനിക്കിപ്പോഴും വലിയ പിടിയില്ല. മരുന്നുഷോപ്പിൽ മരുന്നളക്കുന്ന ഒരു ഉപകരണം പോലെ, ഒരാളുടെ ബുദ്ധിശക്തി അളക്കാനുള്ള ഒരു ഉപാധിയാണ് അത് എന്ന് ഡോക്ടർ നെമൂർ പറഞ്ഞു തന്നു. പക്ഷേ, ഐക്യു ഒരാളുടെ ബുദ്ധിശക്തി തൂക്കി നോക്കുന്നതേയില്ല എന്നു പറഞ്ഞ് ഡോക്ടർ സ്ട്രേസ് അദ്ദേഹത്തോട് കുറേ തർക്കിച്ചു. ഐക്യു എന്നാൽ ഒരാൾക്ക് സ്വീകരിക്കാവുന്ന ബുദ്ധിശക്തിയുടെ തോതാണ്, ഔൺസു ഗ്ലാസിനു പുറത്തുള്ള വരപോലെ, എന്ന് അദ്ദേഹം പറഞ്ഞു, ആ ഗ്ലാസ് ബുദ്ധിശക്തികൊണ്ട് നിറയ്ക്കേണ്ടതുണ്ട്, എന്ന്.

പിന്നീട് ഞാൻ എനിക്ക് ബുദ്ധിശക്തി പരീക്ഷണങ്ങൾ നൽകുന്ന ബർട്ടിനോട് അതേപ്പറ്റി ചോദിച്ചു. അയാൾ പറഞ്ഞു രണ്ടുപേർ പറഞ്ഞതും തെറ്റാണ് എന്ന്. ഒരുവൻ പഠിച്ചു കഴിഞ്ഞതുൾപ്പെടെ പല കാര്യങ്ങളുടെ ഒരു മിശ്രിതത്തെ അളക്കുന്നതാണ് ഐക്യു എന്നായി അയാൾ. ഏതായാലും അതിലൊന്നും വലിയ കാര്യമില്ലെന്നും.

അതിനാൽ ഐക്യു എന്താണെന്ന് ഇപ്പോഴും എനിക്കറിയില്ല. എന്റേത് ഉടൻതന്നെ 200 കടക്കും എന്നുമാത്രം അറിയാം. ഞാനൊന്നും മിണ്ടിയില്ല. പക്ഷെ, ആ സാധനം എന്താണെന്നോ എവിടെയാണെന്നോ അറിയില്ലെങ്കിൽ എങ്ങനെയാണ് അത് എത്ര ഉണ്ട് എന്ന് അറിയുക എന്ന് മനസിലാവുന്നില്ല.

നാളെ എനിക്ക് *റോർഷാഖ് പരീക്ഷണം* ഉണ്ടെന്ന് ഡോക്ടർ നെമൂർ പറഞ്ഞു. അത് എന്താണാവോ?

ഏപ്രിൽ 22 റോർഷാഖ് എന്താണ് എന്ന് ഞാൻ കണ്ടുപിടിച്ചു. എന്റെ ഓപ്പറേഷന് മുമ്പ് നടത്തിയ ആ മഷിപ്പൊട്ടുകൾ കൊണ്ടുള്ള പരീക്ഷണമാണത്.

ആ മഷിപ്പൊട്ടുകളെ ഞാൻ മരണത്തെപ്പോലെ ഭയപ്പെട്ടു. എനിക്ക് കണ്ടുപിടിക്കാൻ കഴിയില്ലെന്ന് എനിക്കറിയാമായിരുന്ന ചിത്രങ്ങൾ കണ്ടുപിടിക്കാനാണ് അയാൾ ആവശ്യപ്പെടുക എന്നറിയാമായിരുന്നു. അവയിൽ ഒളിഞ്ഞിരിക്കുന്ന ചിത്രങ്ങൾ ഏതെന്ന് അറിയാൻ വല്ല വഴിയുമുണ്ടോ എന്ന് ഞാൻ തലപുകഞ്ഞാലോചിച്ചു. ചിലപ്പോൾ ഇല്ലാത്ത ഒരു വസ്തു ഉണ്ടോ എന്ന് നോക്കാൻ മാത്രം മണ്ടനാണോ എന്നറിയാനുള്ള ഒരു വേലയായിരിക്കും ഇത്. അതാലോചിച്ചപ്പോൾ തന്നെ എനിക്കയാളോട് വെറുപ്പു തോന്നി.

"ശരി, ചാർലി", അയാൾ പറഞ്ഞു, "ഈ കാർഡുകൾ നീ മുൻപ് കണ്ടിട്ടുണ്ട്, ഓർക്കുന്നോ?"

"തീർച്ചയായും, ഞാനോർക്കുന്നു."

ഞാനത് പറഞ്ഞ സ്വരം കേട്ടപ്പോൾ എനിക്ക് ദേഷ്യം വന്നിരുന്നു എന്ന് അയാൾക്ക് മനസിലായിക്കാണും. അയാൾ അദ്ഭുതത്തോടെ എന്നെ നോക്കി. "അതേ, തീർച്ചയായും. ഇനി നീ ഇതൊന്നു നോക്കൂ. ഇതെന്തായിരിക്കും? ഈ കാർഡിൽ നീ എന്താണ് കാണുന്നത്? പലരും പലതും കാണാറുണ്ട്, ഈ മഷിപ്പൊട്ടുകളിൽ. നിനക്കെന്താണ് തോന്നുന്നത് എന്ന് പറയൂ-ഇത് കാണുമ്പോൾ എന്തിനെപ്പറ്റിയാണ് നിനക്ക് തോന്നുന്നത് എന്ന്."

ഞാൻ പകച്ചുപോയി. അയാൾ അങ്ങനെ പറയും എന്നായിരുന്നില്ല ഞാൻ പ്രതീക്ഷിച്ചത്. "ആ മഷിപ്പൊട്ടുകളിൽ ചിത്രങ്ങളൊന്നും ഒളിഞ്ഞിരിക്കുന്നില്ലെന്നോ?"

അയാൾ മുരണ്ടുകൊണ്ട് കണ്ണടയൂരി. "എന്ത്?"

"ചിത്രങ്ങൾ. മഷിപ്പൊട്ടുകളിൽ ഒളിഞ്ഞു കിടക്കുന്നവ. കഴിഞ്ഞ തവണ നിങ്ങൾ എന്നോട് പറഞ്ഞു എല്ലാവർക്കും അവ കാണാമെന്ന്, അവ കണ്ടുപിടിക്കാൻ എന്നോടാവശ്യപ്പെടുകയും ചെയ്തു."

കഴിഞ്ഞ തവണയും താൻ ഇപ്പോൾ ഉപയോഗിച്ച അതേ വാക്കുകൾ തന്നെയാണ് ഉപയോഗിച്ചിരുന്നത് എന്ന് അയാൾ വിശദീകരിച്ചു. ഞാനത് വിശ്വസിച്ചില്ല. ആ തവണ അയാൾ മനഃപൂർവം എന്നെ വഴിതെറ്റിക്കുകയായിരുന്നില്ലേ എന്ന് ഞാനിപ്പോഴും സംശയിക്കുന്നു, വെറുതെ, തമാശക്കുവേണ്ടി. അതോ-എനിക്കറിഞ്ഞുകൂടാ - ഞാനപ്പോൾ അത്രക്കും മന്ദബുദ്ധിയായിരുന്നോ?

ഞങ്ങൾ ഓരോ കാർഡും സാവധാനം നോക്കി. ഒന്ന് ഒരു ജോടി വവ്വാലുകൾ എന്തിന്റെയോ പുറത്ത് അള്ളി പിടിച്ചിരിക്കുന്നതുപോലെ തോന്നിച്ചു. മറ്റൊന്ന് രണ്ടാൾക്കാർ വാൾപ്പയറ്റ് നടത്തുമ്പോലെ. ഞാൻ പലതരം കാര്യങ്ങളും സങ്കൽപ്പിച്ചു. ഞാനാകെ ഉന്മത്തനായിപ്പോയി എന്ന് തോന്നുന്നു. പക്ഷെ, എനിക്കയാളെ വലിയ വിശ്വാസമില്ലായിരുന്നു. അതുകൊണ്ട് ഞാനവ മറിച്ചും തിരിച്ചും നോക്കി, എന്തിന്, ഓരോന്നിന്റെയും പിൻവശം കൂടി ചികഞ്ഞു, എന്തെങ്കിലും കാണാതെ പോയിട്ടുണ്ടോ എന്നറിയാൻ അയാൾ നോട്ടെഴുതുമ്പോൾ ഞാൻ ഇടകണ്ണിട്ട് നോക്കി, വായിക്കാൻ ശ്രമിച്ചു. പക്ഷെ, അതൊക്കെ ഏതോ ഗൂഢസംജ്ഞകളിലായിരുന്നു, ഇങ്ങനെ:

WF + A DdF - Ad orig WF - A   SF + obj

ഈ പരീക്ഷണം ഇപ്പോഴും എനിക്ക് പിടികിട്ടുന്നില്ല. തങ്ങൾ ശരിക്കും സങ്കൽപ്പിക്കാത്ത വസ്തുക്കളെക്കുറിച്ച് എന്ത് വേണമെങ്കിലും നുണയുണ്ടാക്കാം എന്നാണെനിക്ക് തോന്നുന്നത്. ഒരുപക്ഷെ, ഡോക്ടർ സ്റ്റ്രോസ് എന്നെ മനഃശാസ്ത്രം വായിക്കാൻ അനുവദിക്കുമ്പോൾ കാര്യങ്ങളെല്ലാം മനസിലാകുമായിരിക്കും.

ഏപ്രിൽ 25 ഫാക്ടറിയിൽ യന്ത്രങ്ങൾ നിരത്തുന്നതിൽ ഒരു പുതിയ സംവിധാനം ഞാൻ കണ്ടുപിടിച്ചു. മുതലാളി പറയുന്നത്

പുതിയ സംവിധാനം കൊണ്ട് അദ്ദേഹത്തിന് പ്രതിവർഷം 10,000 ഡോളർ ആദായമുണ്ടാകും എന്നാണ്. അദ്ദേഹം എനിക്ക് 25 ഡോളർ ബോണസ് തന്നു.

എന്റെ വിജയം ഒന്നാഘോഷിക്കാൻ ജോയിയെയും ഫ്രാങ്കിനെയും ഉച്ചയൂണിന് പുറത്തെവിടെയെങ്കിലും കൊണ്ടുപോകണമെന്നുണ്ടായിരുന്നു. പക്ഷെ, തനിക്ക് ഭാര്യക്കുവേണ്ട ചില സാധനങ്ങൾ വാങ്ങാനുണ്ടെന്ന് ജോയിയും തനിക്ക് തന്റെ കസിന്റെ കൂടെയാണ് ഇന്ന് ഊണ് എന്ന് ഫ്രാങ്കും പറഞ്ഞൊഴിഞ്ഞു. എന്റെ മാറ്റവുമായി പൊരുത്തപ്പെടാൻ ഇവർ കുറച്ച് സമയമെടുക്കും എന്ന് തോന്നുന്നു. എല്ലാവർക്കും എന്നെ പേടി ആണെന്ന് തോന്നുന്നു. ഞാൻ മേസ്തിരിയുടെയടുത്തു പോയി അയാളുടെ പുറത്ത് തട്ടിയപ്പോൾ അയാൾ ഞെട്ടി, ചാടിപ്പോയി.

ഇപ്പോൾ ആളുകൾ മുമ്പത്തെപ്പോലെ എന്നോട് അധികം സംസാരിക്കുകയോ എന്നെ കളിയാക്കുകയോ ചെയ്യാറില്ല.. അതുകൊണ്ട് വല്ലാത്തൊരു ഏകാന്തത.

ഏപ്രിൽ 27 ഇന്ന് ഞാൻ മിസ് കിന്നിയണോട് എന്റെ ബോണസാഘോഷിക്കാൻ നാളെ രാത്രി അത്താഴത്തിന് വരുമോ എന്ന് ചോദിക്കാനുള്ള ധൈര്യം കണ്ടെത്തി.

ആദ്യം കിന്നിയൺ ഒന്ന് സംശയിച്ചു. പക്ഷെ, ഞാൻ ഡോക്ടർ സ്ട്രോസിനോട് ചോദിച്ചപ്പോൾ അതിൽ അപാകതയൊന്നും ഇല്ല എന്ന് അദ്ദേഹം വിധിച്ചു. ഡോക്ടർ സ്ട്രോസും ഡോക്ടർ നെമൂറും എപ്പോഴും വഴക്കാണ്. ഇന്ന് വൈകുന്നേരം അവർ ബഹളം വെക്കുന്നത് ഞാൻ കേട്ടു. ഇത് തന്റെ പരീക്ഷണമാണെന്നും തന്റെ ഗവേഷണമാണെന്നും ഡോക്ടർ നെമൂറും, അതല്ല, താനും അത്രതന്നെ സംഭാവന ചെയ്യുന്നുണ്ടെന്നും താനാണല്ലോ ചാർലിയെ മിസ് കിന്നിയൺ വഴി കണ്ടുപിടിച്ചതും ഓപ്പറേഷൻ നടത്തിയതും എന്നും–ഡോക്ടർ സ്ട്രോസും തർക്കിച്ചു. ഒരു കാലത്ത് ലോകത്തെമ്പാടും ആയിരക്കണക്കിന് ന്യൂറോസർജൻമാർ തന്റെ ഈ വിദ്യ ഉപയോഗിക്കും എന്ന് ഡോക്ടർ സ്ട്രോസ് പറഞ്ഞു.

ഈ മാസാവസാനം തന്നെ പരീക്ഷണഫലം പ്രസിദ്ധീകരിക്കണം എന്ന് ഡോക്ടർ നെമൂർ. അതല്ല, കുറച്ചുകൂടി കാത്ത്, സംഗതി തീർച്ചയാക്കണം എന്ന് ഡോക്ടർ സ്ട്രോസ്. അദ്ദേഹം പറഞ്ഞു ഡോക്ടർ നെമൂറിന് ഗവേഷണ–പരീക്ഷണങ്ങളേക്കാൾ താല്പര്യം പ്രിൻസ്റ്റണിലെ മനഃശാസ്ത്ര വിഭാഗം തലവന്റെ കസേരയിലാണ് എന്ന്. തന്റെ വാൽ തൂങ്ങി പ്രശസ്തനാവാൻ നോക്കുന്ന വെറും ഒരു അവസരവാദിയാണ് ഡോക്ടർ സ്ട്രോസ് എന്നായി ഡോക്ടർ നെമൂർ.

പിന്നീട് ഞാനവിടം വിട്ടപ്പോൾ, എന്റെ ശരീരമാകെ വിറയ്ക്കുകയായിരുന്നു. ആദ്യമായി ആ രണ്ട് മനുഷ്യരെയും ശരിയായ വെളിച്ചത്തിൽ കണ്ടതുപോലെ, ഭർത്താവിനെ പ്രശസ്തനാകാൻ നിരന്തരം

ശല്യപ്പെടുത്തുന്ന ഒരു ഭാര്യയുണ്ട് ഡോക്ടർ നെമൂറിന് എന്ന് ബർട്ട് ഒരിക്കൽ പറഞ്ഞതോർമ വന്നു. വലിയകിടക്കാരൻ ഭർത്താവുണ്ടാവുക എന്നതാണ് അവളുടെ എക്കാലത്തെയും സ്വപ്നം എന്നും ബർട്ട് പറഞ്ഞിരുന്നു.

ഏപ്രിൽ 28 മിസ് കിന്നിയൺ ഇത്ര സുന്ദരിയാണ് എന്ന് ഞാനിതേവരെ ശ്രദ്ധിക്കാഞ്ഞതെന്തേ? അവൾക്ക് തവിട്ട് നിറത്തിലുള്ള കണ്ണുകളും കഴുത്തറ്റം എത്തുന്ന തൂവൽ പോലെ മിന്നുന്ന തവിട്ട് നിറത്തിലുള്ള മുടിയും ഉണ്ട്. അവൾക്ക് മുപ്പത്തിനാല് വയസേ ആയിട്ടുള്ളു! തുടക്കം മുതലേ അവൾ ഒരു വയസി ബുദ്ധിജീവിയാണ് എന്നായിരുന്നു ഞാൻ ധരിച്ചുവെച്ചിരുന്നത്. എന്നാൽ, ഇപ്പോൾ, ഓരോ തവണയും അവളെ ഞാൻ കാണുമ്പോൾ, അവൾക്ക് വയസ്സ് കുറഞ്ഞു കുറഞ്ഞു വരുന്നപോലെ, അവൾക്ക് സൗന്ദര്യം കൂടി കൂടി വരുന്നപോലെ.

അത്താഴം കഴിക്കുമ്പോൾ ഞങ്ങൾ ദീർഘമായ ഒരു സംഭാഷണത്തിലേർപ്പെട്ടു. ഞാൻ വളരെ വേഗം പുരോഗമിക്കുന്നുണ്ടെന്നും, താമസിയാതെ അവളെത്തന്നെ പിന്നിലാക്കുമെന്നും അവൾ പറഞ്ഞപ്പോൾ, ഞാൻ ചിരിച്ചു.

“അത് സത്യമാണ്, ചാർലീ, ഇപ്പോൾ തന്നെ നീ എന്നേക്കാൾ നല്ല വായനക്കാരനാണ്. എനിക്ക് ഏതാനും വരികളേ ഒരേ സമയത്ത് പിടിച്ചെടുക്കാൻ പറ്റൂ. നിനക്കാകട്ടെ, ഒറ്റനോട്ടത്തിൽ ഒരു പേജ് മുഴുവൻ ഉൾക്കൊള്ളാനാകുന്നുണ്ട്. മാത്രമല്ല, നീ വായിക്കുന്ന ഓരോ വാക്കും നീ ഓർമ്മിക്കുന്നുണ്ട്. എന്നെ സംബന്ധിച്ചിടത്തോളം വായിച്ചതിലെ പ്രധാന ചിന്തകളും പൊതുവായ അർഥവും മനസിൽ നിന്നാൽതന്നെ ഭാഗ്യം.”

“എനിക്കിപ്പോഴും മിടുക്കനാണെന്നൊന്നും തോന്നുന്നില്ല. ഇപ്പോഴും എനിക്ക് മനസിലാകാത്ത പല കാര്യങ്ങളും ഉണ്ട്.”

അവൾ ഒരു സിഗരറ്റെടുത്തു. ഞാനതവൾക്ക് കത്തിച്ചു കൊടുത്തു. “നീ കുറച്ച് ക്ഷമിക്കണം. സാധാരണക്കാർക്ക് ഒരായുഷ്കാലം കൊണ്ട് നേടാവുന്നത് നീ ദിവസങ്ങളോ ആഴ്ചകളോ കൊണ്ടാണ് നേടുന്നത്, അതാണ് അദ്ഭുതം. നീയപ്പോൾ എല്ലാത്തിനേയും വലിച്ചെടുക്കുന്ന ഒരു കൂറ്റൻ സ്പോഞ്ചു പോലെയാണ്. വസ്തുതകൾ, കണക്കുകൾ, സാമാന്യവിവരങ്ങൾ. താമസിയാതെ നിനക്കവ ബന്ധിപ്പിച്ച് ചിന്തിക്കാനും സാധിക്കും. വിദ്യയുടെ വിവിധ ശാഖകൾ എങ്ങനെ പരസ്പരം ബന്ധപ്പെട്ടിരിക്കുന്നു എന്ന് നിനക്ക് മനസിലാകും. ഉയരത്തിലുയരത്തിലേക്ക് പോയി ചുറ്റുമുള്ള ലോകം കൂടുതൽ കൂടുതൽ കാണാൻ പല തലങ്ങളിലൂടെ കയറണം, ചാർലീ–ഒരു ഭീമൻ കോണി കയറുന്നതുപോലെ.

“എനിക്കാ ലോകത്തിന്റെ കുറച്ച് വശം മാത്രമേ കാണാൻ പറ്റൂ. ഇപ്പോഴുള്ളതിനേക്കാൾ ഉയരത്തിലേക്ക് ഞാൻ പോവുകയുമില്ല.

പക്ഷെ, ചാർലീ, നീ ഇനിയും ഉയരും. കൂടുതൽ കാണും, ഓരോ അടിയും പുതിയ ലോകങ്ങൾ നിന്റെ മുന്നിൽ തുറന്നിട്ടും, നിലനിൽക്കുന്നുണ്ടെന്ന് നീയിതേവരെ അറിഞ്ഞിട്ടു കൂടിയില്ലാത്ത ലോകങ്ങൾ." അവൾ മുരണ്ടു. "ഞാൻ ദൈവത്തോട് പ്രാർഥിക്കുന്നു..."

"എന്ത്?"

"സാരമില്ല, ചാൾസ്. ഈ പരീക്ഷണത്തിന് സമ്മതിക്കാൻ നിങ്ങളെ പ്രേരിപ്പിച്ചത് ശരിയായിരുന്നു എന്ന് ഞാൻ വിശ്വസിക്കട്ടെ."

ഞാൻ ചിരിച്ചു. "അതെങ്ങനെ? അത് ഫലിച്ചില്ലേ? പിന്നെന്താ? ആൾജിർനോൺ പോലും ഇപ്പോഴും മിടുക്കനാണല്ലോ."

ഞങ്ങൾ നിശ്ശബ്ദം പരസ്പരം നോക്കിയിരുന്നു. ഞാനെന്റെ മുയൽക്കുട്ടികളും താക്കോലുകളും കൊരുത്ത ചെയിൻ തിരുപ്പിടിക്കുന്നതും നോക്കി അവളിരുന്നപ്പോൾ, അവളെന്താണ് ചിന്തിക്കുന്നതെന്ന് എനിക്ക് മനസിലായി. ആ സാധ്യതയെക്കുറിച്ച് ഓർക്കുന്നത് പ്രായമായവർ മരണത്തെപ്പറ്റി വിചാരിക്കുമ്പോലെ ദുഃസഹമായിരുന്നു എനിക്ക്. ഇത് ഒരു തുടക്കം മാത്രമാണെന്ന് എനിക്ക് അറിയാമായിരുന്നു. പല തലങ്ങളെക്കുറിച്ച് അവൾ പറഞ്ഞത് എനിക്ക് മനസിലായി. എന്തെന്നാൽ, ഇപ്പോൾത്തന്നെ അവയിൽ ചിലത് ഞാൻ കണ്ടിരിക്കുന്നു. അവളെ പിൻതള്ളുന്ന കാര്യം ഓർത്തപ്പോൾ എനിക്ക് വിഷമം തോന്നി.

ഞാൻ മിസ് കിന്നിയണുമായി പ്രേമത്തിലാണ്.

പുരോഗതി റിപ്പോർട്ട് – 12

ഏപ്രിൽ 30 ഞാനെന്റെ ഫാക്ടറി ജോലി ഉപേക്ഷിച്ചു. ഞാൻ ജോലി വിടുന്നതാണ് ബന്ധപ്പെട്ട എല്ലാവർക്കും നല്ലതെന്ന് മുതലാളി പറഞ്ഞു. ഇവർ എന്നെ വെറുക്കാൻ തക്ക എന്ത് പ്രവൃത്തിയാണ് ഞാൻ ചെയ്തത്?

ഞാനതേപ്പറ്റി ആദ്യം അറിഞ്ഞത് മുതലാളി ഒരു അപേക്ഷ എന്നെ കാണിച്ചപ്പോഴാണ്. ഫാന്നി ഗിർഡനൊഴികെ ബാക്കി ഫാക്ടറി ജോലിക്കാരെല്ലാം, എണ്ണൂറ് പേരും, ഒപ്പിട്ട ഒരു അപേക്ഷ. ആ ലിസ്റ്റ് ഒന്നോടിച്ചു നോക്കിയ ഉടൻ എനിക്ക് മനസിലായി അവളുടെ പേര് മാത്രമേ അതിൽ ഇല്ലാത്തതുള്ളു എന്ന്. മറ്റെല്ലാവരും എന്നെ പിരിച്ചുവിടണം എന്നാവശ്യപ്പെട്ടിരിക്കുന്നു.

ജോയിയും ഫ്രാങ്കും അതേപ്പറ്റി സംസാരിക്കാൻ തന്നെ തയ്യാറായില്ല. മറ്റാരും ഒന്നും മിണ്ടിയില്ല, ഫാന്നി ഒഴികെ. ലോകം എന്ത് വിചാരിച്ചാലും എന്ത് തെളിയിച്ചാലും, താൻ വിശ്വസിക്കുന്നത് മുറുകെ പിടിക്കുന്ന സ്വഭാവക്കാരിയായിരുന്നു അവൾ. എന്നെ പിരിച്ചുവിടുന്നത് ശരിയാണ് എന്നവൾക്ക് തോന്നിയില്ല. തത്വത്തിന്റെ പേരിൽ അവൾ ആ അപേക്ഷയോട് എതിർപ്പ് പ്രകടിപ്പിച്ചു. വലിയ സമ്മർദ്ദങ്ങളും ഭീഷണികളും നേരിട്ടു കൊണ്ടുപോലും.

"പക്ഷെ, അതുകൊണ്ടൊന്നും," അവൾ അഭിപ്രായപ്പെട്ടു, "ചാർലീ, നിങ്ങളുടെ അസാധാരണത്വം ഞാൻ കണ്ടില്ല എന്നു വരുന്നില്ല. പലരും മാറും. എനിക്കറിയില്ല. നിങ്ങൾ നല്ലവനും വിശ്വസിക്കാവുന്നവനും ആയ ഒരു സാധാരണക്കാരനായിരുന്നു–ഒരുപക്ഷെ വലിയ ബുദ്ധിമാനായിരുന്നില്ലായിരിക്കാം, പക്ഷെ, സത്യസന്ധനായിരുന്നു. ഇങ്ങനെ പെട്ടെന്ന് മിടുക്കനാകാൻ നിങ്ങളെന്താണ് കാണിച്ചതെന്ന് ആർക്കറിയാം? ഇവിടെയുള്ള എല്ലാവരും പറയുംപോലെ, ചാർലീ, അത് ശരിയല്ല."

"പക്ഷെ, നിങ്ങളെന്താണ് അങ്ങനെ പറയുന്നത്, ഫാന്നീ? ഒരു മനുഷ്യൻ ബുദ്ധിമാനാകുന്നതിലും വിദ്യ സമ്പാദിക്കാൻ മോഹിക്കുന്നതിലും ചുറ്റുമുള്ള പ്രപഞ്ചത്തെ മനസിലാക്കാൻ ശ്രമിക്കുന്നതിലും എന്താണ് തെറ്റ്?"

അവൾ ഒന്നും ഉരിയാടാതെ തന്റെ ജോലി തുടർന്നു. ഞാൻ പോകാനായി തിരിഞ്ഞു. എന്റെ നേർക്ക് നോക്കാതെ അവൾ പറഞ്ഞു. "ഔവ്വ സർപ്പത്തിന്റെ വാക്കുകേട്ട് ജ്ഞാനത്തിന്റെ കനി ഭക്ഷിച്ചത് തെറ്റായിരുന്നു. അവൾ താൻ നഗ്നയാണെന്ന് കണ്ടത് പാപമായിരുന്നു. അത് സംഭവിച്ചില്ലായിരുന്നെങ്കിൽ നമുക്കൊന്നും വൃദ്ധരായി, രോഗികളായി, മരിക്കേണ്ടിവരില്ലായിരുന്നു."

ഒരിക്കൽ കൂടി, ഇപ്പോൾ, എന്റെ ഉള്ളിൽ ലജ്ജയുടെ തീ കത്തുന്നു. ഈ ബുദ്ധിശക്തി ഒരിക്കൽ ഞാൻ അറിയുകയും ഇഷ്ടപ്പെടുകയും ചെയ്തിരുന്ന ഇവരിൽ നിന്ന് എന്നെ അകറ്റിയിരിക്കുന്നു. മുൻപൊക്കെ ഇവർ എന്റെ വിവരക്കേടും മഠയത്തരവും ചൂണ്ടിക്കാണിച്ചു ചിരിക്കുമായിരുന്നു; ഇപ്പോൾ ഇവർ എന്നെ എന്റെ അറിവും ബുദ്ധിശക്തിയും കാരണം വെറുക്കുന്നു. ദൈവമേ, എന്താണ് ഇവർക്ക് എന്നെക്കൊണ്ട് വേണ്ടത്?

അവർ എന്നെ ഫാക്ടറിയിൽനിന്ന് ഓടിച്ചു. ഇപ്പോൾ ഞാൻ മറ്റെന്നത്തേയുംകാൾ ഏകനായിരിക്കുന്നു...

മെയ് 15 രണ്ടാഴ്ചയായി പുരോഗതിറിപ്പോർട് എഴുതാത്തതിന് ഡോക്ടർ സ്ട്രോസ് ദേഷ്യപ്പെട്ടു. ഇപ്പോൾ പരീക്ഷണശാല തന്നെ എനിക്ക് കൃത്യമായി ശമ്പളം തരുന്നുണ്ട്. അതുകൊണ്ട് അദ്ദേഹത്തിന്റെ അരിശം ന്യായീകരിക്കത്തക്കതാണ്. ചിന്തയും വായനയും ആയി വളരെ തിരക്കിലായിരുന്നു എന്ന് ഞാൻ വിശദീകരിച്ചു. എഴുത്തു വളരെ സാവധാനമുള്ള ഒരു പ്രക്രിയയായതിനാൽ എന്റെ മോശം കൈയക്ഷരം എന്നെ അക്ഷമനാക്കുന്നു എന്ന് ഞാൻ പറഞ്ഞപ്പോൾ അദ്ദേഹം എന്നോട് ടൈപ്പ്റൈറ്റിങ്ങ് പഠിക്കാൻ നിർദ്ദേശിച്ചു. ഇപ്പോഴെനിക്ക് മിനുട്ടിൽ 75 വാക്ക് സ്പീഡുള്ളതിനാൽ വളരെ വേഗം എഴുതാം. മറ്റുള്ളവർക്ക്, മനസിലാകാൻ തക്കവണ്ണം ലളിതമായി സംസാരിക്കുകയും എഴുതുകയും ചെയ്യേണ്ടതിന്റെ ആവശ്യകതയെക്കുറിച്ച്

ഡോക്ടർ സ്റ്റ്രോസ് നിരന്തരം ഓർമപ്പെടുത്തുന്നുണ്ട്.

കഴിഞ്ഞ രണ്ടാഴ്ച എനിക്ക് സംഭവിച്ചതെല്ലാം ഒന്ന് അവലോകനം ചെയ്യാൻ ശ്രമിക്കണം. എന്നെയും ആൾജിർനോണിനെയും അമേരിക്കൻ മനഃശാസ്ത്രസംഘടനയുടെ മുൻപിൽ അവതരിപ്പിച്ചു. ആ സംഘടന ഇപ്പോൾ ലോകമനഃശാസ്ത്ര സംഘടനയുമായി ഒരു സമ്മേളനത്തിലിരിക്കുകയാണ്. ഞങ്ങൾ വലിയ കോലാഹലം സൃഷ്ടിച്ചു. ഡോക്ടർ നെമൂറും ഡോക്ടർ സ്റ്റ്രോസും ഞങ്ങളെച്ചൊല്ലി അഭിമാനം കൊണ്ടു.

തന്റെ ജോലിയുടെ കൃത്യമായ ഫലങ്ങൾ കാണാൻ ഡോക്ടർ നെമൂറിന് – അദ്ദേഹത്തിന് അറുപത് വയസായി, ഡോക്ടർ സ്റ്റ്രോസിനേക്കാൾ പത്ത് വയസ് ജാസ്തി – വലിയ ഉൽക്കണ്ഠയുണ്ട് എന്നെനിക്ക് തോന്നുന്നു. ശ്രീമതി നെമൂറിന്റെ സമ്മർദമാണ് കാരണം എന്നതിൽ സംശയമില്ല.

എന്റെ മുൻധാരണയ്ക്ക് വിപരീതമായി, ഡോക്ടർ നെമൂർ ഒരു ജീനിയസേ അല്ല എന്ന് ഞാൻ മനസിലാക്കുന്നു. അദ്ദേഹത്തിന് മോശമല്ലാത്ത ബുദ്ധിശക്തിയുണ്ട്. പക്ഷെ, അത് സ്വയം സന്ദേഹത്തിന്റെ നിഴലിൽ ഉഴലുകയാണ്. മറ്റുള്ളവർ തന്നെ ഒരു ജീനിയസായി അംഗീകരിക്കണമെന്നുണ്ട്, അദ്ദേഹത്തിന്. അതിനാൽ തന്റെ ഗവേഷണങ്ങൾ ലോകം സ്വീകരിക്കണമെന്നത് പ്രധാനമായി അദ്ദേഹത്തിന് തോന്നുന്നു. കൂടുതൽ താമസിച്ചാൽ മറ്റു വല്ലവരും ഇതേപോലെ വല്ല കണ്ടുപിടുത്തവും നടത്തി തനിക്കർഹതപ്പെട്ട സ്ഥാനം കരസ്ഥമാക്കിക്കളയുമോ എന്നാണ് അദ്ദേഹത്തിന്റെ പേടി.

ഡോക്ടർ സ്റ്റ്രോസിനെ വേണമെങ്കിൽ ജീനിയസ് എന്ന് വിളിക്കാം. പക്ഷെ, അദ്ദേഹത്തിന്റെയും വിജ്ഞാനപരിധി വളരെ പരിമിതമാണ്. ഇടുങ്ങിയ സ്പെഷ്യലൈസേഷന്റെ പാരമ്പര്യത്തിലാണ് അദ്ദേഹത്തിന്റെ വിദ്യാഭ്യാസം; അടിസ്ഥാനപരമായ വിശാലവിജ്ഞാനത്തിന്റെ കാര്യം വല്ലാതെ അവഗണിക്കപ്പെട്ടിരിക്കുന്നു – ഒരു ന്യൂറോസർജന് പോലും ചേരാത്തവിധം.

അദ്ദേഹത്തിന് വായിക്കാനറിയാവുന്ന പൗരാണിക ഭാഷകൾ ലാറ്റിനും, ഗ്രീക്കും ഹീബ്രുവും മാത്രമാണെന്നും കണക്കിന്റെ കാര്യത്തിൽ വിചരണകലനത്തിന്റെ ബാലപാഠങ്ങൾ മാത്രമേ അറിയൂ എന്നും മനസിലായപ്പോൾ ഞാൻ ഞെട്ടിപ്പോയി. ഇതദ്ദേഹം എന്നോട് സമ്മതിച്ചപ്പോൾ എനിക്കാകെ മനഃപ്രയാസം തോന്നി. എന്നെ പറ്റിക്കാൻവേണ്ടി അദ്ദേഹത്തിന്റെ വ്യക്തിത്വത്തിന്റെ ഈ വശം മറച്ചുവെച്ച് താനെന്താണോ അതല്ലെന്നും മറ്റെന്തോ ആണെന്നും – മറ്റു പലരും ഇതാണ് ചെയ്യുന്നത് എന്ന് ഞാൻ കണ്ടെത്തി – അഭിനയിക്കുകയായിരുന്നു എന്നും തോന്നി. ഞാനിതേവരെ അറിഞ്ഞിട്ടുള്ളവരാരും അവർ പുറമേക്ക് ഭാവിക്കുന്ന പോലെയല്ല എന്ന് എനിക്ക് മനസിലായി.

എന്റെ കൂടെയിരിക്കുമ്പോൾ ഡോക്ടർ നെമൂറിന് എന്തോ അസ്വാസ്ഥ്യം. ഞാൻ അദ്ദേഹത്തോട് സംസാരിക്കാൻ ശ്രമിക്കുമ്പോൾ അദ്ദേഹം

ഒരപരിചിതനെയെന്നപോലെ എന്നെ നോക്കി തലതിരിച്ചുകളയുന്നു. ആദ്യമായി ഡോക്ടർ നെമൂറിൽ ഞാൻ ഒരു അപകർഷതാബോധം ഉളവാക്കുന്നുണ്ട് എന്ന് ഡോക്ടർ സ്ട്രേറ്റാസ് പറഞ്ഞപ്പോൾ എനിക്ക് വല്ലാതെ ദേഷ്യം വന്നു. അദ്ദേഹം എന്നെ പരിഹസിക്കുകയാണ് എന്ന് തോന്നി. കളിയാക്കിയാൽ എനിക്ക് സാധാരണയിൽ കവിഞ്ഞ് വിഷമം തോന്നും.

ഡോക്ടർ നെമൂറിനെപ്പോലെ മഹാനും ആദരണീയനും ആയ ഒരു മനഃശാസ്ത്ര പരീക്ഷകന് ഹിന്ദുസ്ഥാനിയോ ചൈനീസോ അറിഞ്ഞുകൂടാ എന്ന് ഞാനെങ്ങനെ ഊഹിക്കും? അദ്ദേഹത്തിന്റെ പരീക്ഷണമേഖലയിൽതന്നെ ഇന്ത്യയിലും ചൈനയിലും നടക്കുന്ന ഗവേഷണങ്ങൾ കണക്കിലെടുക്കുമ്പോൾ ആ ഭാഷകൾ അറിയില്ല എന്നു പറയുന്നത് തനി അസംബന്ധം തന്നെ.

തന്റെ രീതികളെപ്പറ്റിയുള്ള രാഹജമതിയുടെ ഖണ്ഡനങ്ങളെ മണ്ഡനം ചെയ്യാൻ അവ നേരിട്ട് വായിക്കാനും കൂടി പറ്റാത്ത ഡോക്ടർ നെമൂറിന് എങ്ങനെ കഴിയും എന്ന് ഞാൻ ഡോക്ടർ സ്ട്രേറ്റാസിനോട് ചോദിച്ചു. ഡോക്ടർ സ്ട്രേറ്റാസിന്റെ മുഖത്തപ്പോൾ തെളിഞ്ഞ അസാധാരണ ഭാവത്തിന് രണ്ടർഥം കൊടുക്കാം. ഒന്നുകിൽ ഇന്ത്യയിൽ എന്താണവർ പറയുന്നത് എന്ന് നെമൂറിനെ അറിയിക്കുവാൻ സ്ട്രേറ്റാസിന് ഇഷ്ടമല്ല, അല്ലെങ്കിൽ – ഇതാണെന്നെ അലട്ടുന്ന സാധ്യത – ഡോക്ടർ സ്ട്രേറ്റാസിനും അതേപ്പറ്റി ഒന്നും അറിയില്ല. ഞാൻ ലളിതവും ഋജുവുമായ ഭാഷയിൽ എഴുതാനും സംസാരിക്കാനും ശ്രമിക്കണം. ഇല്ലെങ്കിൽ ആളുകൾ ചിരിക്കും.

മെയ് 18. ഞാൻ വളരെ അസ്വസ്ഥനാണ്. ഒരാഴ്ചക്കിടയ്ക്ക് ആദ്യമായി ഇന്നലെ രാത്രി ഞാൻ മിസ് കിന്നിയണെ കണ്ടു. ഞങ്ങളുടെ സംസാരത്തെ എല്ലാ ഭൗതിക സങ്കൽപ്പനകളിൽനിന്നും ഒഴിവാക്കി നിത്യജീവിത നിലവാരത്തിൽ നിർത്താൻ ഞാൻ കിണഞ്ഞ് ശ്രമിച്ചു. എന്നിട്ടും അവൾ എന്റെ നേരെ ഒന്നും മനസിലാകാത്തപോലെ നോക്കി ചോദിക്കുന്നു, ഡോബർമാനിന്റെ *അഞ്ചാം സംഗീതശിൽപ്പ*ത്തിലെ ജ്യാമിതീയ വിചരണ സന്തോലകത്തെപ്പറ്റി പറഞ്ഞപ്പോൾ എന്താണ് ഞാൻ അർഥമാക്കിയത് എന്ന്.

ഞാൻ വിശദീകരിക്കാൻ ശ്രമിച്ചപ്പോൾ അവൾ എന്നെ തടഞ്ഞ് ചിരിക്കാൻ തുടങ്ങി. എനിക്ക് ദേഷ്യം വന്നു. പക്ഷെ, ഞാൻ അവളെ തെറ്റായ തലത്തിലാണ് സമീപിക്കുന്നതെന്നും എനിക്ക് തോന്നുന്നു. അവളുമായി എന്തുതന്നെ ചർച്ചചെയ്യാൻ ശ്രമിച്ചാലും എനിക്ക് ആശയവിനിമയം ചെയ്യാൻ കഴിയുന്നില്ല. വ്റോസ്താത്തിന്റെ *ശബ്ദാർഥശാസ്ത്രശ്രേണീതല*ങ്ങളെപ്പറ്റിയുള്ള സമീകരണങ്ങൾ പുനഃപരിശോധിക്കേണ്ടിയിരിക്കുന്നു. ആളുകളുമായി എനിക്ക് ആശയവിനിമയം നടത്താനൊക്കുന്നില്ല. പുസ്തകങ്ങൾക്കും സംഗീതത്തിനും എനിക്ക്

ചിന്തിക്കാവുന്ന വിഷയങ്ങൾക്കും നന്ദി. മിക്കപ്പോഴും ഞാൻ ശ്രീമതി ഫ്ളിന്നിന്റെ ലോഡ്ജ് മുറിയിൽ ഒറ്റയ്ക്കാണ്. ആരോടെങ്കിലും സംസാരിക്കുന്നത് അപൂർവമാണ്.

മെയ് 20. ഞാൻ രാത്രി ഭക്ഷണം കഴിക്കുന്ന ആ ഹോട്ടലിലെ ഏകദേശം പതിനാറുവയസുവരുന്ന കിണ്ണം കഴുകുന്ന ആ ചെക്കനെ ഞാൻ ശ്രദ്ധിക്കുകയേ ഇല്ലായിരുന്നു, പ്ലേറ്റുകൾ ഉടഞ്ഞ ആ സംഭവം നടന്നില്ലായിരുന്നെങ്കിൽ. അവ താഴെവീണ് ഉടഞ്ഞു. വെള്ളപ്പിഞ്ഞാണ പ്പൊട്ടുകൾ നിലത്തും മേശയ്ക്കടിയിലും തെറിച്ചു ചിതറി. ഒഴിഞ്ഞ ട്രേയും പിടിച്ച് ആ പയ്യൻ വിരണ്ട് വിറച്ച് അവിടെ നിന്നു. ഭക്ഷണം കഴിച്ചുകൊണ്ടിരുന്നവരുടെ ഭർത്സനങ്ങൾ ("അതാ പോകുന്നു ഇന്നത്തെ ലാഭം!"... "മസൽതോവ്!".... "നോക്കൂ, ഇവൻ ഇവിടെ ജോലി തുടങ്ങിയിട്ട് അധികമായിട്ടില്ല..." എന്നിങ്ങനെ പ്ലേറ്റ് ഉടഞ്ഞാൽ ഏതൊരു പൊതു ഹോട്ടലിലും കേൾക്കാവുന്ന ഭർത്സനങ്ങൾ) കേട്ട് അവൻ ആകെ ബേജാറായി.

കടയുടമസ്ഥൻ ബഹളമെന്തെന്നറിയാൻ വന്നപ്പോൾ ആ പയ്യൻ ഇപ്പോൾ കിട്ടും അടി എന്ന് ഭയന്ന് കൂനിയിരുന്നു. "ശരി, ശരി! എടാ മണ്ടക്കൂസേ," കടക്കാരൻ വിളിച്ചു പറഞ്ഞു, "ഇനീം അവിടെ കുറ്റിയടിച്ചപോലെ നിൽക്കാതെ ആ ചൂലെടുത്ത് വേഗം അതെല്ലാം അടിച്ചുവാരി കളയെടാ. ചൂല്... മന്താ, ചൂലെടുക്കാൻ. അത് അടുക്കളയിലുണ്ട്!"

തന്നെ ശിക്ഷിക്കുന്നില്ല എന്ന് അവന് മനസിലായി. അവന്റെ പേടി പോയി. ചൂലുമായി അടുക്കളയിൽ നിന്ന് വരുമ്പോൾ അവൻ കുറേശെ ചിരിക്കുന്നുണ്ടായിരുന്നു, അവന്റെ പങ്കപ്പാടിൽ ആഹ്ലാദം കണ്ടെത്താൻ തന്നെ ഉറച്ച ചില റൗഡികളാകട്ടെ, തങ്ങളുടെ ഭർത്സനങ്ങൾ തുടർന്നു.

"എടാ, ദാ നിന്റെ പിന്നിലൊരു കഷണം..."

"അവനത്ര പൊട്ടനൊന്നുമല്ല. പാത്രങ്ങൾ കഴുകുന്നതിനേക്കാൾ എളുപ്പമാണല്ലോ പൊട്ടിക്കുന്നത്!"

നോക്കിനിൽക്കുന്നവരുടെ നേർക്ക് ശൂന്യമായ ദൃഷ്ടികളോടെ നോക്കിക്കൊണ്ട്, മെല്ലെ അവൻ അവരുടെ ചിരി പകർത്തി. പിന്നെ അനിശ്ചിതമായ ഒരു ഇളി പാസാക്കി. തനിക്ക് മനസിലാകാത്ത ഏതോ തമാശ കേട്ടപോലെ.

അവന്റെ ഇരുണ്ട, ശൂന്യമായ ചിരി കാൺകെ എന്റെയുള്ളിൽ എവിടെയോ കൊളുത്തിപ്പിടിച്ചു. അവന്റെ വിടർന്ന, ബാലിശമായ, തിളങ്ങുന്ന കണ്ണുകൾ നോക്കവെ, എനിക്ക് മനസിലായി, അവന് മറ്റുള്ളവരെ സന്തോഷിപ്പിക്കാൻ വലിയ ആകാംക്ഷയുണ്ടെന്ന്. അവൻ മന്ദബുദ്ധിയായതിനാലാണ് അവർ അവനെ നോക്കി കളിയാക്കുന്നത്.

ഞാനും അവനെ നോക്കി ചിരിക്കുകയായിരുന്നു! പെട്ടെന്ന് ഞാൻ കോപാക്രാന്തനായി ചാടിയെഴുന്നേറ്റ് അലറി, "മിണ്ടിപ്പോകരുത്! അവനെ അവന്റെ പാട്ടിന് വിട്ടേക്കൂ! അവന് പലതും മനസിലാകാത്തത്

അവന്റെ കുറ്റം കൊണ്ടല്ല! അവന് മാറ്റാവുന്നതാണോ അവന്റെ അവസ്ഥ? എന്തായാലും അവനൊരു മനുഷ്യജീവിയാണല്ലോ!"

മുറി നിശ്ശബ്ദമായി. നിയന്ത്രണം വിട്ടതിന് ഞാൻ എന്നെത്തന്നെ ശപിച്ചു. മുന്നിൽ വച്ച ഭക്ഷണം തൊടാതെ ഞാൻ പുറത്തിറങ്ങുമ്പോൾ ആ പയ്യന്റെ നേർക്ക് നോക്കാതിരിക്കാൻ ഞാൻ ശ്രമിച്ചു. ഞങ്ങളെ രണ്ടുപേരെയും പ്രതി ഞാൻ ലജ്ജിച്ചു.

കൈയോ കാലോ ഇല്ലാതെ ജനിക്കുന്ന ഒരുവന്റെ നേരെ കരുണാർദ്രമായും ഹൃദയാലുത്വത്തോടെയും പെരുമാറുന്ന ആളുകൾ പോലും കുറഞ്ഞ ബുദ്ധിയോടെ ജനിക്കുന്ന ഒരുത്തനെ എങ്ങനെ അവഹേളിക്കുന്നു! ഈ അടുത്ത കാലം വരെ ഞാനും ഇതുപോലൊരു വിഡ്ഢിയും കോമാളിയും ആയിരുന്നു എന്നാലോചിച്ചപ്പോൾ എനിക്ക് നാണക്കേടും ദേഷ്യവും തോന്നി.

ഞാൻ മറന്നു തുടങ്ങിയിരുന്നു.

പഴയ ചാർലി ഗോർഡന്റെ ആ ചിത്രം ഞാൻ എന്നിൽനിന്ന് തന്നെ – ഇപ്പോൾ ഞാൻ ബുദ്ധിമാനായ അവസ്ഥയിൽ അത് മനസിൽ നിന്ന് മായ്ച്ചുകളയേണ്ട ഒന്നാണല്ലോ– മറച്ചുവെച്ചിരുന്നു. പക്ഷെ, ഇന്നാ പയ്യനെ കണ്ടപ്പോൾ, ആദ്യമായി എനിക്ക് മനസിലായി, ഞാനെന്തായിരുന്നു എന്ന്, ഞാൻ തികച്ചും അവനെപ്പോലെയായിരുന്നു!

കുറച്ചു നാളുകൾക്കുമുമ്പാണ്, ആളുകൾ എന്നെ കളിയാക്കുകയാണ് ചെയ്തിരുന്നതെന്ന് എനിക്ക് മനസിലായത്. അറിയാതെ തന്നെ ഞാനും ഇന്ന് എന്റെ നേർക്ക് നോക്കി ചിരിക്കുന്നതിൽ പങ്കുകൂടുകയാണ് എന്ന് എനിക്കിപ്പോഴറിയാം. അതാണെന്നെ ഏറ്റവും വേദനിപ്പിക്കുന്നത്.

പലപ്പോഴും ഞാനെന്റെ പുരോഗതി റിപ്പോർട്ടുകൾ ആവർത്തിച്ചു വായിക്കുമ്പോൾ ആ താളുകളിൽനിന്ന്, നിരക്ഷരത്വം, ബാലിശമായ നിഷ്കളങ്കത, ബുദ്ധികുറഞ്ഞ ഒരു മനസ്സ് എന്നിവ, പുറത്തെ കണ്ണഞ്ചിക്കുന്ന പ്രകാശത്തിലേക്ക് ഒരു താക്കോൽദ്വാരത്തിലൂടെ നോക്കുന്ന പോലെ, ഇരുണ്ട ഒരു അറയിൽ നിന്ന് എത്തിനോക്കുന്നത് കണ്ടു. എന്റെ മന്തത്തരത്തിൽപോലും ഞാനെന്റെ അപകർഷത മനസിലാക്കിയിരുന്നു എന്ന് ഞാൻ കണ്ടു. എനിക്ക് നിഷേധിക്കപ്പെട്ട എന്തോ ഒന്ന്, എന്നിൽ ഇല്ലാത്ത എന്തോ ഒന്ന്, മറ്റുള്ളവർക്കുണ്ട് എന്ന് ഞാനറിഞ്ഞു. എന്റെ മാനസികമായ അന്ധതയിൽ എനിക്ക് തോന്നി ആ കുറവ് എന്റെ വായിക്കാനും എഴുതാനും ഉള്ള കഴിവുമായി ബന്ധപ്പെട്ടിരിക്കുന്നു എന്നും ആ കഴിവുകൾ സ്വായത്തമാക്കിയാൽ, സ്വാഭാവികമായും ബുദ്ധിയും കിട്ടും എന്നും.

ഒരു ദുർബല ചിത്തനുപോലും മറ്റുള്ളവരെപ്പോലെയാകാൻ മോഹമുണ്ടാകും.

താനെന്താണ് തിന്നേണ്ടത് എന്നോ, അതെങ്ങനെ സമ്പാദിക്കാമെന്നോ ഒരു കുഞ്ഞിനറിയില്ല. പക്ഷെ, അതിന് വിശപ്പറിയാം.

അതുപോലെയായിരുന്നു ഞാൻ. ഞാനൊരിക്കലും അറിഞ്ഞില്ല. ബൗദ്ധികമായ അവബോധം, ഉണ്ടായിട്ടുപോലും ഞാനൊരിക്കലും അറിഞ്ഞില്ല.

ഈ ദിവസം എന്നെ സംബന്ധിച്ചിടത്തോളം വളരെ നല്ലതാണ്. ഭൂതകാലം മുഴുവൻ വളരെ വ്യക്തമായി കണ്ടു കഴിഞ്ഞപ്പോൾ, എന്റെ കഴിവുകൾ മനുഷ്യബുദ്ധിയുടെ നിലവാരം വർധിപ്പിക്കുന്നതിനുവേണ്ടി വിനിയോഗിക്കണം എന്ന് ഞാൻ തീരുമാനിച്ചു. ആർക്കാണ് എന്നേക്കാൾ നന്നായി ആ ജോലി ചെയ്യാൻ കഴിയുക? രണ്ടു ലോകത്തിലും ജീവിച്ചിട്ടുള്ള മറ്റാരെങ്കിലും ഉണ്ടോ? ഇവർ എന്റെ സ്വന്തക്കാരാണ്. അവർക്കുവേണ്ടി എന്തെങ്കിലും ചെയ്യാൻ എന്റെ കഴിവുകൾ ഞാൻ ഉപയോഗിക്കട്ടെ.

നാളെ, ഡോക്ടർ സ്ട്രേസുമായി ഈ രംഗത്ത് എനിക്കെന്തു ചെയ്യാൻ കഴിയും എന്ന് ചർച്ച ചെയ്യണം. എന്റെ മേൽ പ്രയോഗിക്കപ്പെട്ട ആ ടെക്നിക് പരക്കെ ഉപയോഗിക്കുന്ന കാര്യത്തിൽ അദ്ദേഹത്തെ സഹായിക്കാൻ എനിക്ക് കഴിയും. എനിക്ക് എന്റേതായ പല നല്ല ആശയങ്ങളും ഉണ്ട്.

ഈ ടെക്നിക് ഉപയോഗിച്ച് അനവധി കാര്യങ്ങൾ ചെയ്യാം. എന്നെ ഒരു ജീനിയസാക്കി മാറ്റാമെങ്കിൽ, എന്നെപ്പോലെ ആയിരങ്ങളെ എന്തുകൊണ്ടങ്ങനെ ആക്കിക്കൂടാ? സാധാരണക്കാരിൽ ഈ സമ്പ്രദായം ഉപയോഗിച്ച് എന്തെന്ത് അദ്ഭുതകരമായ നേട്ടങ്ങൾ കൈവരിച്ചുകൂടാ? ജീനിയസുകളിലോ?

പല വാതിലുകളും തുറന്നു കിടക്കുന്നു. തുടങ്ങാനെനിക്ക് തിടുക്കമായി.

പുരോഗതി റിപ്പോർട്ട് – 13

മെയ് 23. അത് ഇന്ന് സംഭവിച്ചു. ആൾജിർനോൺ എന്നെ കടിച്ചു, സാധാരണപോലെ അവനെ കാണാനായി ഞാൻ ലാബിലേക്ക് ചെന്നതായിരുന്നു. ഞാനവനെ അവന്റെ കൂട്ടിൽ നിന്ന് എടുത്തപ്പോൾ അവൻ എന്റെ കൈയിൽ കടിച്ചു. ഞാനവനെ തിരിച്ച് കൂട്ടിൽതന്നെ വിട്ട് ശ്രദ്ധിച്ച് നോക്കി. അസാധാരണമാംവിധം അസ്വസ്ഥനും ക്രൂരനും ആയിരിക്കുന്നു, അവൻ.

മെയ് 24. പരീക്ഷണ മൃഗങ്ങളുടെ ചുമതല വഹിക്കുന്ന ബർട്ട് എന്നോട് പറയുന്നു, ആൾജിർനോണിന് മാറ്റം സംഭവിച്ചുകൊണ്ടിരിക്കയാണ് എന്ന്. അവൻ സഹകരിക്കുന്നില്ല; മത്സരക്കളികൾക്കൊന്നും അവൻ കൂട്ടാക്കുന്നില്ല, പൊതുവായ പ്രചോദനങ്ങൾ ദുർബലപ്പെട്ടിരിക്കുന്നു. അവൻ ഒന്നും തിന്നുന്നുമില്ല. എന്താണ് ഇതിന്റെ അർഥമെന്ന

തിനെച്ചൊല്ലി എല്ലാവരും വേപഥു പൂണ്ടിരിക്കുകയാണ്.

മെയ് 25. അവർ ആൾജിർനോണിനെ തീറ്റുകയാണ്. അത് പൂട്ടു തുറക്കൽ വിദ്യയിൽ സഹകരിക്കാൻ കൂട്ടാക്കുന്നില്ല. എല്ലാവരും എന്നെ ആൾജിർനോണുമായി സാമ്യപ്പെടുത്തുന്നു. ഒരുതരത്തിൽ പറഞ്ഞാൽ ഞങ്ങൾ രണ്ടുപേരും ഞങ്ങളുടെ വർഗത്തിലെ ആദ്യത്തെ ജീവികളാണ്. ആൾജിർനോണിന്റെ പെരുമാറ്റം എന്നെ സംബന്ധിച്ചിടത്തോളം വലിയ കാര്യമൊന്നുമല്ല എന്നവർ നടിക്കുന്നു. പക്ഷെ, പരീക്ഷണത്തിനുപയോഗിക്കപ്പെട്ട മറ്റു ചില മൃഗങ്ങളും അസാധാരണമായി പെരുമാറുന്നുണ്ട് എന്ന വസ്തുത മറയ്ക്കാൻ എളുപ്പമല്ല.

ഇനി ഞാൻ ലാബിലേക്ക് വരേണ്ട എന്നാണ് ഡോക്ടർ നെമൂറും ഡോക്ടർ സ്രേറ്റാസും പറഞ്ഞത്. അവർ എന്താണ് വിചാരിക്കുന്നത് എന്ന് എനിക്കറിയാം. പക്ഷെ, എനിക്കത് അംഗീകരിക്കാൻ ഇഷ്ടമല്ല. ഏതായാലും ഞാനെന്റെ പരീക്ഷണ പദ്ധതിയുമായി മുന്നോട്ട് പോവുക തന്നെയാണ്. ഈ രണ്ട് ശാസ്ത്രജ്ഞരും ബഹുമാന്യർ തന്നെ. പക്ഷെ, അവർക്ക് പല പരിമിതികളുണ്ട്. ഇതിനൊരുത്തരം ഉണ്ടെങ്കിൽ, അത് ഞാൻ സ്വയം കണ്ടെത്തേണ്ടിയിരിക്കുന്നു. പൊടുന്നനെ, സമയം എനിക്ക് വളരെ വിലപ്പെട്ടതായിത്തീർന്നിരിക്കുന്നു.

മെയ് 29. എനിക്ക് സ്വന്തമായി ഒരു ലാബ് തന്നിരിക്കുന്നു. പരീക്ഷണം തുടങ്ങാനുള്ള അനുവാദവും. ഞാനെന്തിന്റെയോ നേരെ അടുക്കുകയാണ്. രാത്രിയും പകലും ജോലി ചെയ്യുന്നുണ്ട്. ഞാനെന്റെ കട്ടിൽ ലാബിലേക്ക് മാറ്റി. എഴുതാനുള്ള സമയം മിക്കവാറും മുഴുവൻ ഞാൻ പ്രത്യേകം സൂക്ഷിക്കുന്ന ഫയലിലെ കുറിപ്പുകൾക്കുവേണ്ടി ചെലവാക്കുകയാണ്. എങ്കിലും, അപ്പപ്പോൾ എന്റെ മാനസികാവസ്ഥകളും ചിന്തകളും കുറിച്ചുവെക്കുക ഒരു ശീലമായിപ്പോയതുകൊണ്ട് ഒഴിവാക്കാനാവില്ല.

ബുദ്ധിശക്തിയുടെ കലനഗണിതം പഠിക്കാൻ അതിരസകരമാണ്. ഞാനിതേവരെ നേടിയിട്ടുള്ള സർവ വിജ്ഞാനവും പ്രയോഗിക്കാൻ ഇതാ ഒരു ഇടം.

മെയ് 31. ഞാൻ കൂടുതൽ അധ്വാനിക്കുന്നു എന്നാണ് ഡോക്ടർ സ്രേറ്റാസ് പറയുന്നത്. ഒരായുഷ്കാലത്തെ ഗവേഷണവും ചിന്തയും മുഴുവൻ ഏതാനും ആഴ്ചകളിലേക്ക് കുത്തിനിറയ്ക്കാനാണ് ഞാൻ ശ്രമിക്കുന്നത് എന്ന് ഡോക്ടർ നെമൂർ. വിശ്രമം ആവശ്യമാണ് എന്നെനിക്കറിയാം. പക്ഷെ, ഏതോ അന്തഃചോദനയാൽ ഞാൻ മുന്നോട്ട് നയിക്കപ്പെടുകയാണ്. അതെന്നെ നിർത്താൻ അനുവദിക്കുന്നില്ല. ആൾജിർനോണിന് സംഭവിച്ച അഗാധപതനത്തിന്റെ കാരണം കണ്ടുപിടിച്ചേ പറ്റൂ. എനിക്കും അതുപോലെ സംഭവിക്കുമോ എന്നും അങ്ങനെയാണെ

ങ്കിൽ അതെപ്പോൾ സംഭവിക്കും എന്നും അറിയണം.

ജൂൺ 4.

ഡോക്ടർ സ്ട്രോസിനുള്ള കത്ത് (പകർപ്പ്)

പ്രിയപ്പെട്ട ഡോക്ടർ സ്ട്രോസ്:

"ആൾജിർനോൺ – ഗോർഡൺ പ്രഭാവം: വർധിച്ച ബുദ്ധിശക്തിയുടെ ഘടനയും പ്രവർത്തനവും സംബന്ധിച്ച ഒരു പഠനം", എന്ന എന്റെ റിപ്പോർട്ടിന്റെ ഒരു പകർപ്പ് ഞാനിതാ പ്രത്യേക കവറിൽ അയക്കുന്നു. അത് പ്രസിദ്ധീകരിച്ചാൽ കൊള്ളാമെന്നുണ്ട്, എനിക്ക്.

താങ്കൾക്ക് അറിയാവുന്നതുപോലെ, എന്റെ പരീക്ഷണങ്ങൾ പൂർണമായി. റിപ്പോർട്ടിൽ എല്ലാ ഫോർമുലകളും ഉൾക്കൊള്ളിച്ചിട്ടുണ്ട്, അനുബന്ധത്തിൽ അവയുടെ ഗണിതശാസ്ത്രപരമായ അപഗ്രഥനങ്ങളും. തീർച്ചയായും ഇവയുടെ ശരിമ പരിശോധിക്കേണ്ടതാണ്.

ഇതിന് താങ്കളും ഡോക്ടർ നെമൂറും (ഞാനും എന്ന് പ്രത്യേകം പറയേണ്ടല്ലോ?) നൽകുന്ന പ്രാധാന്യം കണക്കിലെടുത്ത് എന്റെ ഫലങ്ങൾ വീണ്ടും വീണ്ടും പരിശോധനാവിധേയമാക്കിയിട്ടുണ്ട്, വല്ല തെറ്റും കണ്ടെത്താൻ പറ്റുമോ എന്നറിയാൻ. പക്ഷെ, ക്ഷമിക്കണം, ഈ ഫലങ്ങൾ കുറ്റമറ്റവയാണ്. എന്നാലും, മനോവിജ്ഞാനീയത്തിലേക്കും കൃത്രിമ ബുദ്ധിവികാസപഠനത്തിലേക്കും കുറച്ചെങ്കിലും സംഭാവന ചെയ്യാൻ കഴിഞ്ഞതിൽ ഞാൻ കൃതാർഥനാണ്.

ഒരു പരീക്ഷണത്തിന്റെ **തോൽവിയോ** ഒരു തിയറി **തെറ്റാണെന്ന്** തെളിയിക്കലോ വിജയത്തെപ്പോലെ തന്നെ വിജ്ഞാനപുരോഗതിയെ സഹായിക്കുന്നു എന്ന് താങ്കൾ ഒരിക്കൽ പറഞ്ഞതായി ഞാനോർക്കുന്നു. എനിക്കേറ്റവും ബഹുമാനമുള്ള രണ്ടുപേരുടെ പ്രവർത്തന ഫലങ്ങളുടെ ചാരത്തെ അടിസ്ഥാനമാക്കിയാണ് എന്റെ സംഭാവന എന്നതിൽ എനിക്ക് വിഷമമുണ്ട്. എന്നോട് ക്ഷമിക്കൂ.

താങ്കളുടെ വിശ്വസ്തൻ,
ചാൾസ് ഗോർഡൺ.

ജൂൺ 5. ഞാൻ വികാരാധീനനായിക്കൂടാ. എന്റെ പരീക്ഷണങ്ങളുടെ വസ്തുതകളും ഫലങ്ങളും വളരെ വ്യക്തമാണ്. ഏതായാലും ഡോക്ടർ സ്ട്രോസും ഡോക്ടർ നെമൂറും വികസിപ്പിച്ചെടുത്ത ബുദ്ധിശക്തി വർധിപ്പിക്കൽ സമ്പ്രദായം (ഇപ്പോഴത്തെ പരിതഃസ്ഥിതിയിൽ) മനുഷ്യന്റെ ബുദ്ധിശക്തി കൂട്ടാൻ ഉപയോഗിക്കുക പ്രായോഗികമല്ല എന്നുള്ളത് തീർച്ച. എന്റെ കുതിച്ചുകയറ്റത്തിന്റെ ഉദ്വേഗപൂർണമായ

വശങ്ങൾ കണക്കിലെടുത്താൽ തന്നെ.

ആൾജിർനോണിന്റെ റെക്കോർഡുകളും വസ്തുതകളും പരിശോധിച്ചപ്പോൾ, ശാരീരികമായി അവനിപ്പോഴും ശൈശവാവസ്ഥയിലാണെങ്കിലും മാനസികമായി അവൻ വയസനായിരിക്കുന്നു എന്ന് എനിക്ക് മനസിലായി. അവന്റെ ചാലക നാഡീവ്യൂഹത്തിന്റെ പ്രവർത്തനം തകരാറിലാണ്.; ഗ്രന്ഥീപ്രവർത്തനത്തിൽ പൊതുവെ മാന്ദ്യം സംഭവിച്ചിരിക്കുന്നു; സംവേദനങ്ങളുടെയും ചലനങ്ങളുടെയും ഏകോപനശേഷി അതിവേഗം നഷ്ടപ്പെട്ടുകൊണ്ടിരിക്കയാണ്.

വളർന്നുവരുന്ന മറവിയുടെ ശക്തിയായ ലക്ഷണങ്ങളും ഉണ്ട്.

എന്റെ റിപ്പോർട്ടിൽ കാണുന്നതുപോലെ, ഈ ശാരീരിക–മാനസിക ക്ഷയലക്ഷണങ്ങൾ എന്റെ ഫോർമുല ഉപയോഗിച്ച് ഫലപ്രദമായി പ്രവചിക്കാവുന്നതാണ്.

ഞങ്ങൾ രണ്ടുപേരും വിധേയരാക്കപ്പെട്ട ശസ്ത്രക്രിയാ ഉത്തേജനം ഞങ്ങളുടെ എല്ലാ മാനസിക പ്രക്രിയകൾക്കും ഉണർവും ത്വരണവും ഉണ്ടാക്കിയിരിക്കയായിരുന്നു. മുൻകൂട്ടി കാണാത്ത ഈ ഗതിക്രമം – അതിനെയാണ് ഞാൻ ആൾജിർനോൺ–ഗോർഡൺ പ്രഭാവം എന്ന പേരിട്ട് വിളിച്ചത് – ത്വരിതപ്പെടുത്തിയ പൂർണ ബൗദ്ധിക വികാസത്തിന്റെ ന്യായപൂർവമായ പരിണതഫലമാണ്. ഇതിനാൽ തെളിയിക്കപ്പെട്ട ഹൈപ്പോതീസിസ് ലളിതമായി ഇങ്ങനെ സംഗ്രഹിക്കാം: കൃത്രിമമായി വർധിപ്പിച്ച ബുദ്ധിശക്തി വർധനയുടെ അളവിന്റെ നേർ അനുപാതത്തിലുള്ള നിരക്കിൽ നശിക്കുന്നു.

ഇത് തന്നെ വളരെ പ്രധാനപ്പെട്ട ഒരു കണ്ടുപിടുത്തമാണ് എന്ന് ഞാൻ വിശ്വസിക്കുന്നു.

എനിക്കെഴുതാൻ കഴിയും വരെ, ഞാനെന്റെ ചിന്തകൾ ഈ പുരോഗതി റിപ്പോർട്ടുകളിൽ കുറിക്കുന്നതുതുടരും. എന്റെ വിരളമായ ആഹ്ലാദങ്ങളിലൊന്നാണ് അത്. എന്റെ തന്നെ മാനസിക അധഃപതനം വളരെ വേഗമായിരിക്കും എന്നാണ് എല്ലാ ലക്ഷണങ്ങളും തെളിയിക്കുന്നത്.

കത്തിത്തീരുന്നതിന്റെ ആദ്യ ലക്ഷണങ്ങൾ – വൈകാരിക അസ്ഥിരതയും മറവിയും – ഞാൻ എന്നിൽ കണ്ടുതുടങ്ങിയിരിക്കുന്നു.

ജൂൺ 10. അധഃപതനം പുരോഗമിക്കുന്നു. ഞാൻ അശ്രദ്ധനായിരിക്കുന്നു. ആൾജിർനോൺ രണ്ടുദിവസം മുമ്പ് മരിച്ചു. എന്റെ പ്രവചനങ്ങൾ ശരിയാണ് എന്നാണ് ഡിസെക്ഷൻ തെളിയിക്കുന്നത്. അവന്റെ തലച്ചോറിന്റെ ഘനം കുറഞ്ഞിരിക്കുന്നു. സെറിബ്രൽ സംജ്ഞാ സ്വീകരണശേഷി പതുപതുത്തു പോയിരുന്നു. തലച്ചോറിലെ വിടവുകൾക്ക് ആഴവും വീതിയും കൂടിയിരുന്നു.

ഇത് തന്നെയാണ് എനിക്കും സംഭവിച്ചുകൊണ്ടിരിക്കുന്നത്, അഥവാ, സംഭവിക്കാൻ പോകുന്നത് എന്ന് തോന്നുന്നു. ഇപ്പോഴത് തീർച്ചയാ

യതോടെ അത് സംഭവിക്കരുത് എന്നെനിക്ക് തീവ്രമായ ആഗ്രഹം.

ആൾജിർനോണിന്റെ ശരീരം ഞാനൊരു വെണ്ണപ്പെട്ടിയിൽ കിടത്തി അത് പിൻവളപ്പിൽ കുഴിച്ചിട്ടു. ഞാൻ കരഞ്ഞു.

ജൂൺ 15. ഡോക്ടർ സ്ട്രോസ് വീണ്ടും എന്നെ കാണാൻ വന്നു. ഞാൻ വാതിൽ തുറന്നില്ല. അദ്ദേഹത്തോട് പോകാൻ പറഞ്ഞു. എനിക്ക് തനിയെ ഇരിക്കണം. ഞാൻ വല്ലാതെ പിരിമുറുക്കമുള്ള ഒരുവസ്ഥയിലാണ്. അന്ധകാരം ആക്രമിക്കുന്നത് ഞാനറിയുന്നു. ആത്മഹത്യയെക്കുറിച്ചുള്ള ചിന്തകളെ ആട്ടിപ്പായിക്കാൻ ഞാൻ പണിപ്പെടുന്നു. ഈ കുറിപ്പുകൾ വളരെ പ്രാധാന്യമർഹിക്കുന്നവയാകാൻ പോവുകയാണ് എന്ന് ഞാൻ സ്വയം ഓർമപ്പെടുത്തിക്കൊണ്ടിരുന്നു.

കുറച്ച് മാസങ്ങൾ മുമ്പുവരെ ആസ്വദിച്ചിരുന്ന ഒരു പുസ്തകം മറിച്ചുനോക്കുമ്പോൾ അതിലെ ഒരു വരി പോലും ഓർമ വരുന്നില്ല എന്നറിയുന്നത് വിസ്മയകരം തന്നെ. ജോൺ മിൽട്ടനെ എനിക്ക് വലിയ ഇഷ്ടവും ബഹുമാനവുമായിരുന്നു. എന്തോ ഓർമിച്ച് ഞാൻ *നഷ്ടപ്പെട്ട പറുദീസ* മറിച്ചുനോക്കി. എനിക്കൊന്നുംതന്നെ മനസിലായില്ല. എനിക്ക് വല്ലാതെ ദേഷ്യം വന്നു. ഞാനാ പുസ്തകം വലിച്ചെറിഞ്ഞു കൊടുത്തു.

ഏത് വിധേനയും ചിലതിലെങ്കിലും മുറുകെ പിടിക്കാൻ നോക്കണം. ഞാൻ പഠിച്ച ഏതെങ്കിലും ചിലതെങ്കിലും. ഹോ! എല്ലാം നഷ്ടപ്പെടരുതേ...

ജൂൺ 19. ചിലപ്പോൾ, രാത്രി ഞാൻ നടക്കാനിറങ്ങും. കഴിഞ്ഞ രാത്രി ഞാൻ എവിടെയാണ് താമസിക്കുന്നത് എന്നെനിക്ക് ഓർമ്മയില്ലാതായി. ഒരു പൊലീസുകാരൻ എന്നെ വീട്ടിലെത്തിച്ചു. ഇതൊക്കെ വളരെക്കാലം മുമ്പാണ് എനിക്ക് സംഭവിച്ചത് എന്ന അസാധാരണമായ ഒരു തോന്നൽ എനിക്കുണ്ടാവുന്നു. എനിക്കെന്താണ് സംഭവിച്ചുകൊണ്ടിരിക്കുന്നത് എന്ന് വിശദീകരിക്കാൻ ഈ ലോകത്ത് എനിക്ക് മാത്രമേ കഴിയൂ എന്ന് ഞാൻ വിശ്വസിക്കുന്നു.

ജൂൺ 21. എന്തുകൊണ്ടാണ് എനിക്ക് ഓർമിക്കാൻ സാധിക്കാത്തത്? ഞാൻ പടവെട്ടേണ്ടിയിരിക്കുന്നു. ദിവസങ്ങളോളം ഞാനാരെന്നോ എവിടെയെന്നോ അറിയാതെ കിടക്കയിൽ തന്നെ കിടക്കുകയാണ്. പിന്നെ, ഒരു മിന്നായംപോലെ എല്ലാം എനിക്ക് വ്യക്തമാകുന്നു; മറവിയുടെ ലക്ഷണം. വാർധക്യത്തിന്റെ അടയാളങ്ങൾ – രണ്ടാം ബാല്യം. അവ അടുത്തുവരുന്നത് എനിക്ക് കാണാം. ക്രൂരമായ നിയമം തന്നെ. ഞാൻ വളരെ വേഗം കുറെയധികം പഠിച്ചു. ഇപ്പോൾ എന്റെ ബുദ്ധി അത്രയും വേഗം തന്നെ ക്ഷയിച്ചുകൊണ്ടിരിക്കുന്നു. ഞാനത് അനുവദിക്കില്ല. ഞാൻ ചെറുക്കും. ആ ഹോട്ടലിലെ പയ്യനെക്കുറിച്ച്, അവന്റെ

ശൂന്യമായ ഭാവം, വിഡ്ഢിച്ചിരി, ആളുകളുടെ ഭർത്സനം, ഇതൊന്നും എനിക്ക് ഓർക്കാതിരിക്കാനാവുന്നില്ല, അരുതേ-ദയവ് ചെയ്ത്-വീണ്ടും അങ്ങനെ ആകരുതേ...

ജൂൺ 22. ഞാൻ അടുത്തകാലത്ത് പഠിച്ചതുകൂടി മറന്നു തുടങ്ങി. അത് ഒരു ക്ലാസിക് സമ്പ്രദായത്തിലാണ് നടക്കുന്നത് – അവസാനം പഠിച്ച കാര്യങ്ങളാണ് ആദ്യം മറക്കുന്നത്. അതോ, അതാണ് നിയമം എന്നുണ്ടോ? ഒന്നുകൂടി നോക്കുന്നതാണ് നല്ലത്...

ആൾജിർനോൺ – ഗോർഡൺ പ്രഭാവത്തെപ്പറ്റിയുള്ള എന്റെ റിപ്പോർട്ട് ഞാൻ വീണ്ടും വായിച്ചു. അത് മറ്റാരോ എഴുതിയതാണോ എന്ന ഒരു തോന്നൽ. എനിക്ക് തീരെ മനസിലാകാത്ത പല ഭാഗങ്ങളും ഉണ്ട്, അതിൽ.

ഞരമ്പിന്റെ പ്രവർത്തനം തകരാറിൽ. ഞാൻ കൂടുതൽ കൂടുതൽ ഓരോ വസ്തുവിന്റെയും മേലെ തട്ടിത്തടയുന്നു. ടൈപ്പു ചെയ്യാൻ വിഷമം.

ജൂൺ 23. ഞാൻ ടൈപ്പ്റൈറ്റർ ഉപേക്ഷിച്ചു. എന്റെ ഏകോപന ശേഷി മോശമാണ്. ഞാൻ വളരെ മെല്ലെയാണ് ചലിക്കുന്നതെന്ന് തോന്നുന്നു. ഇന്ന് വല്ലാത്ത ഒരു ഞെട്ടലുണ്ടായി. ഗവേഷണത്തിന് ഞാനുപയോഗിച്ച ഒരു ലേഖനം – ക്രൂഗറുടെ *Uber psychische ganzheit* എന്നത് – ഒന്നു മറിച്ചുനോക്കി. ഞാനെന്താണ് ചെയ്തത് എന്നറിയാൻ അത് എന്നെ സഹായിച്ചെങ്കിലോ? എന്റെ കണ്ണിനെന്തോ തകരാറുണ്ട് എന്നാദ്യം തോന്നി. പിന്നെ മനസിലായി, എനിക്ക് ജർമൻ ഭാഷ വായിക്കാൻ കഴിയുന്നില്ല എന്ന്. ഞാൻ മറ്റു ഭാഷകൾ ശ്രമിച്ചുനോക്കി. എല്ലാം നഷ്ടപ്പെട്ടു കഴിഞ്ഞിരിക്കുന്നു.

ജൂൺ 30. ഒരാഴ്ചയായി എഴുതാൻ ധൈര്യം വന്നില്ല. കൈവിരലുകൾക്കിടയിലൂടെ മണലു ചോരുന്നതുപോലെ എല്ലാം എനിക്ക് നഷ്ടമാവുകയാണ്. എന്റെ പക്കലുള്ള മിക്ക പുസ്തകങ്ങളും ഇപ്പോൾ എനിക്ക് വായിക്കാൻ പറ്റാത്തവയാണ്. ഏതാനും ആഴ്ചകൾക്ക് മുൻപുവരെ അവ വായിക്കാനും മനസിലാക്കാനും എനിക്ക് സാധിച്ചിരുന്നു എന്നറിയുന്നത് എന്നെ ദേഷ്യം പിടിപ്പിക്കുന്നു.

ഈ റിപ്പോർട്ടുകൾ എഴുതുന്നത് തുടരണം എന്ന് എനിക്കുണ്ട്. എനിക്കെന്താണ് സംഭവിക്കുന്നത് എന്ന് മറ്റുള്ളവർ മനസിലാക്കുമല്ലോ. പക്ഷെ, വാക്കുകൾ കണ്ടെത്താനും ഉച്ചാരണം ഓർമിക്കാനും വലിയ പ്രയാസം. ലളിതമായ പദങ്ങൾ കൂടി നിഘണ്ടു നോക്കേണ്ടിവരുന്നു. അത് എന്നെ അക്ഷമനാക്കുന്നു.

ഡോക്ടർ സ്റ്റ്രോസ് ഒരുവിധം എല്ലാ ദിവസവും വരും. പക്ഷെ, ഞാൻ ആരെയും കാണാനോ ആരോടും സംസാരിക്കാനോ ഇഷ്ടപ്പെടു

ന്നില്ല എന്ന് അറിയിച്ചു. അദ്ദേഹത്തിന് കുറ്റബോധമുണ്ട്. അവർക്കെല്ലാമുണ്ട്. പക്ഷെ, ഞാൻ ആരെയും കുറ്റപ്പെടുത്തുന്നില്ല. എന്താണ് സംഭവിക്കുക എന്നെനിക്കറിയാമായിരുന്നു. പക്ഷെ, എന്തൊരു വേദനയാണിത്?

ജൂലായ് 7. ഈ ആഴ്ച എവിടെപ്പോയെന്ന് എനിക്കറിയില്ല. ഇന്ന് ഞായറാഴ്ചയാണ് എന്നറിയാം. എന്താന്ന് വെച്ചാൽ ജനാലേക്കൂടെ ജനങ്ങൾ പള്ളീൽ പോവുന്നത് കാണാം. ഞാൻ ആഴ്ചമുഴുവനും കിടക്കയിൽ തന്നെ കഴിച്ചു കൂട്ടുകയായിരുന്നൂന്ന് തോന്നുന്നു. ശ്രീമതി ഫ്ളിൻ ഒന്നോ രണ്ടോ തവണ പക്ഷണം കൊണ്ടുവന്നപോലെണ്ട്. എന്തോ ചെയ്യണം എന്ന് ഞാൻ പലവട്ടം വിചാരിക്കും. പിന്നെ അത് മറന്നും പോകും. ഒരുപക്ഷെ, ഞാൻ ചെയ്യാൻ പോവുകയാണ് എന്നുപറയുന്നതിനേക്കാൾ നല്ലത് ചെയ്യാതിരിക്കുന്നതായിരിക്കും.

ഇപ്പോഴിപ്പോഴായി ഞാനെന്റെ അച്ഛനെയും അമ്മയെയും ഒരുപാട് തവണ ഓർമ്മിക്കുന്നു. അവർ എന്നോടൊപ്പം ഇരുന്ന് ബീച്ചിൽവെച്ച് എടുത്ത ഒരു ചിത്രം കണ്ടെടുത്തു. അച്ഛന്റെ കയ്യിൽ വലിയൊരു പന്തുണ്ട്. അമ്മ എന്റെ കൈ പിടിച്ചിരിക്കുന്നു. ചിത്രത്തിലുള്ളപോലെ അവരെ എനിക്ക് ഓർമ്മയില്ല. അച്ഛൻ കള്ളുകുടിച്ച് എപ്പോഴും അമ്മയുമായി വയക്കടിക്കുന്നത് മാത്രമേ എനിക്കോർമ്മയുള്ളു.

അച്ഛൻ വല്ലപ്പോഴുമേ മുഖം വടിക്കൂ. എന്നെ പുണരുമ്പോഴൊക്കെ കുറ്റിരോമം വെച്ച് മുഖം കോറും. അച്ഛൻ മരിച്ചുപോയി എന്ന് അമ്മ പറയുന്നു. പച്ചെ എന്റെ മാമന്റെ മോൾ മാൾട്ടി പറയുന്നത് അച്ഛൻ മറ്റൊരു പെണ്ണിന്റെ കൂടേ ഓടിപ്പോയി എന്നാണ്. ഞാനമ്മയോട് ചോദിച്ചപ്പോ അമ്മ എന്നെ അടിച്ചു. എന്നിട്ട് പറഞ്ഞു അച്ഛൻ ചത്തുപോയി എന്ന്. സത്യം ഒരിക്കലും ഞാൻ മനസിലാക്കിയില്ല. പച്ചെ അതെന്താണ്ന്ന് എനിക്കറിയാൻ വലിയ മോഹവുമില്ല. (ഒരിക്കൽ ഒരു കൃഷിയിടത്തിൽ പശുക്കളെ കാണിച്ചു തരാൻ കൊണ്ടുപോകാമെന്ന് അച്ഛൻ പറഞ്ഞിരുന്നു. പച്ചെ കൊണ്ടുപോയില്ല. അച്ചൻ ഒരിക്കലും വാക്ക് പാലിച്ചിരുന്നില്ല...)

ജൂലായ് 10. എന്റെ വീട്ടുടമസ്ഥ ഫ്ളിൻ എന്നെ ചൊല്ലി വിഷമിക്കുന്നുണ്ട്. ഞാൻ ഇങ്ങനെ ദിവസം മുയോൻ മലർന്ന് കിടക്കുന്നത് കാണുമ്പോ താൻ വീട്ടിൽനിന്ന് അടിച്ചോടിച്ച തന്റെ മകനെയാണ് ഓർമ വരുന്നത് എന്നാണവർ പറയുന്നത്. തെണ്ടികളെ അവർക്കിഷ്ടമല്ലാന്ന്. എനിക്കസുഖമാണെങ്കിൽ, സാരമില്ല, പക്ഷെ ഞാനൊരു തെണ്ടിയാണെങ്കിൽ കാര്യം വേറെ, അത് താൻ പൊറുപ്പിക്കില്ല എന്ന്. ഞാൻ അവരോട് പറഞ്ഞു എനിക്ക് അസുഖമാണ് എന്നാണ് തോന്നണത് എന്ന്.

കൊറേശ്ശെ വായിക്കാൻ നോക്കുന്നുണ്ട് ഞാൻ. ചില കതകളൊക്കെ. പച്ചെ പലപ്പോയും വായിച്ചതുതന്നെ പിന്നീംപിന്നീം വായിച്ചേണ്ടിവരുന്നു. എന്താണ് അർതന്ന് മനസിലാവാത്തത് കൊണ്ട്. എയ്താൻ അതിലും

പ്രയാസാണ്. എല്ലാ വാക്കുകളും നികണ്ടു നോക്ക്യാൽ കിട്ടും എന്നറിയാം. പച്ചെ, അതൊക്കെങ്ങനെ ചീണിച്ചിരിച്ചേണോണ്ട് എനിച്ച് വലിയ മെനക്കേടാണ്.

അപ്പോയാണ് എളുപ്പമുള്ള വാക്കുകൾ മാത്രം ഉപയോഗിച്ചാൽ സമയം ലാപിച്ചാം എന്ന് മനസിലായത്. ഞാൻ ആൾചിർനോണിന്റെ ശവമാടത്തിൽ ആയ്ചേലൊരിച്ചൽ പൂക്കൾ വെച്ചും. ഒരെലിയുടെ ശവമാടത്തിൽ പൂക്കൾ വെച്ചുന്ന എനിച്ച് വട്ടാണെന്നാ ഫ്ളിന്നിന്റെ അപിപ്രായം. പച്ചെ, ആൾചിർനോൺ ഒന്നു പ്രത്തേകമാണ് എന്ന് ഞാനും പറഞ്ഞു.

ജൂലായ് 14. പിന്നീം ഞായറായ്ച. ന്റെ ടി വി സെറ്റ് കേടുവന്നു. അത് നേരെയാക്കാൻ പൈസയില്ല. അതുകൊണ്ട് നേരം പോകാൻ ഒന്നും ചെയ്യാനില്ല. ഇത്തവണത്തെ ലാപിലെ ചെക്ക് എവിടെയോ കളഞ്ഞുപോയി എന്ന് തോന്നുന്നു. ഓർമയില്ല.

വല്ലാത്ത തലവേദന, ഗുളിക്യോണ്ടൊന്നും കാര്യല്യ. നിച്ച് ശരിച്ചും സുകല്യാന്ന് ഫ്ളിന്നിനറിയാം. അവർക്കതിൽ സങ്കടണ്ട്. എനിച്ച് സൂക്കേട് വന്നാൽ അവർ വളരെ നന്നായി പെരുമാറും.

ജൂലായ് 22. ഏതോ ടാക്കിട്ടരെ കൂട്ടിവന്നു. ഫ്ളിൻ. ഞാൻ മരിച്ചാമ്പൂവാണ്ന്ന് പേടിച്ചൂത്രെ. ഞാൻ ടാക്കിട്ടരോട് പറഞ്ഞു, നിച്ച് വല്യ സൂക്കേടൊന്നും ഇല്യ. വല്ലപ്പോഴുമൊക്കെ മറന്നു പോകുന്നു എന്നേയുള്ളു എന്ന്. എന്നോടയാൾ ചോദിച്ചു എനിച്ച് ചങ്ങാതിമാരോ സ്വന്തക്കാരോ മറ്റോ ഉണ്ടോന്ന്. ഞാമ്പറഞ്ഞു ഇല്ലാന്ന്. ഞാമ്പറഞ്ഞു ഒരിച്ചൽ എനിച്ച് ആൾചിർനോൺ എന്ന ഒരു ചങ്ങാതിണ്ടായിരുന്നു. പച്ചെ, അവനൊരു എലിയായിരുന്നു. ഞങ്ങൾ ഒരുമിച്ച് മൽസരിച്ചാറുണ്ടായിരുന്നുന്ന്. എനിച്ചെന്തോ പിരാന്താണ് എന്ന പാവത്തിൽ അയാൾ എന്നെ നോക്കി. ഞാനൊരു ചീനിയസായിരുന്നു എന്നയാളോട് പറഞ്ഞപ്പോ അയാള് ചിരിച്ചു. ഒരു കുട്ടിയോടെന്നപോലെ എന്നോട് സംസാരിച്ച്യേം ഫ്ളിന്നിനെ നോക്കി കണ്ണിറുക്യേം ചെയ്തു അയാൾ. എനിച്ച് തേഷ്യം വന്ന് ഞാനയാളെ മുറിയിൽ നിന്ന് ഓടിച്ചു. എന്താന്ന് വെച്ചാൽ മറ്റെല്ലാവരും മുമ്പ് ചെയ്തിരുന്നപോലെ അയാൾ എന്നെ മണ്ടനാക്കായിരുന്നു.

ചൂലായ് 21. എന്റെ കൈയിൽ ഒറ്റ പൈസയില്ല. ഞാനെവിടെയെങ്കിലും ചോലിക്കുപോണംന്നും വാടക തരണംന്നും ഫ്ളിൻ പറഞ്ഞു. രണ്ടുമാസത്തെ കുടിശികയുണ്ടത്രെ. എനിച്ചൊരു പണീം അറീല്യ, പണ്ടത്തെ കക്കൂസ് കയ്കലല്ലാതെ. പച്ചെ, എനിച്ചിനി ആ പണിച്ച് പോണംന്ന് ഇല്യ. എന്താച്ചാൽ ഞാൻ മിടുക്കനായത് അവർ കണ്ടതാണ്. ഇനീപ്പോ ഇങ്ങനെ കണ്ടാൽ അവർ ചിരിച്ചും. പച്ചെ പണത്തിനെന്താ ചെയ്യാ?

ചൂലായ് 25. പണ്ടത്തെ *പുരോകതി റിപ്പോട്ട്* വായിച്ചാൽ എന്തോ

പോലെ. ഞാനയ്തീതി എനിച്ച് വായിച്ചാൻ പറ്റ്ണില്യ. ചില വാക്കൊക്കെ മനസിലാവ്ണ്ണ്ട്. പച്ചെ, അർതം പിടികിട്ട്ണില്യ.

മിസ് കിന്നിയൻ വാതിൽക്കൽ വന്നു. പച്ചെ ഞാമ്പറഞ്ഞു പൊക്കോളൂ എനിച്ച് കാണണ്ടന്ന്. അവൾ കുറെ കരഞ്ഞു. പച്ചെ, ഞാന കത്ത് കടത്തീല്യ. അവളും എന്നെ നോക്കി ചിരിച്ചാലോ. എനിച്ചവളെ ഇപ്പോ ഇഷ്ടല്യാന്ന് ഞാമ്പറഞ്ഞു. അത് സത്യല്ല, എനിച്ചിപ്പോയും അവളോട് ഇഷ്ടാണ്. ഇപ്പയും മിടുക്കനാവണംന്ന്ണ്ട്. പച്ചെ, അവളെ പറഞ്ഞയച്ചാൻ അങ്ങനെ പറഞ്ഞേ പത്തൂ. വാടകച്ചുള്ള പണം അവൾ ഫ്ളിന്നിന് കൊടുത്തു. പച്ചെ എനിച്ചങ്ങനെ പണം വേണ്ട, എനിച്ചൊരു പണിവേണം.

അയ്യോ... തൈവമേ... നിച്ച് എയ്താനും വായിച്ചാനെങ്കിലും മറന്നാവാണ്ടിരിച്ചണേ...

ചൂലായ് 27. പയേ തലത്ത് ഞാൻ പണി ചോതിച്ചോണ്ട് ചെന്നു. എത്തറ നല്ല മൊയ്ലാളി, പയേ പണ്യന്നെ തന്നു. കക്കൂസ് കയികല്. ആത്യം അയാക്ക് സംശയേര്ന്ന്. പച്ചെ, എനിച്ച് എന്തേ പത്യേന്ന് പറഞ്ഞപ്പ് അയാള്ക്ക് സങ്കടായി, അയാള് തോളത്ത് തട്ടി പറഞ്ഞു: ചാർലീ, നെണക്ക് നല്ല തൈര്യണ്ട്ന്ന്.

ഞാൻ തായെ ചെന്ന് പണ്ടത്തെപ്പോലെ കക്കൂസ് കയ്കാൻ തൊടങ്ങ്യപ്പോ എല്ലാരും എന്തോ ഒരു മാതിരി എന്നെ നോക്കി. ഞാൻ എന്നോടന്നെ പറഞ്ഞു: ചാർലീ, അവര് നെന്നെ കളിയാക്യാ കെറുവിച്ചണ്ടാ, അവര് നീ മുമ്പെ വിചാരിച്ചത്തറ മിടുക്കമ്മാരൊന്നൂല്ല. മാത്തറമല്ല, അവരൊക്കെ നെന്റെ ചങ്ങാത്യോളാണ്, അവര് കള്യാക്ക്യാലും നെന്നെള്ള ഇസ്തം കൊണ്ടാ.

ഞാമ്പോയ സമയത്ത് പുത്യേതായി വന്ന ഒരുത്തൻ ന്നെ കള്യാക്കി പറഞ്ഞു: ചാർലീ നീ വല്യേ മിടുക്കനായിരുന്നൂന്ന് കേക്കണൂല്ലോ. ന്തെങ്കിലും മിടുക്കത്തരം പറ. അത് കേട്ടപ്പ എനിക്ക് വല്ലാണ്ടെ തോന്നി. ചോയി വന്ന് അവന്റെ കയിത്തിന് കുത്തിപ്പിടിച്ച് പറഞ്ഞു: നായിന്റെ മോനേ, നീ ചാർല്യേ ഓന്റെ പാട്ടിന് വിട്, അല്ലെങ്കി നെന്റെ കയ്ത്ത് ഞങ്ങ ഒടിച്ചും. ചോയി എന്റെ പാകം പിടിച്ചൂന്ന് ഞാൻ നിരീച്ചില്ല. ഓൻ ശരിച്ചും നല്ല ചങ്ങാത്യന്ന്യ.

പിന്നൊരിച്ചെ റീലി വന്നു പറഞ്ഞു: ചാർലീ, ആരെങ്കിലും നെന്നെ കള്യാക്കെ, വെശമിപ്പിച്ച്യേ ചെയ്യണ്ണ്ടങ്കി ന്ന്യോ ചേയീന്യോ വിളിച്ചാമതി. ഞങ്ങള് ശര്യാക്കിക്യോളാം. അത് കേട്ടപ്പം എനിച്ച് വല്ലാണ്ടെതോന്നി. കരച്ചില് വന്നു. അവര് കാണാണ്ടിരിച്ച്യാനായി ഞാൻ ഇസ് തോറുമുറീലേച്ച് പോയി. ചങ്ങാത്യോള്ണ്ടായ നല്ലസൊകം തന്ന്യാ.

ചൂലായ് 28. ന്ന് ഞാൻ വല്ലാത്തൊരു മടത്തരം ചെയ്തു. ഞാനിപ്പൊ മിസ് കിന്നിയന്റെ ക്ളാസില് പടിച്ച്ണില്യാന്ന കാര്യേ മറന്നു.

അവടപ്പോയിരുന്നു. ന്റെ പയേ സീറ്റിൽ തന്നെ. ഓള്ന്നെ വല്ലാതെ നോക്കിന്ന്ട്ട് വിളിച്ചു. ചാൾസ്, അതെന്താ ഓളങ്ങനെ വിളിച്ചണ്, ചാർലീന്നേ വിളിച്ചാറുണ്ടാർനുള്ളലോ. ഞാമ്പറഞ്ഞു അലോ മിസ് കിന്നിയൻ, ഞാൻ പാടം പടിച്ചാൻ റെട്യാണ്ന്ന്. പച്ചെ ന്റെ പുസ്തകം കാണാല്യ. ഓള് കര്യാൻ തൊടങ്ങി. മുറീന്ന് എങ്ങട്ടോ ഓടിപ്പോയി. എല്ലാരും ന്നെ നോക്കാൻ തൊടങ്ങി. ഇവരെ ആരേം ഞാൻ കണ്ട്ട്ട്ല്യല്ലോ.

പെട്ടെന്നാ നിച്ചോർമ വന്നത് – ഓപ്പറേഷം കയിച്ച കാര്യോ ഞാൻ മിടുക്കനായ കാര്യോക്കെ. യ്യേ, ഞാനെന്താ ചീതത്. ശരിച്ചും ചാർലി കോർട്ടനെപ്പോലെ! ഓള് മുറീലിച്ച് തിരിച്ച് വരണേം മുമ്പെ ഞാവ്ട്ന്ന് ഓടി.

അതോണ്ടാ ഞാനീ പട്ടണം വിട്ട്പ്പോണേ. ഇനി ഇങ്ങട് വരില്ല. ഇങ്ങനെ ഇഞ്ഞീം പത്യാ പത്തില്ല. ന്നെ പ്പത്തി മിസ് കിന്നിയൻ ന്നി കര്യാമ്പാടില്ല, കമ്പനീലും എല്ലാർക്കും ന്നെപ്പത്തി വെശമാ. ഇച്യതിസ്തല്ല. അതോണ്ട് ഞാൻ അങ്ങ് അകലെ എവിട്യേങ്കിലും പൂവാ. ചാർലി കോർട്ടൻ പണ്ട് വല്ല്യോരു ചീനിയസാർന്നെന്നും ഇപ്പൊ എയ്താനും വായിച്ചാനും പത്തില്ലാന്നും ഒന്നും അവടെ ആരും അറീല്ല.

എനിച്ചിപ്പ വായിച്ചാൻ പത്തീല്യാച്ചാലും രണ്ടു പൊസ്തകം ഞാങ്കൊണ്ടുവ്വാ. എപ്പയും വായിച്ചോക്കാം കൊറച്ചെങ്കിലും മറക്കാതെ പാക്കി വന്നാ നന്നാർന്നൂ. എങ്കി ഓപ്പറേഷത്തിന് മുമ്പേക്കാൾ കൊറെച്ചെങ്കിലും പേതാർന്നു. ന്റെ മൊയലുട്ട്യോളും പാകൃത്തുട്ടും ന്റെ പോക്കത്തിൽന്നെണ്ട്. അത് ചെലപ്പ സഹായിച്ചും.

മിസ് കിന്നിയൻ, നിങ്ങൾ എപ്പയെങ്കിലും ഇത് വായിച്ചാണെങ്കി വെശമിച്ചര്ത്. എനിച്ച് മിടുക്കനാവാനും ഈ ലോകത്തിണ്ട്ന്ന് ഞാൻ നിരീച്ചപോലും ചെയ്യാത്ത പലതും പടിച്ചാനും അവസരം കിട്ട്യേല് എനിച്ച് വല്യ സന്തോയണ്ട്. അതെല്ലാം കൊറച്ചെങ്കിലും കാണാൻ നിച്ച് പത്തീലോ. പിന്നേം ഞാൻ മന്തനായതെന്തോണ്ടാന്ന് നിച്ചറീല്യ. ഞാനെന്ത് തെത്താ ചീതേ. ഒരു പച്ചേങ്കില് ഞാൻ വേണ്ടത്തറ പടിച്ചാഞ്ഞിട്ടാവും. ഞ്ഞി ഞാൻ കെണഞ്ഞ് പടിച്ചാ, കൊറച്ചൂടി മിടുക്കനാവാൻ പത്തീന്ന് വരും. എന്താ ഈ വാക്കോടെ അർതം ന്ന് മനസിലായിന്ന് വരും. ന്റെ കയ്യില് ഒര് നീല പൊസ്തകംണ്ട്. അതിന്റെ ചട്ട്യാക്കെ കീറീട്ക്ക്ണ്. പച്ചെ, മുമ്പെ അത് വായിച്ചപ്പൊ ന്തോ ഒരു സൊകണ്ടാർന്നപോലെ ഒരോർമ്മ. ഞാ ഞ്ഞീം നോക്കട്ടെ മിടുക്കനാവാൻ പത്വോന്ന്. മിടുക്കനാവാച്ചാ ഒരു സൊകം തന്ന്യാ. ഇപ്പയും നിച്ച് വായിച്ചാൻ പത്യാൽ എത്തറ നന്നാർന്നു. ഒരു കാര്യം ഒറപ്പാ. ശാത്തറത്തിന് പറതാനായ കണ്ടുപിടുത്തം നടത്ത്യേ ലോകത്തെ ആദ്യത്തെ മണ്ടൻ ഞാന്തന്യാ. ഞാൻ എന്തോ വല്യ കാര്യം ചീതിട്ട്ണ്ട്. ന്താന്ന് ഓർമ വര്ണില്ല. ന്നെപ്പോല്ള്ള മണ്ടൻമാർക്ക് വേണ്ട്യാ അത്ന്ന് തോന്ന്ണ്ണ്ട്.

ഞാമ്പോട്ടെ, മിസ് കിന്നിയൻ, ഞാമ്പോട്ടെ ഇസ്തിറാസ് ടാക്കിട്ടർ,

ഞാമ്പോട്ടെ കൂട്ടരെ... ങാ... ഒരു കാര്യം നെമൂരു ടാക്കിട്ടറോട് പറേണം, കുട്ട്യോള് കളിയാക്ക്യാ വെശമിച്ചരുതെന്ന്. ന്നാ അയാള്ക്ക് കൊറ ചങ്ങാത്യോള്ണ്ടാവും. ങ്ങളെ കല്യാക്കാൻ ആളോളെ സമ്മതിച്ചാൽ കൊറെ ചങ്ങാത്യോള്ണ്ടാവാൻ എളുപ്പാ. ഞാമ്പോണോടത്ത് നിച്ച് കൊറെ ചങ്ങാത്യോള്ണ്ടാവും.

ആ പിന്നെ ഒരു കാര്യം കൂടെ... ആ ആൾചിർനോണെ കുയിച്ചിട്ട സ്തലണ്ടലോ, പത്യേങ്കി അവിടെ കൊറച്ച് പൂക്കള് കൊണ്ട് വച്ചണേ......